दिलीपराज प्रकाशन प्रा. लि.™
२५१ क, शनिवार पेठ, पुणे ४११ ०३०

■ रणराज शिवाजी / RANRAJ SHIVAJI

■ **प्रकाशक**
राजीव दत्तात्रय बर्वे
मॅनेजिंग डायरेक्टर
दिलीपराज प्रकाशन प्रा. लि.
२५१ क, शनिवार पेठ, पुणे - ४११ ०३०

■ © **कॅप्टन राजा लिमये**
१६, कांचनबन, सेनापती बापट मार्ग,
पुणे - ४११ ०१६

■ **प्रकाशन क्रमांक : १०४८**

■ **चतुर्थ आवृत्ती : १५ मार्च २००८**

■ **पाचवी आवृत्ती : १५ फेबुवारी २०१६**

■ **ISBN** - 81 - 7294 - 392 - X

■ **टाईपसेटिंग**
पितृछाया मुद्रणालय
९०९, रविवार पेठ, पुणे - ४११ ००२

■ **मुखपृष्ठ** - सागर नेने

ज्या ज्ञात आणि अज्ञात
अशा असंख्य वीरांनी
स्वराज्य निर्मितीसाठी
आणि त्याच्या रक्षणासाठी
आपल्या प्राणांची आहुती दिली
त्या सर्वांच्या पुण्यस्मृतीस...

वि. वा. शिरवाडकर
नाशिक - २

सप्रेम नमस्कार,

'रणराज' चे लेखक श्री. राजा लिमये यांचे मी मनःपूर्वक अभिनंदन करतो. छत्रपतींच्या रणनीतीचे विवेचन करणाऱ्या या पुस्तकाने ऐतिहासिक साहित्यात मोलाची भर पडणार आहे. पुस्तकाचे प्रकाशन करणाऱ्या दिलीपराज प्रकाशनास धन्यवाद.

प्रकाशन समारंभासाठी माझ्या शुभेच्छा !

ऋण निर्देश

१) कै. श्री. सेतुमाधवराव पगडी
२) श्री. ब. मो. तथा बाबासाहेब पुरंदरे
३) कर्नल आर. डी. पळसोकर
४) श्री. ज. द. जोगळेकर
५) कै. सर जदुनाथ सरकार
६) कै. त्र्यंबक शंकर शेजवलकर
७) कै. श्री. डी. व्ही. गोखले
८) कै. कॅप्टन ग. वा. मोडक
९) कै. श्री. पु. वा. गोवईकर
१०) कै. श्री. सॅम्युअल बी. ग्रिफिथ

या सर्व मान्यवरांनी लिहिलेल्या श्री. शिवरायांच्या जीवनावरील आणि युद्धशास्त्रातील अत्यंत माहितीपूर्ण ग्रंथांचा मला माझ्या अभ्यासाच्या दृष्टीने चांगलाच फायदा झाला. या सर्वांचा मी ऋणी आहे.

या शिवाय मा. श्री. गो. नि. तथा अप्पासाहेब दांडेकर, मा. श्री. डी. व्ही. गोखले, मा. श्री. निनाद बेडेकर, मेजर जनरल परांजपे, पद्मश्री श्री. वसंतराव कानेटकर, श्री. रा. श्रीकृष्ण म. जोशी व मा. श्री. शिवाजी सावंत या मान्यवरांनी, माझ्यासाठी आपला बहुमोल वेळ देऊन माझ्याशी वेळेवेळी या विषयांवर चर्चा केली, मार्गदर्शन केले आणि मला प्रोत्साहित केले या बद्दल त्यांचा मी ऋणी आहे.

सदर पुस्तकाचे वृत्तपत्रातून जाहीरपणे कौतुक करणारे लष्करी इतिहासाचे अभ्यासक व लेखक कै. डी. व्ही. गोखले व जेष्ठ कादंबरीकार व लेखक कै. वी. स. वाळिंबे यांचाही मी आभारी आहे.

कॅप्टन राजा लिमये

मनोगत

सारा भारत परकीय आक्रमकांच्या घोड्यांच्या टापांखाली भरडला जात असताना दक्षिणेत सह्याद्रीच्या शिखरावर एक असामान्य कर्तृत्वाचे व्यक्तिमत्त्व उदयाला येते, आणि या देशात स्वराज्य-निर्मितीचे महान कार्य करून दाखविते. हे प्रचंड कार्य पूर्णत्वाला नेण्यासाठी त्याच्याजवळ त्याचं असे सैन्य नव्हते. संपत्ती नव्हती, शस्त्रास्त्रे नव्हती, होती ती फक्त त्याच्या पिताजींची लहानशी जहागिरी. बालपणी मार्गदर्शनाला स्वाभिमानी आणि अभ्यासू मातोश्री जिजाबाई आणि गुरु दादोजी कोंडदेव - बस. अर्थात् त्याच्याजवळ उपजतच असलेला प्रचंड आत्मविश्वास, आकलन शक्ती, प्रसंगावधान आणि स्वराज्य-निर्मितीची जिद्द, यांच्याच भरवशावर त्याने आक्रमकांना नुसते थोपवूनच धरले नाही तर त्यांना मागे रेटून येथील स्वकियांना स्वत:चे राज्य मिळवून दिले. हे भारताला पडलेले एक दैदिप्यमान स्वप्न त्या असामान्य व्यक्तिमत्त्वाने साकार करताना, ज्या रणनीतीचा वापर केला, त्या अष्टपैलू रणनीतीच्या मी केलेल्या अभ्यासाचे हे चित्रण आहे.

परकीय आक्रमकांना आपल्या भूमीतून हाकलून देण्यासाठी, रणभूमीवर त्यांचा पराभव करताना मुळातच आपल्याजवळ असलेल्या मोजक्या सैनिक-शक्तीचा अत्यंत कौशल्याने वापर करून प्रसंगी प्रचंड शक्तीनिशी आलेल्या शत्रूची, फसवणूक करून आपल्या सैनिकांचे रक्त उगीचच सांडू नये म्हणून शत्रूसमोर नाट्यमय वातावरण निर्माण करून मानसशास्त्रीय युद्ध-पद्धतीने, शत्रूच्या सैनिकांच्या मनातील लढण्याची जिद्द मारून काढण्यात या सेनानीने यश मिळविले आणि मग प्रत्यक्ष रणक्षेत्रात, आपल्या वेगवान आणि शत्रूला अनपेक्षित अशा हालचालींनी गारद करून त्यांचा धुव्वा उडविण्यात यश

मिळविले - त्या अद्वितीय सेनानी शिवरायाने, अफझलखानाची फसवणूक करून त्याला ठार केले अशी भाषा आपलाच एक प्रसिद्ध देशबांधव वापरतो तेव्हा शत्रूची यशस्वीपणे फसवणूक केल्याशिवाय त्याच्यावर विजय मिळवता येत नाही. या युद्धशास्त्रातील प्रमुख सूत्राचा त्या देशबांधवाला विसर पडला आहे हे ध्यानात येते.

युरोपातील मिलानसारखे समृद्ध शहर लुटून बेचिराख करणारा नेपोलियन महान सेनानी म्हणून जगासमोर येतो. सम्राट होतो. पण आमचेच देशबांधव, शून्यातून स्वराज्य निर्माण करणाऱ्या शिवरायांसारख्या युगपुरुषाला त्याने स्वराज्यासाठी आवश्यक अशी धन-संपत्ती, नेपोलियनप्रमाणेच शत्रूकडून मिळविली, तरी त्याला छापामार म्हणण्याचे धाडस करतात तेव्हा, या व्यक्तिमत्त्वाची, एक महान् सेनानी म्हणून जगाला आणि आपल्या लोकांनाही ओळख पटवून देण्यात आम्ही कमी पडलो हे लक्षात येते.

शिवरायांचे सेनापती त्यांना सोडून गेले असा एक ठपका त्यांच्यावर ठेवण्याचा प्रयत्न नुकताच एका प्रसिद्ध ऐतिहासिक कादंबरीकाराने केला. खरे म्हणजे दिलेले आदेश पाळले गेले नाहीत तर कोणीही राज्यकर्ता किंवा राज्य-निर्मितीच्या कार्याची जबाबदारी स्वीकारलेला राज्य-प्रमुख आपल्या सेनानींची गय करीत नाही याची जगाच्या लष्करी इतिहासाने अनेकदा नोंद केलेली आहे - मग तो कितीही कुशल सेनापती असला तरी त्याच्यावर कारवाई केली जाते. जनरल मॅकऑर्थर, ब्रिगेडियर त्यागराजन, या ताज्या उदाहरणांबरोबरच, छत्रपती शाहूराजांनी सेनापती दाभाडे यांच्याविरुद्ध केलेली कारवाई हेच दर्शविते. मग शिवरायांनी नेताजी पालकर, प्रतापराव गुजर यांना दोष देण्यात आपला खंबीरपणाच सिद्ध केला असताना केवळ शिवरायांना नावे ठेवण्याचे ठरवूनच असली विधाने केली जातात - म्हणूनच शिवरायांच्या युद्धतंत्राचा अभ्यास करून, एक महान सेनानी म्हणून त्यांची प्रतिमा उभी करण्याची गरज भासू लागते.

या भावनेतूनच शिवरायांच्या युद्धतंत्राचा अभ्यास करण्याचा निर्णय घेतला. लष्करात असताना युद्धशास्त्राचा थोडाबहुत अभ्यास करता आला होताच. त्यातच, सॅम्युयल बी ग्रिफीथ यांनी अडीच हजार वर्षांपूर्वी होऊन गेलेला चीनचा प्रसिद्ध सेनानी 'सन - झू' याने ''युद्धाची कला'' (आर्ट ऑफ वॉर) या नावाने लिहिलेल्या प्रदीर्घ लेखाचे केलेले भाषांतर माझे एक मित्र श्री.

यशवंत बिवलकर यांच्यामुळे वाचावयास मिळाले. श्री. यशवंत बिवलकर यांचा मी आभारी आहे. याशिवाय हाताशी आलेले श्री शिवरायांविषयीचे लिखाण वाचून माझ्या अल्प बुद्धीला झेपेल, असा अभ्यास करून शिवरायांच्या अष्टपैलू आणि प्रभावी युद्धतंत्राचे बारकावे मांडण्याचा प्रयत्न केला आहे.

रणांगणावर झपाट्याने बदलणाऱ्या परिस्थितीप्रमाणे आपली योजना बदलता यावी म्हणून प्रत्येक सेनानी आपली मूळ युद्ध-योजना लवचीक ठेवीत असतो. त्याप्रमाणे शिवरायांनीही, रणांगणावर अत्यंत प्रतिकूल परिस्थिती निर्माण होताच आपल्या मोजक्या शूर सैनिकांचे मोलाचे प्राण वाचविण्यासाठी अंतिम विजयावर लक्ष ठेवून रणांगणावरून काढता पाय घेऊन यशस्वी माघार घेतलेली दिसते, तसेच आवश्यक तेव्हा शत्रुशी तह करून वेळ निभावून नेल्याचेही लक्षात येते. हे देखील त्यांच्या युद्धनेतृत्वाचे कौतुकास्पद वैशिष्ट्य आहे यात शंकाच नाही.

या पुस्तकातील प्रतापगडाच्या युद्धावरील लेख दैनिक 'सकाळ' मध्ये प्रसिद्ध झाला होता - तो वाचून महाराष्ट्राचे प्रसिद्ध नाटककार, लेखक आणि शिवप्रेमी मा. श्री. वसंतराव कानेटकर यांनी मनापासून त्या लेखाचे कौतुक तर केलेच, पण याच विषयावर त्यांनी लिहिलेल्या "आकाशमिठी" या नाटकाच्या प्रस्तावनेत त्या लेखाचा कौतुकाने उल्लेखही केला - ते म्हणतात,

"या नाटकाच्या जडणघडणीत सिंहाचा वाटा आहे तो कॅप्टन राजा लिमये यांच्या "शिवरायांची युद्धनीती" या पुण्याच्या "सकाळ" मध्ये प्रसिद्ध झालेल्या लेखाचा. नितांत सुंदर माहितीपूर्ण लेख, नेमक्या वेळी जणू माझ्याचसाठी लिहिला गेला व प्रसिद्ध झाला, त्यातच शिवाजी महाराजांनी युद्धासाठी जे डावपेच लढवले व युद्धाची जी व्यूहरचना केली त्याचे चित्र या लेखातून मला अगदी स्पष्टपणे मिळाले. या लेखामुळे मी इतका भारावलो की मी आणखी एक झेप घ्यावयाचे ठरविले."

महाराष्ट्रातील एक थोर नाटककार आणि शिवरायांच्या विषयी नितांत आदर असणाऱ्या मान्यवर व्यक्तीकडून ही पावती मिळताच माझा उत्साह द्विगुणित झाला आणि त्यातूनच "रणराज शिवाजी" या शिवरायांच्या युद्ध-कथा-संग्रहाची निर्मिती शक्य झाली. मला मनापासून प्रोत्साहन देणारे "सकाळ" चे संपादक श्री. विजयराव कुवळेकर आणि पद्मश्री श्री. वसंतराव कानेटकर यांचा मी ऋणी आहे.

या पुस्तकाला प्रस्तावना लिहिण्याच्या माझ्या विनंतीला लगेच होकार देऊन ती जबाबदारी स्वीकारणाऱ्या, 'मृत्युंजय' कार आणि छत्रपती संभाजी राजांच्या जीवनावरील ''छावा'' या कादंबरीचे प्रसिद्ध लेखक श्री. शिवाजी सावंत यांचे आभार मानणे हे माझे कर्तव्यच आहे. लेखन या क्षेत्रातील ते माझे गुरु आहेत - ते ''लोकशिक्षण'' या मासिकाचे संपादक असताना त्यांनीच मला प्रोत्साहन देऊन माझ्याकडून ''महाराष्ट्राची सैनिकी परंपरा'' अशासारख्या विषयांवर लेखन करून घेतले. प्रस्तुत पुस्तकाच्या नावाबद्दलही त्यांच्याशी चर्चा करताना मी त्यांना ''रणराज शिवाजी'' हे नाव कसे वाटते हे विचारताच त्यांनी मोकळेपणाने ते पसंत असल्याची कबुली दिली होती.

या पुस्तकाचे प्रकाशक माझ्या मागे लागून सर्व कथा लगेच लिहून द्या म्हणून आग्रह धरल्यानेच हे काम झपाट्याने होऊ शकले यात शंकाच नाही. प्रकाशकांचे खरोखरच कौतुक करणे आवश्यक आहे.

या पुस्तकाच्या लेखन-कार्यात माझी पत्नी सौ. आशा हिचे जे सहकार्य नेहमीप्रमाणे मला मिळाले, त्याचे मोल देणे शक्य नाही. तिची वाचनाची आवड आणि आकलनशक्ती यामुळे वेळोवेळी या विषयांवर तिच्याशी केलेल्या चर्चेला मला निश्चितपणे लाभ झाला आहे.

पुण्याच्या सौ. पूनम माजगावकर यांनी अत्यंत उत्साहाने आणि नेटकेपणाने या युद्धकथांना माझ्या कल्पनांप्रमाणे आवश्यक असे नकाशे वेळेवर काढून दिले याबद्दल त्यांचेही कौतुक करणे आवश्यक आहे.

छत्रपती शिवरायांच्या अष्टपैलू युद्धतंत्रातील बारकावे त्यांच्या यशस्वी युद्धकथांतून मांडण्याच्या माझ्या या प्रयत्नाचे वाचक स्वागत करतील ही मला आशा आहे.

- कॅप्टन राजा लिमये

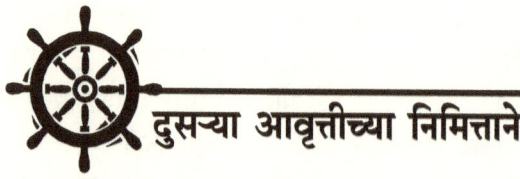

दुसऱ्या आवृत्तीच्या निमित्ताने

प्रिय वाचक बंधु-भगिनींनो,

शिवरायांच्या अष्टपैलू युद्धतंत्राचे, युद्धशास्त्राच्या दृष्टिकोनातून तर्कशुद्ध असे विश्लेषण असलेल्या 'रणराज शिवाजी' या पुस्तकाची दुसरी आवृत्ती आपल्याला सादर करताना मला अत्यंत आनंद होत आहे.

नाशिकच्या जे. के. पब्लिकेशन्स्च्या सौ. जान्हवी प्रकाश वैशंपायन यांनी शिवरायांवरील प्रेमामुळे पहिल्या आवृत्तीच्या प्रकाशनाची जबाबदारी स्विकारून, आपले पती श्री. प्रकाशराव वैशंपायन यांच्या सहकार्याने ती यशस्वीपणे पार पाडली. त्यांचेजवळ वितरण यंत्रणा नसतानाही केवळ प्रकाशन समारंभ आणि प्रसारमाध्यमे यांचे सहकार्य मिळवून सदर पुस्तक वाचकप्रिय केले. त्यामुळे पहिली आवृत्ती संपून दुसरी आवृत्ती सादर करण्याची संधी मला मिळत आहे. त्यांचे कौतुक करणे आवश्यक आहे.

अर्थात मराठी वाचकांच्या शिवरायांवरील प्रेमामुळे हे सहज साध्य झाले; असे म्हणून त्या उभयतांनी या दुसऱ्या आवृत्तीच्या प्रकाशनानिमित्त आपल्या शुभेच्छा कळविल्या आहेत.

या दुसऱ्या आवृत्तीची जबाबदारी पुण्यातील 'दिलीपराज प्रकाशन' या गाजलेल्या प्रकाशन संस्थेचे श्री. राजीव बर्वे यांनी स्विकारून ते अत्यंत सुबक आणि आकर्षक असे सादर केले आहे. त्यांचा मी आभारी आहे.

या पुस्तकातील प्रतापगडच्या युद्धाचे बारकावे दाखविणारे सुरेख चित्र (नकाशा) माझ्या कल्पनेप्रमाणे काढून देणारे पुण्याचे प्रसिद्ध चित्रकार श्री. वसंत सहस्त्रबुद्धे यांचे सर्वांनी कौतुक केले आहे. महाराष्ट्र राज्य पाठ्यपुस्तक निर्मिती मंडळाचे भूगोल विभाग प्रमुख डॉ. सुरेश गारसोळे यांना तो नकाशा

इतका आवडला की, त्यांनी तो मोठ्या आकारात करून घेऊन जागतिक भूगोल दिनाचे निमित्ताने भरविल्या जाणाऱ्या प्रदर्शनात सादर केला. त्यांचे मी आभार मानतो.

पुणे विद्यापीठात दर महिन्याला प्रबोधनासाठी येणाऱ्या प्राध्यापकांसमोर मी 'पर्यावरण आणि युद्धतंत्र' आणि 'मानसशास्त्रीय युद्धतंत्र' या विषयांवर भाषणे देत असतो. त्याप्रसंगी या दोन्ही बाबींचा शिवरायांनी अत्यंत प्रभावीपणे वापर केला असल्याने त्यांच्या युद्धतंत्रावर भाष्य करणे प्रभावी व उपयुक्त ठरते. असा सर्वांचाच अनुभव आहे. शिवरायांच्या या असामान्य युद्धतंत्राचे सखोल विवेचन या प्राध्यापकांमार्फत असंख्य महाविद्यालयीन विद्यार्थी आणि विद्यार्थिनींपर्यंत पोहोचविण्याची संधी मला दिल्याबद्दल विद्यापिठातील डायरेक्टर ऑफ ॲकॅडमिक्स डॉक्टर (DNYAN PATIL) ज्ञान पाटील आणि पुणे विद्यापीठ यांचे मी आभार मानतो.

या आवृत्तीचे मुखपृष्ठ अत्यंत आकर्षक करून देणारे श्री. सागर नेने, मुद्रक श्री. किरण दोशी आणि दिलीपराजच्या सौ. नीता काळे आणि इतर उत्साही कार्यकर्ते या सर्वांचे मी मनापासून कौतुक करतो.

या लेखनकार्यात मला मनापासून सहकार्य देणारी आमची नात कु. निकिता नेरकर (अभिनव विद्यालय, मराठी माध्यम) हिचे मुद्दाम कौतुक करीत आहे.

महाराष्ट्रातील लोकप्रिय लेखक व माझे लेखन क्षेत्रातील गुरु, 'मृत्युंजय'कार श्री. शिवाजी सावंत यांनी या दुसऱ्या आवृत्तीला आपल्या शुभेच्छा देण्याचे मान्य करून मला उपकृत केले आहे. त्यांचाही मी आभारी आहे.

पहिल्या आवृत्तीप्रमाणेच शिवरायांच्या युद्धतंत्रातील बारकावे या दुसऱ्या आवृत्तीच्या रुपाने मी, शिवप्रेमी वाचक बंधु-भगिनींसमोर सादर करीत आहे. याचे ते स्वागत करतील अशी मला आशा आहे.

कॅप्टन राजा लिमये

 ## 'रणराज शिवाजी' बदल थोडेसे महत्त्वाचे...

साहित्यिक सन्मित्र कॅ. राजा लिमये यांनी महाराष्ट्राला परमादराच्या असलेल्या शिवचरित्रातील आजवर पूर्णत: दुर्लक्षित अशा एका अत्यंत मूलभूत व अत्यावश्यक अंगावरचे 'रणराज शिवाजी' हे हस्तलिखित पंधरा दिवसांपूर्वी आणून दिले. विनंतीवजा स्नेहफर्मान दिले - ''हे वेळात वेळ काढून वाचावे व तुम्हांला वाटेल ते मनमुक्त लिहावे, स्नेहभावापोटी मला कुठेही 'स्पेअर' करू नये ! मी तुम्हांला गुरुवत मानतो.''

हे खरे आहे की, मी 'लोकशिक्षण' मासिकाकडे संपादक असतांना कॅ. राजा लिमये यांना भरीला घालून अनेक विषयांवर लिहितं केलं होतं. त्यावेळच्या चर्चेत 'शिवरायांची रणनीती' हा आम्हा दोघांचा घटका न् घटकांचा गप्पा-विषय असे. मी त्यांना आवर्जून म्हणे, ''या विषयावर अद्याप कुणीही आशयपूर्ण बारकावे पकडत लिहिलेलं नाही. कॅप्टन साहेब, तुम्ही मनावर घ्या. यावर मांड ठोकून महाराष्ट्राला शिवरायांच्या युद्धतंत्रातले बारकावे फोडून सांगणारं काही तरी लिहा.'' कॅ. लिमयेही आपल्या रसबाळ्या, गोड स्वभावाप्रमाणं आश्वासन देत राहिले - ''लिहितो, माहिती गोळा करतोय.'' दरम्यान मुळा - मुठेखालून उदंड पाणी वाहून नेलं. लोकशिक्षण मासिकही पुण्याहून औरंगाबादेला परागंदा झालं. आमच्या भेटी-गाठी दुर्मिळ झाल्या आणि आता बखळ एक तपानंतर कॅ. राजा लिमयांनी 'रणराज शिवाजी'चं हस्तलिखित हाती ठेवलं !

प्रथम मी त्यांचं हार्दिक अभिनंदन करतो. ''कॅप्टनसाहेब, आपण हा एक अत्यंत मोलाचा 'डाग' या पडत्या काळात मराठी शिवप्रेमींच्या हाती वेळेवर ठेवलात. मन:पूर्वक अभिनंदन !''

'रणराज' वाचलं. हे शीर्षकही आम्हा दोघांच्या बऱ्याच वैचारिक

घुसळणीनंतर नवनीतासारखं आपोआप उभारुन आलं आहे.

मराठी ऐतिहासिक ललित साहित्यात, कादंबरी, नाटक, खंडकाव्य अशा प्रकारात छ. शिवरायांच्या शून्यातून साम्राज्य उठविणाऱ्या केवळ दैदिप्यमान व्यक्तिरेखेचा अनेक ढंगांनी वेध घेतलेला आहे. त्यात काही ठिकाणी त्यांच्या रणनीतीचाही वेध घेतला आहे. पण तो अपरिहार्यपणे धावता आहे. हे साहित्य-प्रकार तशी आवर्जून मागणीही करत नाहीत.

'रणराज शिवाजी' हा कॅ. लिमये यांचा शिवरायांच्या फक्त रणकौशल्याचा वेध घेणारा माहितीपूर्ण असा ग्रंथ आहे. असा प्रयत्न - फारच सुरेख प्रयत्न फार वर्षांपूर्वी कॅ. मोडक यांनी 'प्रतापगडचे युद्ध' या पुस्तकातून घेतला आहे. त्यांचा तो प्रयत्न फक्त एका प्रतापगडाच्या पायथ्याशी झालेल्या शिवरायांच्या अफझलखानाच्या रणधुमाळीशी संबंधित होता.

या पुस्तकात छ. शिवरायांच्या तोरणा गडापासून झालेल्या जवळजवळ सर्व प्रमुख लढायांचा लष्करी शिस्तबद्धपणे घेतलेला अभ्यासू वेध आहे. तो घेण्यापूर्वी पाश्चिमात्य रणनीतीतज्ज्ञ क्लोजविटझ् व चिनी सेनानी सन झू यांच्या युद्धविषयक महत्त्वाच्या विचारांवर भाष्य केले आहे. न विसरता कौटिल्य ऊर्फ चाणक्य याचे युद्धातील 'विजय' ह्याच महत्त्वाच्या अंगाचा विचार करून आलेले तत्त्वज्ञान विशद केले आहे. 'सायकॉलॉजिकल वॉर' (मनोवैज्ञानिक युद्धतंत्र) हा शिवरायांनी प्रसंगानुरुप वापरलेला हुकमी इस्पिक एक्का होता. हा विचार इथे पहिल्याने शिवचरित्राबाबत नोंदला जात आहे. तसेच 'गनिमी कावा' (गोरिला वॉर) या संकल्पनेला धरून शिवरायांचे नेमके विचार काय होते ते इथे विश्लेषण करून दाखविले आहे. विशेषत: साल्हेरीच्या रानात प्रतापराव गुजर या तडफदार सेनापतीच्या साह्यानं शिवरायांनी जे 'पलटीच्या लढाईचं' तंत्र वापरलं ती त्यांची भारतीय रणनीतीला दिलेली पहिली 'शिववूर' भेट होती हे आता शिवप्रेमींनी ध्यानी घेतले पाहिजे.

यावेळी मला शिवरायांच्या एका दुर्मिळ पत्राची प्रकर्षाने आठवण होते आहे. परकीयांच्या घोडटापांखाली बेमुर्वत रगडल्या जाणाऱ्या आपल्या असहाय्य, गरीब रयतेला त्या पत्रात हा रयतेच्या हिताचा रक्षणकर्ता चक्क सांगून गेला आहे. ते शब्द असे - "गनिमाच्या धावणीची वाट हेरुन डोंगर-दरीस पलोनु जाणे ! फेर येऊन जागचे जागी ठाण होणे !"

छ. शिवरायांनी सह्याद्रीचा डोंगर-दरीचा मुलुख हा आपला सर्वांत

मोठा अदृश्य सेनापती मानला होता. कॅ. लिमये आपल्या या पुस्तकात त्यावरही बोलका प्रकाश टाकतात.

जागतिक प्रसिद्ध युद्धतंत्रात आपला 'प्रति' वापरणे (डमी वापरणे) हे तंत्र दोघाच रणधुरंधरांनी यशस्वी कौशल्याने वापरलेले दिसते. एक शिवराय व दुसरा हिटलर. या सूक्ष्म रणतंत्रावर लेखकाने मार्मिक भाष्य इथे केले आहे.

युद्धाचे प्रत्यक्ष भौगोलिक ठिकाण, भवतीची शत्रूला रसद पुरवू शकणारी संभाव्य ठिकाणे, त्याची मनोरचना, आपल्या सेनापतीची मानसिक जडणघडण या सर्वांचा विचार करून अत्यंत प्रतिकूल स्थितीतही 'विजय' च खेचून आणायचा या जिद्दीनं शिवरायांनी जे युद्धाचे नाना आविष्कार दाखविले त्यावर ह्या पुस्तकात माहितीपूर्ण, जाणते भाष्य आहे.

सर्वात मोलाचे म्हणजे प्रतापगडचे युद्ध, मिरजेजवळच्या खुल्या मैदानातील फाजलखानाचा पराभव, उंबर खिंडीतील कारतलबखानाला दिलेली शिकस्त, मुधोळ येथे खवासखानाचा एकटा पाडून त्याचा उडविलेला धुव्वा, साल्हेरची पलटीची लढाई, आरमारी अंगाने जाणलेले सागराचे महत्त्व, आग्र्याहून सुखरूप परतीचे संभाव्य तीन मार्ग अशा शिवचरित्रातील प्रमुख अंगावर अचूक मार्गदर्शक करणारे, लष्करीदृष्ट्या अत्यंत मोलाचे नकाशे कॅ. लिमये यांनी आपल्या विषयाच्या पुष्टीसाठी 'रणराज शिवाजी'मध्ये दिलेले आहेत. ते तर मला ह्या पुस्तकाचे खिळवून ठेवणारे खासे वैशिष्ट्य वाटते.

मित्रवर्य कॅ. राजा लिमये, तुम्ही या माहितीपूर्ण पुस्तकाने मराठी साहित्याच्या दालनात निःसंशय एक मौलिक भर घातली आहे.

मी, मराठी शिवप्रेमी वाचकांनी, काय द्यावी. महाराष्ट्राच्या कुलस्वामिनी तुळजाभवानीनेच तुमच्या जीवनाच्या परडीत आपल्या आशीर्वादाची भंडारा-मूठ सोडावी.

त्यासाठी तिलाच प्रार्थना-

'आई राजा उदं !'

'होळी-पुनव'
१८ मार्च, १९९२,

शिवाजी सावंत
पुणे - ३०

अनुक्रम

रणराज ——————
——————शिवाजी

कॅप्टन राजा लिमये

युद्ध एक कला

रणराज शिवाजीच्या युद्धनीतीबद्दल काही सांगण्याच्या आधी युद्ध किंवा युद्धशास्त्राच्या बाबतीत अभ्यासकांनी काय सांगितले आहे हे पाहणे आवश्यक आहे.

जवळ जवळ दोनशे वर्षांपूर्वी युद्धशास्त्राचा पाश्चिमात्य अभ्यासक क्लोजविटझ् याने युद्धशास्त्राची व्याख्या करून युद्धशास्त्राबद्दल बरेच लिहून ठेवले होते. दुर्दैवाने क्लोजविटझ्च्या नंतर त्याच्या अभ्यासकांनी त्याच्या तत्त्वाचा खोलवर विचार न करताच त्यावर भाष्य केल्याने जगाला विशेषत: पाश्चिमात्य देशांना भयंकर संकटांना तोंड द्यावे लागले असे बऱ्याच लष्करी तज्ज्ञांचे मत आहे. काही असले तरी क्लोजविटझ्ने स्वत:ही युद्ध म्हणजे 'संपूर्ण युद्ध' (टोटल वॉर) असे सांगून त्यात सौम्यपणा आणण्याचा प्रयत्न करणे म्हणजे मूर्खपणा होय असेच सांगितले आहे. अर्थात् त्याआधी त्याचे म्हणणे 'युद्ध म्हणजे राजकीय संवादातील अखेरचा मुद्दा होय' हे जास्त महत्त्वाचे होते. या तत्त्वाकडे मात्र दुर्लक्ष झाले.

क्लोजविटझ्च्या तत्त्वज्ञानाने जगाचे नुकसान होत असतानाच 'युद्धाची कला' म्हणून युद्ध ही एक कलाच आहे अशा अर्थाचे वर्णन करून त्यावर अडीच हजार वर्षांपूर्वीच अनेक निबंध लिहून युद्धशास्त्राचे सांगोपांग विश्लेषण करणाऱ्या चीनच्या 'सन झू' च्या तत्त्वज्ञानाला पाश्चिमात्य जगात प्रसिद्धी मिळत गेली आणि लिडल हार्टसारख्या गाजलेल्या सेनानीला असे म्हणण्याची पाळी आली की युद्धाबद्दलच्या सन झू च्या तत्त्वज्ञानाचा जर लष्करी अधिकाऱ्यांनी आणि अभ्यासकांनी अभ्यास केला असता तर वर्षांनुवर्षे चाललेल्या अनेक युद्धांमुळे जगातील अनेक देशांत जे विध्वंस झाले - जो विनाश झाला - जी अपरंपार जीवित हानी झाली ती झाली नसती.

अडीच हजार वर्षांपूर्वी म्हणजे इसवी सनापूर्वी ५०० व्या वर्षी युद्धाला

'कला' म्हणून संबोधून त्याविषयी प्रभावी भाष्य करणाऱ्या त्या सन झूने असे काय सांगितले आहे, हे पाहणेही आवश्यकच आहे.

सन झू च्या म्हणण्याप्रमाणे ज्या राष्ट्राला विजय मिळवायचा असेल त्याला आपल्या जनतेच्या कल्याणाकडे अधिक लक्ष देणे आवश्यक आहे. हे केले तरच जनता राष्ट्राभिमानाने प्रेरित होऊन राष्ट्रासाठी अंतिम त्यागास तयार होते आणि राष्ट्राला विजय मिळवून देते.

प्रत्यक्ष रणभूमीवर युद्ध करण्याच्या आधी शत्रुराष्ट्रात दुफळी माजवणे - एकमेकात भांडणे लावणे - शत्रु पक्षाचे मनोबल खच्ची करणे - आपल्या गुप्तहेरांमार्फत शत्रुराष्ट्रात घातपात घडवून आणणे आणि त्यांच्यातील लढण्याची जिद्द मोडून काढणे हे प्रयोग केले गेले पाहिजेत. हे यशस्वीपणे केले गेले तर प्रत्यक्ष युद्ध न करता किंवा लहानसा आघात करूनही विजय मिळवता येतो. थोडक्यात तो म्हणतो की, ''शत्रूच्या शरीरावर वार करण्याआधी त्याच्या मनावर वार करा म्हणजे युद्ध सहज जिंकता येते.'' यालाच आपण 'सायकॉलॉजिकल वॉरफेअर' म्हणजे 'मानसशास्त्रीय युद्धपद्धती' असे म्हणतो. शिवरायांनी या पद्धतीचा खूपच चांगला उपयोग करून घेतलेला आढळतो.

सन झू ने आणखी एक महत्त्वाची गोष्ट सांगितली आहे. तो म्हणतो, ''पुराचे पाणी ज्याप्रमाणे आधी खोलगट, सखल भाग व्यापीत पुढे धावत असते, उंचवट्याचा भाग समोर आला तर त्याला वळसा घालून समोर घुसते त्याप्रमाणे शक्तिवान लष्कर, हे शत्रूचा कमजोर भाग शोधून त्यावर तुटून पडते - आणि मग सावकाश सगळ्या शत्रूचा धुव्वा उडवते. पाणी ज्याप्रमाणे जमिनीच्या आकाराप्रमाणे पुढे जात असते तसेच आपणही शत्रूच्या बलाचा अंदाज घेऊन आक्रमण केले पाहिजे. ''गनिमी काव्याचे तंत्रही यातच येते.

अर्थात् सर्वोच्च युद्धाची कला तीच ठरते जिच्यात युद्धही न करता अथवा थोड्याशा चकमकीनंतर शत्रूला पराजित करता येते. म्हणजेच युद्धापूर्वी गुप्तहेरांनी केलेल्या घातपाताच्या, शत्रूचे मनोबल आणि जिद्द मोडून काढण्याच्या कारवाया ज्यात प्रभावी ठरतात ती युद्धकला, आणि अखेर तो म्हणतो, ''वर्षानुवर्षे खेळत्या गेलेल्या युद्धात कोणाचाच फायदा होत नसतो.''

खरे म्हणजे कौटिल्यीय शास्त्राप्रमाणे आपल्याला सोयीच्या पण शत्रूला अत्यंत अडचणीच्या अशा रणक्षेत्रात त्याला खेचून आणणे हे खऱ्या सेनानीचे कर्तव्य असते. यातच त्याचे कुशल नेतृत्व दिसून येते आणि या बाबतीत तर, नाट्यपूर्ण रितीने शिवरायाने बहुतेक वेळी यश मिळवून शत्रूवर मात केलेली

दिसते -

सन झू याच्या मते शत्रूची फसवणूक करणे हा युद्धनीतीचा गाभा असला पाहिजे. जो सेनानी शत्रूची फसगत करण्यात यशस्वी होतो तोच आपले कमीत कमी सैनिक गमावून शत्रूवर मात करू शकतो - ही फसवणूक कोण कशी करतो हा प्रश्न वेगळा आहे.

शत्रूची फसवणूक करण्यासाठी नाट्याचा आश्रय घ्यावाच लागतो - शिवरायांनीही संत तुकोबारायांच्या कीर्तनाच्या वेळी पडलेल्या शत्रूच्या वेढ्यातून सुखरूप बाहेर पडण्यासाठी आपल्यासारखे अनेक शिवाजी उभे केले - ते त्यांचे निवडक साथीदार होते - पण त्यांना कला अवगत होती - पन्हाळ्याहून तसेच आग्र्याहून बलाढ्य शत्रूच्या तावडीतून सुटका करून घेतानाही त्यांनी नाट्याचाच अवलंब केला; तर अफझल खानाला आपल्याला सोयीच्या अशा रणक्षेत्रात खेचून आणण्यासाठीही त्यांनी यशस्वीपणे नाटकच केले. या कलेद्वारे त्यांनी शत्रूची फसवणूक केली नसती तर तो महान् सेनानी केव्हाच संपला असता आणि स्वराज्य-स्थापनेचे महान् कार्य त्याच्या हातून घडलेच नसते.

याच गोष्टी जशा कणकनीतीत आहेत तशाच आचार्य चाणक्यानेही विषद केलेल्या आहेत. आपण त्यांच्याकडे दुर्लक्ष करीत आलो. त्यामुळेच शिवरायांच्या काळापर्यंत भारताला पराभवाच्या परपरेला सामोरे जावे लागले हे कटू सत्य आहे.

अडीच हजार वर्षांपूर्वी चीनच्या सन झू ने युद्धनीतीची जी महान् तत्त्वे मांडली ती रणराज श्री शिवरायांनी वाचली असण्याची किंवा त्यांना ती माहीत असण्याचीही मुळीच शक्यता नव्हती - पण केवळ घडलेल्या इतिहासाचे धडे गिरवून नवा इतिहास निर्माण करणाऱ्या शिवरायाने त्या घडून गेलेल्या इतिहासावरूनच योग्य तो बोध घेऊन आपली स्वत:ची अशी अष्टपैलू युद्धनीती ठरवून बऱ्याच संकटांवर मात करून अखेर विजय मिळवला. शिवरायांसारख्या स्वयंभू सेनानीची युद्धनीती, सन झू च्या युद्धशास्त्राशी बरीच मिळतीजुळती आहे हा योगायोग आहे अणि रणराज श्री शिवरायांच्या युद्धनेतृत्वाच्या महानतेची साक्ष पटवून देणारा आहे यात शंकाच नाही. म्हणून त्यांचे युद्धतंत्र आजही अभ्यासनीय आहे.

◆◆◆

पश्चिमेला उगवलेला रविराज

भारताच्या पश्चिम घाटात, सह्याद्री पर्वतांच्या रांगांमधे ताठ मानेने उभ्या असलेल्या शिवनेरी किल्ल्यावर, १९ फेब्रुवारी, १६३० रोजी 'शिवाजी' या स्वातंत्र्य-सूर्याचा जन्म झाला.

या रविराजाचा जन्म पश्चिमेलाच व्हावयाचा, असा जणू विधिलिखित योगच असावा. कारण ज्यावेळी, ज्या काळी शिवाजीचा जन्म झाला, त्या काळी सारा भारत, पराभवाच्या परंपरेचे परिणाम भोगत, परक्या घोडेस्वारांच्या टापांखाली भरडला जात होता.

उत्तर, दक्षिण आणि पूर्व या सर्व दिशांना परकियांनी ग्रासून टाकले होते. पश्चिमेचीही तऱ्हा जवळजवळ तशीच होती. फरक इतकाच होता की, पश्चिमेच्या सह्याद्रीच्या ताठ कण्यात थोडी धुगधुगी उरली होती. त्याच सुमारास शिवाजीचा जन्म झाला. एक तेजस्वी सूर्य क्षितिजावर उदयाला आला.

तो काळ भारताच्या दृष्टीने खरोखरीच भयानक होता. संपूर्ण भारताप्रमाणेच महाराष्ट्रातील गोरगरीब शेतकरी, कामकरी मंडळी मोगलांच्या, तुर्कांच्या वावटळीप्रमाणे येणाऱ्या हल्ल्यांना तोंड देता देता बेजार झाली होती. शेतातील उभी पिके कापली जाऊन, शेती आणि शेतकरी उद्ध्वस्त होत होते. कामगारांना काम मिळत नसे. अखेर घरदार सोडून शेतीकडे दुर्लक्ष करून ही मंडळी कोणा एखाद्या मोगल मुसलमानाच्या सैन्यात सामील होऊन स्वत: लुटमार करण्याच्या मोहिमेवर निघत ! दिल्लीपतींच्या आणि आदिलशाहीच्या फौजांच्या कुतरओढीत महाराष्ट्र ओसाड व्हायला लागला होता.

याच्याच जोडीला पश्चिम किनाऱ्यावर हातपाय पसरायला लागलेले पोर्तुगीज, डच, इंग्रज हे देखील एखाद्या बोक्याप्रमाणे योग्य संधीची वाट पाहात टपून बसलेले होतेच. त्यांना साथ द्यायला बसलेला जंजिऱ्याचा सिद्दीही काही कमी

सन १६३७ : बाल शिवाजीने पुण्यात पाय ठेवला तेव्हाची भयंकर परिस्थिती

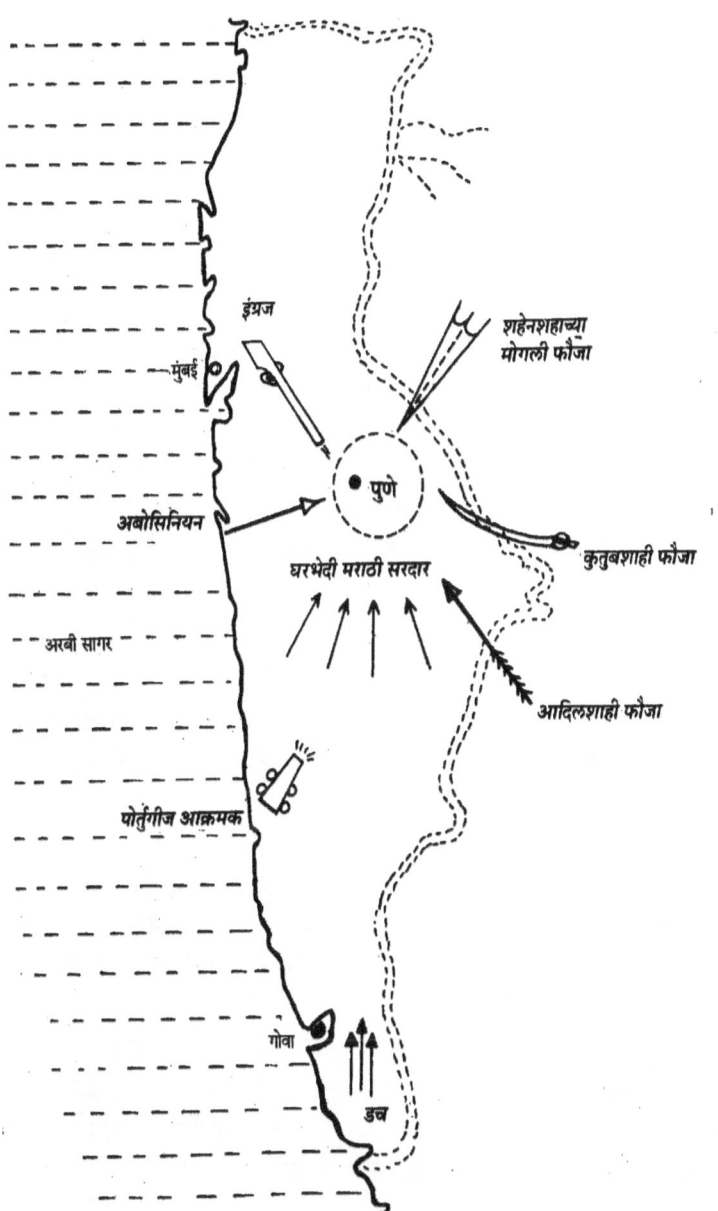

नव्हता. या सगळ्यांना मदत मिळत होती ती महाराष्ट्रातीलच काही संधिसाधू घरभेद्यांची. एकूण परिस्थिती भयंकर होती यात शंकाच नाही. त्या भयाण अंध:कारमय काळात पश्चिम क्षितिजावर उदयाला आलेला तो रविराज इथल्या भयाण परिस्थितीच कहाण्या ऐकत हळूहळू मोठा होत होता.

आपल्या वडिलांच्या जहागिरीतील सुभ्याची देखरेख करण्याकरिता बाल शिवाजीने, माता जिजाबाई आणि गुरू दादोजी कोंडदेव यांच्यासह पुण्यात पाय ठेवला. त्यावेळी पुणे म्हणजे एक लहानसे खेडेच होते. काही थोड्या झोपड्या इकडे तिकडे विखुरल्या होत्या. आक्रमकांच्या घोड्यांच्या टापाखाली चिरडल्या गेलेल्या साऱ्या महाराष्ट्राची स्थिती जवळपास अशीच होती.

या सगळ्या वातावरणात महाराष्ट्राला नेस्तनाबूत करण्यात आघाडीवर होते ते येथीलच देशमुख आदी घराणी. स्वत:चे वतन साधण्याकरिता, सतत युद्धाच्या तयारीत राहून, एकमेकांच्या मुलामाणसांचे मारे करणे, म्हणजे संधी साधून खून पाडणे आणि सुलतानांवर छाप पाडून त्यांच्याकडून फर्मान आणून, मोठेपणा मिरवणे हा त्यांचा स्थायी भाव झाला होता.

एक कोणी बेदरच्या पातशहाकडून फर्मान घेऊन येत असल्याची वार्ता लागताच दुसरे कोणी देशमुख त्यांना खिंडीत गाठून गारद करतात ते पातशहाला खूश करून फर्मान मिळवण्यासाठी. पातशहाचे त्यात काहीच बिघडत नाही. कारण मरणारे मराठे आणि मारणारेही मराठेच. लग्नासाठी आलेले वऱ्हाडच कापून काढल्याची उदाहरणेही आहेत. मग न्याय देणारा मुसलमान. तो गुन्हेगारास शासन करण्याऐवजी वतनाचे दोन भाग करून भांडण तोडण्याचा प्रयत्न करतो. हाच न्याय.

अशा वातावरणात शिवाजी मोठा होत होता. घरी त्याच्या कानावर, रामायण, महाभारताबरोबरच, भारतातील पराजयच्या परंपरेचा इतिहास त्याच्या कारणमीमांसेसह पडत असतानाच बाहेरचे हे चित्र तो प्रत्यक्ष पाहात होता. त्यात एकच गोष्ट त्याच्या नजरेत भरत होती, ती म्हणजे स्वातंत्र्य राखण्याची थोडी का होईना जिवंत असलेली उर्मी. कसेही का होईना, आपले स्वातंत्र्य राखण्याची अतीव इच्छा असलेले मराठे सरदार कोणत्या मार्गाने आपण ते राखतो आहोत याचा विचार करीत नसत. आपले स्वातंत्र्य, आपला अधिकार राखण्यासाठी इतरांना मारणे, त्यांचे रक्त सांडणे याची त्यांना क्षीती वाटत नसे, शिवाजी याच लोकांत, याच वातावरणात, लहानाचा मोठा होत होता. एक गोष्ट त्याने निश्चितपणे हेरली होती ती म्हणजे, स्वातंत्र्याची आवड, निर्भयता आणि हरहुन्नरीपणा ही

वैशिष्ट्ये त्या काळच्या मराठे मंडळीत निश्चितपणे वसत होती, हे जाणूनच या गुणवैशिष्ट्याचा उपयोग आपल्या स्वराज्यनिर्मितीच्या ध्येयपूर्तीसाठी करून घेण्यासाठी, बाल शिवाजीला आधी त्याच मार्गाने जाणे भाग पडले.

स्वराज्य-निर्मितीच्या आपल्या शुद्ध आणि पवित्र हेतूच्या पूर्तीसाठी, मार्गात आडवे येणाऱ्यांना, सोयीचा असेल त्या मार्गाने दूर सारणे, बाजूला करणे, नाहीसे करणेही भागच होते. अन्यथा त्या भयाण काळात स्वराज्याचा उदय शक्यच नव्हता. यावरूनच स्वराज-निर्मितीच्या आपल्या प्रयत्नांत शिवाजीने योजलेले उपाय, उचललेली पावले त्या वेळच्या परिस्थितीच्या, जनरितीच्या राजकारणाच्या दृष्टिकोनातून पाहिल्यास योग्यच होती, असे म्हणावे लागते.

भारतातील प्राचीन युद्धपद्धती

या ठिकाणी एक गोष्ट प्रामुख्याने ध्यानात ठेवावी लागते; ती म्हणजे प्राचीन युद्धपद्धती. भारतात प्राचीन काळी नेहमीच धर्मयुद्ध खेळले गेल्याचे नजरेस येते. फसवाफसवी, छापामारी, खिंडीत अचानक गाठून घात करणे हे असले प्रकार कधीही घडत नसत. उलट, युद्ध करण्यासाठी टपलेले दोन पक्ष आधी रणांगणाची जागा ठरवीत. त्याच्या मध्यभागी रणखांब रोवला जाई आणि मग एकमेकांना उघड आव्हान देऊन युद्ध खेळले जात असे. शंख भेरी वाजवून इशारा दिल्याखेरीज बेसावधपणे शस्त्र उगारणे निंद्य समजले जात असे. हा खरा जुना हिंदू मार्ग महाभारत काळापासून चालत आला होता. विशेष आश्चर्य म्हणजे दक्षिणेत ज्या भागात मुसलमानी आक्रमण कमी झालेले होते, जिथे त्यांचा फारसा प्रभाव नव्हता अशा भागात पोर्तुगीज येईपर्यंत ह्याच प्रकाराने युद्धे खेळली जात.

केरळच्या किनाऱ्यावर पोर्तुगिजांना प्रतिस्पर्धी म्हणून भेटलेले नायर लोक कधीही रात्रीची युद्धे करीत नसत किंवा छापेही घालीत नसत. रात्रीच्या वेळी एकमेकांचे प्रतिस्पर्धी, एकमेकांशेजारी निर्भयपणे झोपलेले असत. सकाळी उठल्यावर एकाच तलावावर स्नानादि उरकून, चिलखते चढवून, भात जेवीत असत. मग पानसुपारी खाणे, एकमेकांशी गप्पा मारणे होत असे.

रणवाद्ये वाजू लागल्यानंतर दोन्ही बाजूंचे लढवय्ये रणखांबांच्या परस्परांच्या विरुद्ध बाजूस होत आणि शिस्तीने रांगेत उभे रहात. पहिल्याने कोणीही रणशिंग फुंकले तरी त्याला विरुद्ध बाजूचा प्रतिसाद मिळेपर्यंत युद्ध सुरू होत नसे. दोन्ही बाजूंची रणशिंगे फुंकली गेल्यानंतर शिपाई गटागटांनी पुढे येत, एकत्र उभे रहात.

त्यानंतर समोरचे ढाली-तलवारी घेतलेले शिपाई वाकून जमिनी बरोबर सावकाश पुढे सरकत. त्यांच्या मागे असलेले धनुष्यबाण घेतलेले शिपाई, समोरच्या शत्रूच्या पायालाच जखम होईल अशा बेताने, जमिनीसरशी बाण सोडत पुढे सरकत असत. त्यांच्या मागे लाकडी सोटे फेकणारे व तीक्ष्ण दाते असलेली लोखंडी चक्रे फेकणारे लोक असत. या फेकण्यात खूपच जोर असे. ज्याला ही अस्त्रे लागत त्याचे हाडच या धक्क्याने मोडीत असे. सर्वांच्या मागे भालाईत भाले आणि जांबिये घेऊन असत.

युद्ध वाकूनच, सावकाश, उघड्या मैदानात चाले. सायंकाळी पुन्हा दोन्ही बाजू रणशिंग फुंकीत. मग शिपाई ताठ उभे रहात आणि त्या दिवसाच्या युद्धाची समाप्ती होत असे. त्याआधी दोन्ही बाजूंकडून वाद्यांचा गजर होत असे. या युद्धात आपल्या शिबिराचे रक्षण करणे आणि शत्रूचे शिबिर जिंकणे या दिशेनेच प्रयत्न होत असे. दोन्ही सैन्यांबरोबर, दिवसातील हालचाली कशा घडल्या, युद्धाला कोणते वळण केव्हा कसे मिळाले हे टिपून ठेवणारे लेखकही असत. कत्तलही होत असे ते एखाद्या सैन्याच्या शिपायांची फळी फुटली तर सायंकाळी मात्र युद्ध तहकुबीचे रणशिंग वाजताच दोन्ही पक्ष, कोणताही वैरभाव न दाखविता एकत्र येत असत. प्रत्यक्ष युद्धात एखाद्याचा भाऊ प्रतिपक्षाकडून मारला गेला असता तरी त्याबद्दल वैषम्य दाखविले जात नसे.

ऐन भरात असलेले युद्ध काही कारणाने थांबवावयाचे असेल तर त्या बाजूचा सेनापती आपल्या सैन्याच्या समोर येऊन आपला खंजीर जमिनीत पुरीत असे, आपली ढाल-तलवार उतरवून त्याला लावून ठेवी. हे पाहताच विरुद्ध बाजूचा सेनापतीही तसेच करी आणि युद्ध एकदम थांबत असे.

भारतात दहा वर्षे राहून स्वत: पाहिलेल्या वरील भारतीय धर्मयुद्ध - पद्धतीचे वर्णन काश्तान्येद या पोर्तुगीज इतिहासाकाराने लिहून ठेवले आहे. त्याने या धर्मयुद्ध - पद्धतीचा प्रत्यक्ष अनुभव घेतलेला होता. मूठभर पोर्तुगिजांनी आपल्या नवनव्या शस्त्रांनी, चिलखतांनी व वेगळ्या युद्धपद्धतीचा अवलंब करून, मलबारच्या किनाऱ्यावर सहजच पाय रोवला होता तो यामुळेच. अशी युद्धपद्धती १५३५ पर्यंत चालू होती.

याच्या उलट, मुसलमानी पद्धतीचा अंमल सुरू होऊन तीनशे वर्षे लोटली असल्याने जुनी भारतीय युद्धपद्धती कोणत्याच बाबतीत राहिलेली नव्हती. राज्य कारभार आणि युद्धपद्धती यात आमूलाग्र बदल झालेले होते. घातपात, लबाडी, छापे घालणे, वेळोवेळी रक्त सांडणे, स्त्रियांवर अत्याचार, बलात्कार

करणे, शेती उद्ध्वत करणे, हे नित्याचेच झाले होते. सर्वसामान्य नीतीबरोबरच युद्धनीतीही भ्रष्ट झाली होती.

या पार्श्वभूमीवर शिवाजीचा जन्म झाला होता. तो याच वातावरणात लहानाचा मोठा होत होता. चारही बाजूंनी घेरल्या गेलेल्या आपल्या देशाला स्वातंत्र्य मिळवून स्वराज्य-निर्मितीचे स्वप्न याच वातावरणात त्याने पाहिले होते. म्हणूनच असल्या वातावरणात, प्रचलीत परिस्थितीशी झगडून स्वराज्यनिर्मितीसाठी कशी पावले टाकायची याचा त्याने निर्णय घेतला होता.

आपला देश, आपली भूमी, आपला भूगोल, आपली माणसे याची जास्तीत जास्त माहिती होणे आवश्यक आहे हे त्या दूरदर्शी तरुणाने ओळखले होते. म्हणूनच सारा सह्याद्री तो पालथा घालायला लागला. सुभ्याच्या कामाच्या निमित्ताने लोकांत मिसळू लागला. त्यांच्या मनातले जाणून घेण्याचा प्रयत्न करू लागला, आपल्या मनातले त्यांना कळवू लागला.

बालपण आणि तारुण्य यांच्या सीमेच्या आसपासची किमान दहा वर्षे तरी त्या धडाडीच्या पोराने अशी घालवली तेव्हा कुठे मावळ मराठे त्याला खरेखुरे ओळखू लागले. कोण्या एखाद्या श्रीमंत बापाच्या पोराचे हे नाटक नव्हे इतपत त्यांची निश्चितच खात्री पटली. बस शिवाजीच्या संपर्कात आलेले तरुण, मरगळ झटकून उठले. आपण काही करू शकू ही त्यांना कधी शक्यताच वाटत नव्हती. ती वाटायला लागली. त्यांचा आत्मविश्वास जागा झाला आणि आता तरुण शिवाजीच्या भोवती एकाच ध्येयाने झपाटलेल्या तरुण पोरांची सेनाच उभी राहिली.

सह्याद्रीच्या दऱ्याखोऱ्या पालथ्या घालून, त्या भागाच्या भूगोलाचा इंचनूइंच अभ्यास त्या तरुणाने केला, आपल्या मोजक्या साथीदारांच्या मदतीने, तुटपुंज्या साहित्याच्या भरवशावर अवलंबून स्वराज्य निर्मितीच्या प्रचंड कार्याला त्याला आता प्रारंभ करायचा होता. मग जास्तीत जास्त युक्तीने कमीत कमी शक्तीचा वापर करून यश मिळविण्याचा प्रयत्न करणे ओघानेच आले. याच दृष्टिकोनातून परिस्थितीचा आढावा घेताना त्याने सह्याद्रीत ताठ मानेने उभे असलेले किल्ले न्याहाळायला सुरुवात केली.

गनिमी कावा

पुण्यात राहून, मोगलांशी, सुलतानांशी, सिद्यांशी, इंग्रजांशी, पोर्तुगिजांशी दोन हात करणे शक्य नाही याची त्याला जाणीव होती. लष्करी दृष्टीने पुणे

पूर्णपणे असुरक्षित होते. म्हणूनच त्याला सह्याद्रीच्या कुशीत शिरायचे होते. ऐकलेला इतिहास त्याला सांगत होता की, "ज्या ज्या वीरांनी सह्याद्रीची साथ घेऊन शत्रूला रोखण्याचा प्रयत्न केला होता त्या सर्वांना सह्याद्रीने नुसतीच साथ दिली होती असे नाही, तर शत्रूला घोळात घालून चांगला चोप द्यायला मदतही केली होती."

१४५३ साली घडलेल्या त्या घटनेने शिवाजीच्या मनात घर केले नसते तरच नवल होते. दहा हजाराच्या वर सैनिक घेऊन, कोकणातील किल्ले घेण्याकरिता सह्याद्रीच्या दऱ्याखोऱ्यात घुसलेल्या सुलतानाच्या घमेंडी सरदाराला प्रसंगावधान, अप्रतिम युक्तीचा प्रयोग आणि सह्याद्रीची साथ यांच्या भरवशावर, दोन बहाद्दर किल्लेदारांनी दणदणीत मार दिला होता. त्या घटनेचा इतिहास शिवाजीने ऐकला होता, कुतूहलाने त्याचा अभ्यास केला होता. म्हणजे हे सहज शक्य होते तर - हा विचार त्या प्रचंड आत्मविश्वास अंगी असलेल्या तरुण वीराच्या मनात चमकून गेला असल्यास नवल नाही. ती घटना देखील शिवाजीसारख्या युद्धनीतीच्या अभ्यासकाला विचार करायला लावणारीच होती. कारण त्या प्रसंगी प्राचीन गडाच्या किल्लेदार शिर्के याने केवळ युक्तीने, आपली कमीत कमी शक्ती पणाला लावून प्रचंड सैन्य घेऊन, आलेल्या, बहामनी सुलतानाच्या मलिक उत्तुजार या सरदाराला पाणी पाजले होते. १४५३ साली मलिक उत्तुजार कोकणातील किल्ले घेण्यासासाठी सह्याद्रीच्या कुशीत घुसला. त्याची नजर प्राचीन गडावर तशीच विशाल गडावर होती. कारण तेथील किल्लेदार शिर्के आणि मोरे कुणाला जुमानत नव्हते. त्या दोघांना सरळ करण्याचा त्याचा हेतू होता. तो सफल झाला असता तर त्याला कोकणचा मार्ग मोकळा होता. त्याने आधी धाव घेतली ती प्राचीन गडाच्या शिर्क्यावर. शिर्केला परिस्थितीची जाण चांगलीच होती. आता शक्तीवर भर देण्यात अर्थच नव्हता. फुकट माणसे मरायची आणि स्वातंत्र्यही जायचे. त्या शूर, हुशार आणि प्रसंगावधानी किल्लेदाराने आपली खास नीती पणाला लावली. तो किल्ल्यासकट मलिकाला शरण आला.

मलिक उत्तुजारही कमी नव्हता. त्याला हे अर्धवट डावपेच मान्य नव्हते. त्या त्या वेळची सुलतानशाहीची खास पद्धत अंमलात आणण्याचे ठरविले नसते तरच नवल होते. 'शरण आलास ना, मग चल मुसलमान हो' शिर्केलाच मुसलमान केले की सह्याद्रीच्या या दुर्गम भागात आपला दुसरा माणूस गुंतवायला नको. हा नवा जातभाईच सुलतानाच्यावतीने किल्ला सांभाळायला लायक होता. म्हणूनच मलिकने शिर्क्याला सुनावले. "आधी मुसलमान हो" "होतो की त्यात

काय आहे. मी शरण आलोच आहे. किल्लाही तुमच्या ताब्यात दिला आहे. आता ही मुसलमान झालो काय, अन् न झालो काय. चला मी मुसलमान व्हायला तयार आहे,'' मुत्सद्दी शिर्केने लगेच कबुली दिली.

मलिक उत्तुजार खूश झाला. शिर्के त्याच्या आणखी जवळ आला. शिर्केने मलिकला विश्वासात घेऊन आपल्या मित्राचा आपणच विश्वासघात करतो आहोत असा आभास निर्माण केला. तो म्हणाला, ''खान साहेब, मी तर मुसलमान होतोच आहे. पण मी तुम्हांला यशाचा आणखी एक मार्ग दाखवितो.''

''बोलो शिर्के बोलो'' खानाचा शिर्केवर विश्वास बसायला लागला होता.

''खान साहेब, शेजारच्या विशालगडाचा किल्लेदार शंकरराव मोरे तो माझा दोस्त आहे. आपण त्याला तसेच सोडता कामा नये. त्याला तसेच सोडले तर तो मला सुखात जगू देणार नाही. म्हणून म्हणतो एक तर त्याला उखडून टाकू किंवा त्यालाही पकडून मुसलमान करू म्हणजे सगळाच मार्ग मोकळा होईल - काय ?'' शिर्के.

मलिक उत्तुजार शिर्क्यांच्या या सूचनेवर बेहद्द खूश झाला. मोऱ्यांची किंमत तो जाणून होता. शिर्क्यांच्या मदतीने त्याचाही आपोआप काटा निघत असेल तर त्याला हवाच होता. ह्या भागातील घरभेद्या मराठा सरदारांचा अनुभव त्याला नवीन नव्हता. तो लगेच म्हणाला..

''ठीक है - ठीक है - शिर्के चलो विशालगड''

शिर्क्यांच्या दोस्तीच्या, मदतीच्या हाकेने गाफिल झालेला मलिक उत्तुजार शिर्क्यांच्या पाठोपाठ निघाला. शिर्क्यांनी बरोबर आपले चिवट लढाऊ मावळे मलिकच्या मदतीला म्हणून घेतले होते. तो सह्याद्रीच्या घनदाट जंगलांनी वेढलेल्या दऱ्याखोऱ्यातून विशालगडाकडे गेलेली जवळची वाट मलिक उत्तुजारला दाखवीत होता.

मलिक उत्तुजार आपल्या दहा हजार जवानांना घेऊन त्या घनदाट अरण्यात शिर्क्यांच्या पाठोपाठ घुसत होता. घाटांच्या भयंकर वेड्यावाकड्या वळणांच्या वाटेने तो विशालगडाची स्वप्ने पहात आत आत चालला होता. शिर्के त्या फौजेला घेऊन वाढलेल्या गवतांनी झाकलेल्या वाटांमधून खोल खोल दरीत घुसला. इतकी वाट तुडवल्यावर उशीर होणारच होता. आता मुक्काम करायला हवा होता. तंबू ठोकायला जागा नाही. मग मुक्काम उघड्यावरच. तो भयानक परिसर पाहून भेदरलेले मलिक उत्तुजारचे सैन्य थकून भागून उघड्यावरच विसावले.

लांब, उंचावरून, शंकरराव मोरे वाटच पहात होता. त्याला गुपचूप

निरोप गेला. तुझे सावज तुझ्या तावडीत आले आहे. मग काय, रात्रीच्या काळोखाचे पांघरूण घेऊन मोऱ्यांचे मराठे वीर मलिक उत्तुजारच्या फौजेवर येऊन कोसळले. मलिक उत्तुजारचे बेसावध थकले भागलेले सैन्य मेंढ्या-बकऱ्यांसारखे कापले गेले. मोऱ्यांच्या सैऱ्याने, मलिक उत्तुजारसकट सात हजाराच्या जवळपास सुलतानी सैन्य कापून काढले. हीच सह्याद्रीची युद्धनीती त्या मातीत जन्मलेल्या प्रत्येक मराठ्याच्या हाडीमांसी खिळली असल्यास नवल नाही. म्हणूनच शिवाजीच्या पिताजींना शहाजी राजांना सह्याद्रीपासून दूर ठेवा ही दिल्लीतील शहाजहाँनची सूचना आदिलशहाला पटली होती आणि शहाजी राजे सह्याद्रीपासून दूर कर्नाटकात उघड्यावर धाडले गेले होते. गनिमी कावा हा सह्याद्रीच्या मातीत कडे-कपारीत आधीच भिनला होता. खरे म्हणजे मानसशास्त्रीय (सायकॉलॉजीकल) युद्ध तंत्रांचा तो तात्कालीन अप्रतीम नमुना होता.

जवळजवळ दोनशे वर्षांपूर्वी शिर्के - मोरे यांनी वापरलेली युद्धनीती तरुण शिवाजीच्याही रक्तामांसात होतीच. ती सह्याद्रीचीच नीती होती. राजनीतीच्या दैदिप्यमान कोंदणात दडविलेली लखलखती युद्धनीती.

सह्याद्रीपासून बाजूला फेकले गेल्याने निष्प्रभ झालेले आपले पिताजी शहाजी राजे तरुण शिवाजीला दिसत होतेच म्हणूनच त्याने सह्याद्रीच्या कुशीत शिरण्याचा निर्णय घेतला.

प्रचंड शक्ती असलेल्या अनेकविध शत्रूंना तोंड देऊन आपले स्वराज्य-निर्मितीचे ध्येय गाठायचे असेल, तर लाडक्या सह्याद्रीच्या कुशीत जायचे. त्याच दिशेने पावले टाकताना त्यांच्या नजरेत आधी भरला तो तोरणा. पश्चिमेच्या कोकणपट्टीवर तसेच पूर्वेच्या घाटमाथ्यावर नजर ठेवून बसलेला प्रचंड पण अलिप्त किल्ला.

◆◆◆

गनिमी कावा आणि युद्धतंत्राची रंगीत तालीम

स्वराज्य-निर्मितीच्या कल्पनेने भारावलेला तरुण शिवाजी महाराष्ट्रातील जनतेला जुलमी मोगल आणि मुसलमान सरदारांच्या पकडीतून मुक्त करण्याच्या प्रयत्नांना लागला होता. या प्रयत्नात त्याने जी पावले उचलली ती पाहून, चीनच्या सन झू च्या निबंधाची आठवण झाल्याखेरीज रहात नाही.

शिवाजीने आधी आपल्या जहागिरीतील पण आपणाला न जुमानता, आदिलशहाच्या सरदारांना भजणारे सगळे भाग आपल्या ताब्यात घेण्याचा सपाटा सुरु केला. युद्ध हे अंतिम अस्त्र, पण त्या आधी मैत्रीने, गोडीगुलाबीने, सलोख्याने, एकापाठोपाठ एक मावळातील मराठे सरदार त्याने आपल्याकडे ओढून घेतले. मावळं म्हणजे येथील नद्यांच्या नावाने ओळखली जाणारी, आंदर मावळ, नाणे मावळ, पवन मावळ, कुर्यात मावळ, हिरडस मावळ ही मावळं, तर मोसे, पौड, मुठे, कन्नड, वळवंड, भोर आदी खोरं आणि जुन्नर भागात, शिवनेर, भिमनेर, घोडेनेर अशी नेरं.

शिवाजीच्या जहागिरीच्या मुख्य ठिकाणाला म्हणजेच पुण्याला या मावळांनी उत्तर, पश्चिम आणि दक्षिण दिशांनी घेरलेले होते. त्यामुळे ती आपल्या हातात असणे लष्करी दृष्टीने अत्यंत आवश्यक आहे, हे तो तरुण सेनानी ओळखून होता. या सर्वांना आपलेसे करून घेत असताना त्याला त्रास दिला तो शिळमकर आणि बांदल या दोन देशमुखांनी - त्यांना मात्र शिवाजीने पार झोडपून काढले, तर परस्त्रीवर बलात्कार करणाऱ्या रांझेगावच्या पोलीस पाटलाचे दोन्ही हात आणि दोन्ही पाय तोडून टाकून प्रजेवर अन्याय करणाऱ्यांना मी कशी सजा देतो हे दाखवून देऊन आपला वचक बसवला. महाराष्ट्रातील प्रजा सुखावली. शिवाजीला भजू लागली. त्याला जपू लागली आणि त्याच्या कार्यासाठी वाटेल तो त्याग करायला तयार झाली. सन झू ने हेच सुचवले होते.

तळहातावर शीर घेऊन स्वराज्य-निर्मितीसाठी वाटेल तो त्याग करायला तयार असलेल्या तरुणांची शिस्तबद्ध टोळी तयार होताच आपल्या भागात पण शत्रूच्या ताब्यात असलेली महत्त्वाची ठिकाणे आपल्या ताब्यात घेणे स्वराज्य-निर्मितीच्या दृष्टीने आवश्यकच होते. पण त्यासाठी पावले कशी टाकायची या बाबतीत त्याने घेतलेले निर्णय पाहिले म्हणजे कौतुक वाटल्याशिवाय राहात नाही.

सन झू च्या सिद्धांताप्रमाणे यशस्वी सेनानी, पुराच्या पाण्याप्रमाणे सखल भागात जसे आधी शिरतो, त्याप्रमाणे सहज हस्तगत करता येतील अशी शत्रूची ठिकाणे शोधून त्यावर घाला घालीत असतो. तरुण शिवाजीने नेमके तसेच पाऊल उचलले.

कानद खोऱ्यातील तोरणा किल्ला शत्रूची अगदीच कमी शिबंदी असलेला, त्याची आधी पूर्ण माहिती गोळा करण्यात आली. त्या जागेचा भूगोल, त्यावरील शत्रुसैन्याची शिबंदी, सुलतानाला त्या जागेविषयी वाटत असलेले महत्त्व या सगळ्या गोष्टींची इत्थंभूत माहिती आपल्या गुप्तहेरांकडून मिळवून मग त्याने पुढील कारवाईची आखणी केली. ही माहिती गोळा करण्यामध्ये आपल्या नवख्या हेरांना शिक्षण देणे हा उद्देश होताच. माहिती हाती आली ती अशी-

प्रचंड उंची असलेल्या या किल्ल्याच्या दोन माच्या आहेत. माची म्हणजे किल्ल्यापासून निघालेल्या डोंगराच्या धारेवर केलेले कोटबंद बांधकाम. एक झुंजार माची, तर दुसरी बुधला माची. कोसभर लांब आणि पाव कोस रुंद असा याचा पसारा. एक अत्यंत अवघड, अरुंद अशी वाट झुंझार माचीवरुन गडाखाली उतरते. सापासारखी वळसा घेत गेलेली भक्कम तटबंदी आणि त्यावर मधूनमधून बांधलेले, ज्यावरून हल्लेखोरांवर अचूक मारा करता येईल असे बुरुज आणि दोन दरवाजे. एक पुण्याच्या दिशेला बिनी दरवाजा, तर दुसरा पश्चिम किनाऱ्याकडे तोंड असलेला कोकण दरवाजा. गडाच्या माथ्यावर बाले किल्ला, तर गडाच्या भोवताली डोंगराच्या खाच्यात सात चौक्या. आदिलशहाचे या गडाकडे विशेष लक्ष नाही हेही समजले. गडावर फारशी शिबंदी नव्हती, शस्त्रास्त्रे नव्हती, तोफा नव्हत्या, पहारे नव्हते. एकंदरीत काम सोपे होते. आपल्या तरुण साथीदारांना असल्या अवघड किल्ल्यांवर हल्ला कसा करायचा आणि कमीत कमी साथीदार गमावून किल्ला कसा सर करायचा याचे शिक्षण द्यायला अत्यंत योग्य होता.

ठरलेल्या योजनेप्रमाणे त्या तरुण सेनानायकाने आपल्या काटक तरुण मावळी साथीदारांच्या टोळ्या गडाखाली जमवल्या. निरनिराळ्या नाल्या-ओहळांतून वाहत येऊन नदीला मिळणाऱ्या पाण्याच्या प्रवाहाप्रमाणे ते तरुण मावळे निरनिराळ्या

भागांतून येऊन गडाखाली एकत्र आले होते. मग कोणी धनगरी वेषात, तर कोणी गवताचे भारे डोक्यावर घेऊन गड चढायला लागले.

गडावरच्या पहारेकऱ्यांची पार फसवणूक करणे हा हेतू. सन झू काय किंवा क्लोजविटझ् काय, कोण्याही युद्धशास्त्राच्या अभ्यासकाच्या मते, शत्रूला अनपेक्षित अशी कारवाई करून त्याला फसवून कोणतेही युद्ध सहज जिंकता येते. यात प्राणहानीही अगदीच कमी होते. त्या तरुण सेनानायकाला शिवाजीला हेच साधायचे होते आणि ते त्याने साधले.

पाहता पाहता गडावरील सगळ्या चौक्यांचा ताबा घेतला. गड काबीज झाला. संपूर्ण विजय, पूर्ण यश आणि या पूर्ण यशाची खात्री असेल तेथेच घाला घालायचा हे त्या तरुण सेनानायकाच्या युद्धनीतीतील एक महत्त्वाचे सूत्र होते. त्याने सन झू चे निबंध वाचले नव्हते किंवा क्लोजविटझ्ही अभ्यासला नव्हता पण माता जिजाबाईने आणि गुरु दादोजी कोंडदेवांनी सांगितलेला इतिहास मात्र पाठ केला होता. रामायण आणि महाभारतातील युद्धकथा मन लावून ऐकल्या होत्या आणि त्यावरूनच त्याने आपली अशी स्वत:ची युद्धनीती बनवली होती. घडून गेलेल्या इतिहासाचे धडे गिरवून तो नवीन इतिहास घडवायला निघाला होता.

पहिला विजय तोरण्यावर मिळताच त्या तोरण्यावर स्वराज्याचे तोरण बांधले गेले. मग जिंकलेल्या गडावरील आपली पकड मजबूत करण्याचे कार्य त्याने हाती घेतले नसते तरच नवल होते. तोरण्याची शिबंदी पक्की झाली. किल्ल्याची डागडुजी चालली असतानाच, "प्रयत्नांती परमेश्वर" म्हणतात त्याप्रमाणे शिवाजीला गडावरच धनाचा लाभ झाला. कोणीतरी केव्हातरी दडवून ठेवलेली संपत्ती हाती लागली. परमेश्वर उगाच उठसूट कोणाला मदत करीत नाही. निश्चयाने चांगले कार्य करण्यासाठी धडपडणाऱ्याला मात्र तो निश्चितपणे मदत करतो. तशीच या वेळीही केली. शिवाजीच्या साथीदारांचे मनोबल उंचावले. सैनिकांचे मनोबल उच्चप्रतीचे असणे हे विजयाची वाटचाल करणाऱ्या सैन्याचे लक्षण असते.

शिवाजीच्या युद्धनीतीच्या पहिल्या प्रयोगाची रंगीत तालीम चांगलीच यशस्वी झाली होती.

राजगड

तोरण्यावर पहिले यश मिळताच स्वस्थ बसण्याइतका वेळ त्या तरुण

सेनानायकाजवळ नव्हता - तोरण्यावरून समोरच दिसणारा मुरुंब देवाचा प्रचंड डोंगर आणि त्यावरचा किल्ला शिवाजीच्या मनात भरला नसता तरच नवल होते. सर्व दृष्टीने सुरक्षित - शत्रूला हल्ला करण्याला अत्यंत अवघड असा तो किल्ला कोणी केव्हा बांधला याच्याशी तरुण शिवाजीला कर्तव्य नव्हते. केवळ तेरा - चौदा वर्षांपूर्वी बादशहाने त्या किल्ल्याचे महत्त्व ओळखून त्या मुरुंबदेवाच्या डोंगरावरील किल्ल्याची डागडुजी केली होती. एवढी माहिती त्याला मिळाली.

आता किल्ल्याचा ताबा घेण्यासाठी आवश्यक ती इतर माहिती त्याने गोळा केली - बादशहाने किल्ल्याची डागडुजी करून त्यावर रसद ठेवण्याची कारवाई केली होती खरी, पण चारही बाजूला आपले राज्य असताना या अवघड किल्ल्यावर कोण येतो, या विचाराने. किल्ल्याच्या संरक्षणाची व्यवस्था मात्र काहीच केली नव्हती. एवढी माहिती शिवाजीला पुरेशी होती. एकाच योजनाबद्ध छाप्यात किल्ला ताब्यात आला.

मुरुंब देवाच्या डोंगरावरील तो किल्ला खरोखरीच पूर्णपणे सुरक्षित होता. त्या काळाच्या युद्धपद्धतीला साजेसा असा - चारही बाजू गडकोटांनी रोखलेल्या - शिवाजीने त्या किल्ल्याची तटबंदी धातूचा रस ओतून भक्कमपणे बांधून काढली - त्या डोंगराच्या तिन्ही धारा आता पूर्ण सुरक्षित झाल्या आणि लष्करी दृष्टीने असुरक्षित असलेले पुणे सोडून जायचे कोठे या प्रश्नाला उत्तर मिळाले. नियोजित स्वराज्याच्या संरक्षणाचा मुख्य तळ - मावळ्यांचा मानबिंदू सुरक्षित राखण्यासाठी स्वराज्याची राजधानी म्हणून मुरुंब देवाच्या डोंगरावरील या प्रचंड किल्ल्याची निवड केली आणि त्याला नाव दिले राजगड - राजधानी राजगडाच्या रुपाने राजा शिवाजीचे स्वराज्याचे स्वप्न साकार होऊ लागले.

विजापूरच्या आदिलशाहाचा त्या भागावर अंमल होता. शिवाजीचे वडील शहाजीराजे हे त्याचेच एक शूर सुभेदार होते. शिवाजी त्यांचाच प्रतिनिधी म्हणून पुण्याला राहात होता. त्याला मार्गदर्शन करण्यासाठीच माता जिजाबाई आणि दादोजी कोंडदेव बरोबर होते. म्हणजे पर्यायाने शिवाजी आदिलशहाचाच प्रतिनिधी होता आणि म्हणूनच कोणी त्याला जाब विचारलाच तर त्याचे उत्तर तयार होते. 'हे सगळे आदिलशाहीच्याच कल्याणासाठी मी करीत आहे. आम्ही त्यांचेच चाकर आहोत. हाक येताच सेवेला हजर होऊ.' हेच ते तयार उत्तर होते. सुरुवातीला फार मोठ्यांशी उगीचच वैर पत्करायचे नाही आणि लहान शत्रूला सोडायचे नाही हीच त्याची नीती होती. अत्यंत सावधगिरीने तो एक एक पाऊल उचलत होता. त्याने हळूच एक आणखी किल्ला आपल्या ताब्यात घेतला. तो

होता पौड खोऱ्यातला कुवारीगड.

इतके दिवस मावळात आदिलशहाच्या शिरवळाच्या अधिकाऱ्याच्या गमज्या संभाळून त्याला खूश ठेवून, मन मानेल तसा कारभार करणारे काही मराठे देशमुख, जे आधीच शिवाजीच्या वाढत्या कारवायांनी हादरले होते, डिवचले गेले होते. ते आता हादरले. आपले स्वातंत्र्य गमावण्याची त्यांची तयारी नव्हती. त्यात बांदल, देशमुख, केदारजी खोपडे ही मंडळी केव्हाही थोडक्या कारणासाठी आपल्याच लोकांचे गळे कापायला मागेपुढे न पाहणारी अशी होती. ती हादरली असली तर नवल नव्हते.

असल्या घातकी मंडळींनी शिरवळच्या आदिलशहाच्या अधिकाऱ्याला जागे करण्याचा प्रयत्न केला. आधी त्यानेही लक्ष दिले नाही. तोच त्यांना म्हणाला -

"वो बच्चा क्या करेगा - वो तो अपने बाप के जागीर की देखभाल कर रहा है आदिलशाह के लिये ---"

शिवाजी मावळाचा भूगोल अभ्यासत होता - त्याचे तरुण साथीदार वाढतच होते. पाठीशी नको नको म्हणत दादोजी कोंडदेव उभे होतेच - मार्च १६४५ मध्ये आपल्या दमदार शूर तरुण साथीदारांना घेऊन रोहिडेश्वराच्या मंदिरात शिवाजीने स्वराज्य-निर्मितीची शपथ घेतली आणि रोहिडेश्वराच्या आशीर्वादाने आणि साक्षीने पहिले दमदार पाऊल टाकले - एक एक किल्ला आपल्या ताब्यात घ्यायला सुरुवात केली. मावळातील वसुलीची रक्कम आता शिरवळच्या अमीनाकडे जाणे बंद झाले आणि मग मात्र शिरवळच्या सुभान मंडलच्या किल्ल्यात ऐषारामात राहणाऱ्या आदिलशाही अमीन मिया रहीम अहमदाचे डोळे खाडकन उघडले.

विजापूरला स्वार धाडला गेला - तोरणा मुरुंबदेव आणि इतर किल्ले शिवाजीने ताब्यात घेतल्याची माहिती त्याच्या सोबत आदिलशहाच्या कानावर गेली. पण आदिलशहाच्या दृष्टीने ही अगदीच क्षुल्लक बाब होती. सुरुवातीला शिरवळच्या अमीनाच्या दृष्टीने होती तशीच - आदिलशहाने दुर्लक्ष केले.

दोन वर्षे उलटून गेली - मार्च १६४७ उजाडला होता. शिवाजी सतरा वर्षांचा झाला होता. म्हणजे इतके दिवस त्या बाल शिवाजीनेच स्वराज्य-स्थापण्याची शपथ घेऊन मावळात आपले पाय घट्ट रोवले होते. माता जिजाबाई आणि दादोजी कोंडदेव मनातल्या मनात या त्यांच्या शूर पठ्ठ्याला शाबासकी देत होते.

सिंहगड

दादोजी कोंडदेव आता थकले होते. ते ७ मार्च १६४७ ला मरण पावले. इतके दिवस पुण्याच्या जवळच्या कोंडाणा किल्ल्याचा कारभार दादोजी कोंडदेव पहात होते ते आदिलशहाच्या वतीनेच - दादोजींचा मृत्यू होताच तारुण्यात पाय ठेवणाऱ्या सतरा वर्षांच्या शिवाजीने कोंडाण्याकडे पाहिले. दादोजीनंतर तो साहजिकपणे आपल्याच ताब्यात यायला हवा हे सूत्र स्वराज्य निर्माण करायला निघालेल्या शिवाजीच्या मनात येणे साहजिकच होते आणि झालेही तसेच.

किल्ल्यावर सिद्दी अंबर नावाचा किल्लेदार होता. त्याला निरोप गेला. 'दादोजी कोंडदेवाच्या मृत्यूनंतर किल्ला माझ्या अखत्यारीत आला आहे. त्याचा ताबा घेण्यासाठी बापूजी मुदगल देशपांडे यांना धाडीत आहे.'

शिवाजीच्या वतीने बोलणी करून किल्ला ताब्यात घेण्यासाठी गडावर गेलेल्या देशपांडेचे किल्लेदार सिद्दी अंबराने स्वागत केले - दुसरे काय करणार - आदिलशहाचीच माणसे सगळी. बापूजी देशपांडे मुरलेला मर्द होता. आपल्याबरोबर या ना त्या कारणाने घेतलेल्या शूर-वीरांच्या मदतीने किल्ल्यावर पोहोचताच त्याने सगळ्या चौक्या ताब्यात घेतल्या आणि मग शिवाजीच्या वतीने बोलणी करण्यासाठी आलेले बापूजी देशपांडे किल्लेदार सिद्दी अंबरशी एकच वाक्य बोलले--

'आम्ही किल्ल्याचा ताबा घेतला आहे.'

आणि किल्ल्यावर भगवा ध्वज फडकला. एकही जवान वाया न घालवता कोंडाण्यासारखा मजबूत महत्त्वाचा किल्ला स्वराज्यात सामील झाला. बदलत्या परिस्थितीचे क्षणार्धात आकलन करण्याची तरुण शिवाजीची बुद्धिमत्ता अचाटच म्हणायला नको का ? आपल्या एकाही साथीदाराचा प्राण न गमावता बदलत्या परिस्थितीचे आकलन करून, एका कारवाईतच हा किल्ला कसा घेता येईल याची सुरेख योजना आखून ती त्याने प्रत्यक्षात उतरवून दाखवली होती. ती देखील इतक्या चटकन, की किल्लेदार सिद्दी अंबरला त्यातील धोका लक्षात येण्याच्या आतच.

जर तो सावध झाला असता, जर त्याला शिखळच्या आदिलशाही सरदाराचा निरोप मिळाला असता - जर त्याने किल्ल्याचे दरवाजे नुसते बंद केले असते तर किल्ला ताब्यात घेणे खूपच अवघड झाले असते आणि त्याकरिता शिवाजीला आपले अनेक साथीदारही गमवावे लागले असते.

परंतु कोणतीही लष्करी कारवाई यशस्वी करण्यासाठी यशस्वी वातावरण

निर्माण करून शत्रूला विचार करण्याची संधीही न मिळू देता अचानक झडप घालणे हीच शिवाजीची नीती होती. अडीच हजार वर्षांपूर्वी आपल्या अनुभवाने युद्धशास्त्रावर भाष्य करणारा सन झू हेच सांगत आला. शक्य तो युद्ध नको - गडाला वेढा नको - वातावरण निर्माण करा - प्राणहानी न होता शत्रूवर मात करता येईल अशी कारवाई करा.

शिवाजीला हे ज्ञान उपजतच होते. पाठीशी होते जिजामातेचे मार्गदर्शन.

दादोजी कोंडदेवांच्या मृत्यूनंतर कोंडाण्याचा ताबा घ्यायला हवा ही जाणीव आदिलशहाला होऊन तसा आदेश शिरवळच्या मियाँ रहीम मोहम्मदला गेला. तो कोंडाण्याचा ताबा घेण्यासाठी किल्ल्याकडे आला तिथेच त्याला बातमी मिळाली. किल्ला तर केव्हाच शिवाजीने घेतला आहे. काय करणार बिचारा. शिवाजीही आदिलशहाच्याच एका मातब्बर सुभेदाराचा मुलगा - मियाँ रहीम मोहम्मद शिरवळला परतला आणि तेथून लगेच एक खलिता विजापूरला रवाना झाला.

हे असे काही होणार याची शिवाजीला कल्पना होतीच. शिरवळ म्हणजे मावळ प्रांतावर देखरेख करण्यासाठी आदिलशहाने निर्माण केलेले केंद्र. शिरवळचा सुभान मंगल हा भुईकोट किल्ला म्हणजे त्या सरदारचे मुख्यालय ते ताब्यात घेतल्याशिवाय मावळावर अधिकार कसा चालणार ? शिरवळचा खलिता विजापूरला पोहोचण्याच्या आधीच शिवाजीने शिरवळवर छापा घातला. अचानक, अकस्मात, शत्रूच्या स्वप्नातही येणार नाही अशी कारवाई- शिरवळ ताब्यात घेतले. मावळात शिरण्याच्या वाटेवरचे मुख्य ठाणेच ताब्यात आले.

आता शिवाजीचे नाव सह्याद्रीच्या दऱ्याखोऱ्यात निनादू लागले होते. तिथल्या गोरगरिबांचाच नव्हे, तर छोट्यामोठ्या राजे-देशमुखांचा देखील त्याच्या कर्तृत्वावर विश्वास बसला होता. याचा लगेच प्रत्यय आला. जावळीच्या राजाचा मृत्यू झाला होता. त्या राजाला म्हणजेच चंद्रराव मोरेला मुलगा नव्हता म्हणून त्याच्या विधवा पत्नीने यशवंतराव नावाच्या मुलाला दत्तक घेण्याचे ठरविले होते. पण राजाचे इतर नातेवाईक जावळीवर नजर ठेऊन होते. ते जावळी घेण्यासाठी टपून बसले होते म्हणून त्या जावळीच्या मृत चंद्रराव मोरेच्या पत्नीने शिवाजीची मदत मागितली.

शिवाजी ही संधी हातची घालवणे शक्यच नव्हते. त्याने एकाच छाप्यात जावळीच्या भोवतालच्या सगळ्या चौक्या आपल्या ताब्यात घेतल्या आणि मग दत्तक विधी पार पडला. नवीन राजाही चंद्ररावच झाला. ती उपाधी होती. हा

नवीन चंद्रराव आपल्याला साथ देईल अशी शिवाजीची अपेक्षा होती.

आता शिवाजीचे अठरावे वर्ष चालू होते. तोपर्यंत त्याने पुणे, मावळ, सुपे परगण्याचा काही भाग आणि तोरणा, राजगड, कोंडाणा हे महत्त्वाचे इतर लहानमोठे किल्ले आपल्या लहानग्या स्वराज्यात सामील करून घेतले होते. उत्तरेकडून पुण्याचा मार्ग रोखणारा चाकण मात्र हातात आलेला नव्हता. तोही एका झटक्यात त्याने जिंकून घेतला आणि त्याचे नाव ठेवले संग्राम दुर्ग. स्वराज्य सुरक्षित होत होते.

झुंजार पुरंदर

स्वराज्य सुरक्षित होत होते हे खरे, पण आदिलशहाच्या दृष्टीने शिवाजीच्या छोट्या स्वराज्यावर सहजपणे घाला घालता येईल असा झुंजार पुरंदरचा किल्ला मात्र अजून आदिलशहाच्याच ताब्यात होता आणि शिरवळसुद्धा शिवाजीने घेतल्यावर खाडकन जागा झालेला आदिलशहा आता केव्हाही शिवाजीवर आघात करण्याची शक्यता होती. कारण शत्रुत्व आता उघड झाले होते. अशा वेळी पुरंदरसारखा आदिलशहाचा मार्ग रोखून धरण्यास उपयुक्त असलेला किल्ला ताब्यात असणे आवश्यक आहे हे ओळखण्याची दूरदृष्टी शिवाजीजवळ निश्चितच होती.

एकदा पुरंदर ताब्यात घ्यायचा हे ठरवताच पुरंदर किल्ल्याची, त्यावरील शिबंदीची, किल्लेदाराची खडान्‌खडा माहिती मिळवणे आलेच. त्या प्रचंड किल्ल्याचे रक्षण त्यावेळी निळो निळकंठ सरनाईक नावाचा एक ब्राह्मण किल्लेदार आदिलशहाच्या वतीने करीत होता. त्या निळो निळकंठाची संपूर्ण माहिती मिळवण्यात आली. त्यात त्याचे कुटुंबीय, त्याच्या आवडीनिवडी, त्याची वृत्ती, त्याच्यातील कमजोर दुवे, सगळी माहिती आलीच. ही येताच किल्ल्यावर चढाई करायची की किल्लेदारावर मानसशास्त्रीय पद्धतीने हल्ला चढवायचा याचा निर्णय झाला.

निळो निळकंठ हा आपल्या वडिलांच्या मित्रमंडळीतील एक आणि त्यांच्या चाहत्यांपैकी आहे हे समजताच किल्ल्यावर हल्ला करण्याचा प्रश्न मागे पडला. शिवाजीने लगेच निळो निळकंठ यांना वडिलकीचा मान देऊन आपल्या लाघवी भाषेत सुरेख पत्र धाडले. त्यात आपल्या अलीकडच्या काही कारवायांमुळे आदिलशहाचा गैरसमज झाला असून तो आपल्यावर सैन्य धाडण्याची शक्यता असल्याचे नमूद केले. या प्रसंगी आपण मोठेपणाने मला किल्ल्याजवळील

डोंगराच्या धारेवर येऊन राहण्याची परवानगी द्यावी ही विनंती केली.

निळो निळकंठावर पत्राचा योग्य तो परिणाम झाला. त्यांनी लगेच परवानगी दिली आणि १६४७ च्याच पावसाळ्यात हा अठरा वर्षांचा, नुकताच तारुण्यात प्रवेश केलेला वीर, माता जिजाबाईसह पुरंदराच्या खालच्या पठारावर मुक्कामाला आला.

किल्ल्यावर काय चालले आहे याची माहिती मिळवणे चालू होतेच. किल्ल्यावर सरनाईक बंधूंमधे बेबनाव असल्याचे समजले. निळो निळकंठाच्या भावांनीही शिवाजीला गुपचूप पत्रे धाडणे चालू केले. मग परिस्थितीची पूर्ण कल्पना येण्यास शिवाजीला वेळ लागला नाही. भावाभावांच्या मतभेदाने किल्ला पोखरला जात होता. यातच पावसाळा संपून दसरा, दिवाळी आली.

आपसुकच वडिलकीचा मान मिळालेल्या निळो निळकंठाने आपल्या चाहत्या शहाजीराजांच्या मुलाला आणि पत्नीला दिवाळीसाठी किल्ल्यावर येणाचे निमंत्रण दिले. शिवाजी, माता जिजाबाई आणि आपल्या शूर साथीदारांसह किल्ल्यावर गेले. दिवाळीच्याच एका रात्री किल्ल्याचा ताबा घेतला.

रक्ताचा एकही थेंब न सांडता पुरंदरसारख्या मोक्याच्या जागी असलेला किल्ला स्वराज्यात सामील झाला. शत्रू सैन्यावर हल्ला करण्याच्या ऐवजी शत्रूच्या सेनानीच्या आणि सैनिकांच्या मनावर हल्ला करा. उत्कृष्ट यशस्वी सेनानीचे गुण त्याच्या अंगी मूळचेच वसत होते हेच खरे आहे. सरनाईक बंधूंची भांडणे किल्ल्यातच गाडली गेली.

शिवाजीने सावकाश सरनाईक बंधूंशी स्वराज्याविषयी चर्चा केली. त्यांना आपलेसे करून घेतले. त्यांची मनेही जिंकून घेतली आणि किल्ल्याबरोबरच सरनाईक बंधूही स्वराज्यात सामील झाले. त्यांनी अखेरपर्यंत शिवाजीला साथ दिली. हे शिवाजीचे कसब, हीच त्याची गाजलेली नीती.

शिवाजी आपल्या मातेसह पुरंदरच्या धारेवर गडाखाली मुक्कामाला असतानाच, आदिलशहाने आपली चाल खेळायला सुरुवात केली होती. शहाजीराजाचा छोकरा आदिलशाहीला आव्हान देतो. - ठीक है शहाजीकोही पकडो - आणि त्या छुप्या आदेशानुसार आदिलशहाचा वजीर मुस्ताफाखानने शहाजीराजांना गोड गोड बोलून बेसावध केले. शिवाजीचा बंदोबस्त करायला गेलो तर आपलाच मातब्बर सरदार शहाजी याच्याकडून आपल्याला धोका होण्याचा संभव आहे. म्हणून शिवाजीचा बंदोबस्त करण्याआधी शहाजीचाच बंदोबस्त केला पाहिजे असा बदसल्ला आदिलशहाला देणारा होता सरदार

अफझलखान. शहाजी राजा गुप्तपणे दक्षिणेतील हिंदू राजांना मदत करतो म्हणे - इकडे मुलगाही गोंधळ माजवतो आहे तरी त्याचा बंदोबस्त करीत नाही म्हणजे काय - अफझलखानाचा सल्ला पटला आणि एका दगडात दोन पक्षी मारता येतील या हिशेबाने शहाजीराजासारख्या मातब्बर शूर सरदाराला बंदिस्त करण्याचे काम वजीर मुस्ताफाखानाने एक मराठा सरदाराच्याच मदतीने पार पाडले आणि शिवाजीच्या थोरल्या भावालाही बंगलोरहून कैद करून आणण्याची व्यवस्था केली. २५ जुलै १६४८ ला शहाजीराजांना अचानक छापा घालून कैद केल्यावर. आदिलशहाच्या कारवाईची बातमी शिवाजीला मिळाली. पण पुरंदर शिवाजीने घेतल्याची बातमी मात्र आदिलशहाला मिळाली नाही. आदिलशहाने, शहाजीराजे आणि त्यांचा थोरला मुलगा संभाजी यांचा बंदोबस्त होताच, शिवाजीचाही बंदोबस्त करण्यासाठी फत्तेखान नावाच्या शूर सरदाराला पाच हजारांची फौज देऊन धाडला. शहाजी आता दगाफटका करण्याची भीती उरली नव्हतीच. एका धडाक्यात शहाजीराजांच्या पूर्ण कुटुंबाचा बंदोबस्त करण्याचे स्वप्न आदिलशहा पहात होता. त्यावेळी स्वराज्यावर प्रथमच प्रचंड फौजाफाटा घेऊन चाल करून येणाऱ्या फत्तेखानाला कसे तोंड द्यावयाचे याचा विचार शिवाजीच्या मनात चालू होता.

पुरंदर स्वराज्यात सामील करून घेऊन शिवाजी पूर्णपणे सुरक्षित अशा राजगडावर आपल्या तरुण साथीदारांशी चर्चा करीत होता तो फत्तेखानाला कसा फटका द्यावयाचा याच विषयावर.

'राजगड' या स्वराज्याच्या पहिल्या राजधानीला चारही बाजूने लाभलेले डोंगरी किल्ल्यांचे संरक्षण. स्वराज्य निर्मितीसाठी आवश्यक त्या सर्व लष्करी हालचाली शिवरायांनी येथूनच केल्या. राजगडावरचं स्वराज्याची राजधानी वीस वर्षे होती. पुण्यापेक्षा राजगड सुरक्षित होता.

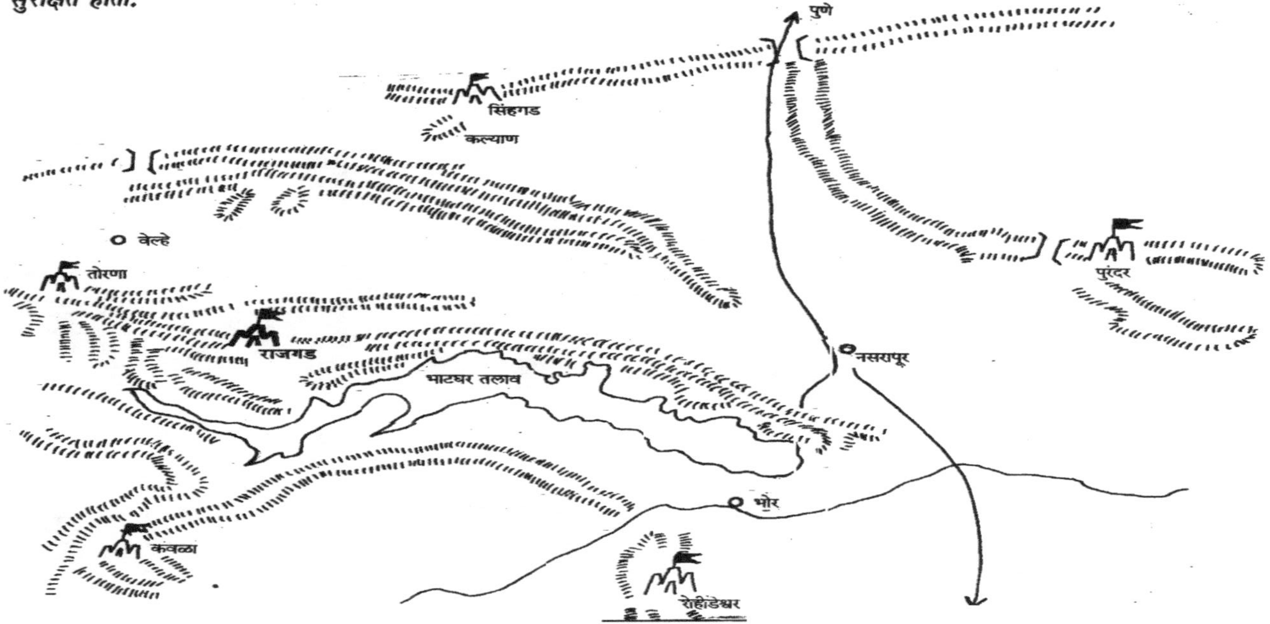

गुंजे · पुरंदर · नरसापूर · भोर · रायरेश्वर · सिंहगड · कल्याण · वेल्हे · तोरणा · राजगड · कानंदला · चाटरव खोरे

फत्तेखानाला फटका

शिवाजीचा बंदोबस्त करण्यासाठी आदिलशहाने धाडलेला मातब्बर सरदार पाच हजारांची फौज घेऊन स्वराज्याच्या सीमेकडे घोडदौड करीत होता. त्यावेळी, पूर्णपणे सुरक्षित असलेल्या राजगडावर शिवाजी, केवळ अठरा वर्षांचा तो तरुण सेनानी आपल्या शूर साथीदारांबरोबर, या संकटाला कसे तोंड द्यावयाचे याचा विचार करीत होता.

आतापर्यंत स्वराज्यात सामील करून घेतलेल्या, तोरणा, राजगड, सिंहगड, पुरंदर आणि इतर अनेक किल्ले आणि शिरवळचे मुख्य ठाणे यांच्याकरिता फारशी लढत द्यावी लागली नव्हती. केवळ युक्तीने ते साध्य झाले होते. पण आता स्वराज्यावर खुद्द आदिलशहाच्या आज्ञेनेच प्रचंड फौजेनिशी फत्तेखान आक्रमण करण्यासाठी येत होता.

युद्धशास्त्र हे ज्याच्या रोमारोमात भिनले होते असा तो तरुण सेनानी, शत्रूला आपल्या हद्दीच्या आत शिरू न देण्याच्या युद्धशास्त्राच्या महत्त्वाच्या तत्त्वाकडे दुर्लक्ष करणे शक्यच नव्हते. शत्रूला आपल्या स्वराज्याच्या सीमेवरच रोखले पाहिजे हे ठरले. त्याला कोठे रोखायचे हेही ठरले. त्यासाठी निवड झाली ती स्वराज्यात नुकत्याच सामील झालेल्या पुरंदर किल्ल्याची.

राजगडापासून आग्नेय दिशेला वीस मैलांवर असलेल्या पुरंदरावर प्रवेश करायला तरुण शिवाजी आणि त्याच्या साथीदारांना वेळ लागला नाही. प्रतिकारात्मक हेतूने पुरंदरचा बंदोबस्त करीत असतानाच फत्तेखानाच्या हालचालीची माहिती मिळवणे सुरू झाले.

फत्तेखान आपल्या फौजेसह नीरा नदी ओलांडून कऱ्हा नदीच्या काठाकाठाने जेजुरीपर्यंत आल्याची बातमी मिळाली. गावागावातून शिवाजीचे गुप्तहेर होतेच. शत्रू सैन्यात आपल्या विश्वासू गुप्तहेरांची पेरणी करणे हे युद्धशास्त्राच्या अतिमहत्त्वाच्या

सूत्रांपैकीच एक आहे. शिवाजीचे गुप्तहेर फत्तेखानाच्या सैन्यात कोणत्या न कोणत्या वेशात निरनिराळ्या कारणांनी फिरत होते. फत्तेखान जेजुरीहून पुढे सरकला तो बेलसरला आला. बेलसरला येताच फत्तेखानाने पहिली लष्करी हालचाल केली. त्याने दोन हजारांची एक तुकडी बाळाजी हैबराव या सरदाराच्या नेतृत्वाखाली शिरवळच्या सुभान मंगलकडे धाडली. शिरवळचे हे ठाणे केव्हाच शिवाजीने ताब्यात घेतले होते. ते फत्तेखानाला परत द्यायचे होते. ते घेतल्याने शिवाजीला एक धक्का तर बसणार होताच शिवाय त्या बाजूने मग फत्तेखानाला धोका राहणार नव्हता.

बाळाजी हैबतरावाने पहिल्या हल्ल्यातच शिरवळ आणि शिरवळचा सुभान मंगल किल्ला जिंकून घेतला. फत्तेखानाने पहिले यश मिळवले होते. या यशाची खबर विजापूरकडे रवाना झाली तेव्हाच ती पुरंदर किल्ल्यावर शिवाजीलाही मिळाली होती.

शिवाजीने लगेच आपली युद्ध-योजना तयार करून कारवाई केली. या कारवाईत त्याच्या रणनीतीतील अप्रतिम बारकावे स्पष्टपणे दिसून येतात. शत्रूला पूर्णपणे बेसावध राखण्याइतकी गुप्तता, अचानक हालचाल, अकस्मात हल्ला आणि तोही शत्रूने नव्यानेच जिंकलेल्या ठाण्यावर स्थिरावण्याच्या आतच त्याला उधळून लावणे. शिवरायाचे निवडक सैनिक रात्रीच शिरवळकडे धावले.

नुकताच शिरवळ काबीज करून सुभानमंगलच्या किल्ल्यात स्थिर होऊ पाहणाऱ्या बाळाजी हैबतरावाच्या तुकडीवर शिवाजीच्या मावळ्यांनी अचानक जोरदार हल्ला केला. बाळाजीचे सैनिक आपल्या विजयाच्या आनंदात होते आणि तो अठरा वर्षांचा छोकरा शिवाजी, आमच्या आदिलशहाशी काय टक्कर देणार. फत्तेखानाच्या पहिल्याच धडकेत पळून जाईल. या सुखद कल्पनेत मशगूल होते. तेव्हढ्यातच मराठ्यांच्या "हर-हर महादेव" च्या गजरात मावळे त्यांच्यावर तुटून पडले. त्यांचे नेतृत्व करीत होता शिवाजीचा शूर साथीदार कावजी खासनीस, त्याच्या जोडीला होते गोदाजी जगताप, भीमाजी वाघ, संभाजी काटे - एक से एक मर्द - त्यांनी शत्रूला पूर्णपणे आश्चर्यचकित केले.

आदिलशहाचे सैन्य हादरले. बावरले. बाळाजी त्यांना धीर देण्याचा प्रयत्न करीत होता. पण अखेर तोच कावजीच्या हातून मारला गेला. मग काय आदिलशहाचे सैन्य पाहाता पाहाता उधळले. शस्त्रे टाकून पळत सुटले - शरण आले त्यांना कावजीने जीवदान दिले. युद्धसाहित्य खूप मिळाले. स्वराज्याची पहिली लढाई मराठ्यांनी जिंकली होती. शिरवळकडे कोणी पळून जाणार नाही

याची खबरदारी घेण्यात आली.

आता मात्र शिवाजीच्या युद्धनीतीची खरी कसोटी लागणार होती. शिरवळहून मार खाऊन पळून आलेले एखाद दोन सैनिक फत्तेखानाच्या बेलसरच्या छावणीत आपल्या पराजयाचे वर्णन करण्याची शक्यता होती आणि मग बेलसरहून शिरवळला तो लगेच ताजी कुमक धाडण्याची शक्यताही होती.

शिवाजीसारखा सेनानी त्याला तसे करू देणे शक्यच नव्हते. भारतातील पराजयाच्या परंपरेच्या इतिहासाचे धडे तोंडपाठ करून तो यशाचा नवा इतिहास घडविण्यासाठी उभा ठाकला होता. त्याने फत्तेखानाला पुढील हालचालीचा विचार करायला वेळच दिला नाही.

कोणी शिरवळाचे पळपुटे आपल्या पराभवाची आणि बाळाजीच्या मृत्यूची बातमी घेऊन धापा टाकीत बेलसरला पोहोचण्याच्या आधीच शिवाजीच्या सैनिकांची एक तुकडी फत्तेखानाच्या बेलसरला छावणीवर येऊन आदळली - ती अगदी पहाटेला - फत्तेखानाची छावणी पूर्णपणे बेसावध असताना -

फत्तेखान स्वत: शिवाजीला बच्चा समजत होता. त्यातून त्या बच्च्याचा बाप, हातापायात बेड्या अडकलेल्या अवस्थेत आदिलशहाच्या कैदेत होता. या अवस्थेत आपण त्याच्या हद्दीत पोहोचताच शिवाजी रडत भेकत आपल्याला शरण येईल ही त्याची अपेक्षा होती आणि शत्रूचा अपेक्षाभंग करणे हीच मुळी शिवाजीची रणनीती होती.

शिवाजीच्या तुकडीने फत्तेखानाच्या बेसावध छावणीवर जोरदार हल्ला केला. त्यात दोन उद्देश होते. ते म्हणजे पहिल्याच हल्ल्यात शत्रूचे बेसावध असलेले जितके सैनिक गारद करता येतील तितके गारद करावयाचे. मोठ्या लढाईत गुंतून न पडता लगेच पळ काढायचा म्हणजे शिरवळच्या पराभवाची बातमी आली तरी मुख्य छावणीतच इतका गोंधळ माजलेला असेल की, या बातमीकडे दुर्लक्ष होऊन छावणीच्या रक्षणालाच प्राधान्य देण्यात येईल.

हल्ल्याने शत्रू सावध होऊन लढाईच्या पवित्र्यात येताच पळ काढायचा तो एवढ्यासाठी की, लढाईला सज्ज झालेले पण मानसिक गोंधळात असलेले फत्तेखानाचे सैन्य या पळणाऱ्या तुकडीच्या मागे लागून शिवाजीने आधीच निवडलेल्या त्याच्या सोयीच्या रणक्षेत्राकडे आपोआपच खेचले जाईल.

शत्रूच्या सेनानीच्या वैचारिक बैठकीची संपूर्ण माहिती काढून त्याप्रमाणे योजना आखणाऱ्या शिवाजीच्या योजनेबरहुकुमच फत्तेखान वागला. शिरवळच्या पराभवाकडे त्याचे पूर्ण दुर्लक्ष झाले आणि तो शिवाजीच्या हल्लेखोर तुकडीला

तोंड देण्यासाठी सज्ज झाला. त्याचे सैन्यही सावरले. हातघाईची लढाई सुरू झाली.

अर्थात् शिवाजीच्या तुकडीला या लढाईत गुंतून घ्यावयाचे नव्हतेच. म्हणून पहिल्या झटापटीत फत्तेखानाचे जितके बेसावध सैनिक गारद करता येतील तेवढे करून प्रत्यक्ष लढाईला तोंड लागताच या मराठा तुकडीने माघार घेण्यास सुरुवात केली. फत्तेखानाचे सैन्यही आता सावरले होते. त्यांनीही चवताळून हल्ला केला. या हल्ल्यात तुकडीबरोबर असलेल्या मराठ्यांचा झेंडा आणि झेंडेवाला निशाणबारदार अडचणीत सापडला. झेंडाच शत्रूच्या तावडीत सापडण्याची शक्यता निर्माण झाली होती. पण त्या तुकडीसोबत असणाऱ्या एका तरुण बहाद्दाराने झेप घेऊन झेंडा सावरला आणि घायाळ निशाणबारदारालाही सावरून तो आपल्या तुकडीबरोबर परत धावला - या मर्दाचे नाव होते बाजी जेधे - शिवाजीला मनापासून साथ देणाऱ्या कान्होजी जेध्यांचा तरुण मुलगा.

बेलसरच्या फत्तेखानाच्या छावणीपासून माघार घेऊन निसटलेली मराठ्यांची तुकडी सरळ पुरंदरकडे धावली आणि डिवचला गेलेला फत्तेखान आपल्या सैन्यासह त्या तुकडीच्या मागे धावला. मराठ्यांच्या तुकडीने फत्तेखानाला डिवचून आपल्या मागे शिवाजीने बचावाला अत्यंत योग्य म्हणून निवडलेल्या पुरंदराकडे ओढून आणले.

हल्ला करण्याचे पूर्ण तंत्र आपल्याला कसे अवगत आहे हे शिवाजीने शिरवळ पुन्हा जिंकून घेऊन दाखवून दिले होते. आता प्रचंड सैन्यानिशी चालून आलेल्या प्रबळ शत्रूपासून त्याला स्वत:चा बचाव करायचा होता.

बचावाचे तंत्र हे युद्धशास्त्रातील एक महत्त्वाचे अंग आहे. आक्रमण हे यशस्वी बचावाचे किंवा प्रतिकाराचे एक महत्त्वाचे सूत्र आहे. त्या तत्त्वानुसार शिवाजीच्या तुकडीने पहिले आक्रमण केले होतेच.

बचावासाठी योग्य जागेची निवड शिवाजीने पुरंदरच्या रूपाने केलेली होतीच. त्या आपल्या बचावाच्या दृष्टीने सोयीच्या अशा रणक्षेत्राकडे शत्रूला खेचून आणण्याची कारवाई देखील आक्रमण करणाऱ्या तुकडीने यशस्वीपणे केलेली होतीच.

आता शत्रूने हल्ला सुरू करताच सगळ्यात महत्त्वाची बाब ठरते ती संयमाची. हल्ला करणाऱ्या शत्रूला आपल्या माऱ्याच्या पूर्ण टप्प्यात येऊ देणे महत्त्वाचे आणि आवश्यक असते. फत्तेखानाला डिवचून परत आलेली टोळी गडावर येताच तिला गडात घेऊन गडाचे दरवाजे बंद करण्यात आले आणि

प्रतिकाराची सर्व व्यवस्था सज्ज करण्यात आली. तोफा सज्ज झाल्या. तीर कमान घेऊन बसलेल्या तीरंदाजांना सावध करण्यात आले. तर गडावरून मोठमोठाले दगड खाली लोटण्याची जबाबदारी असलेल्यांना तयारीचा हुकूम मिळाला.

शिवाजीने आपल्यातील उपजत असे कौशल्य दाखवूनच फत्तेखानाला रोखण्यासाठी महाराष्ट्रातील सर्वांत उंच अशा त्या पुरंदर किल्ल्याची निवड केली होती. समुद्रसपाटीपासून चार हजार पाचशे चौसष्ट फूट उंचीच्या त्या किल्ल्याच्या परिसरात प्रतिकाराच्या पूर्ण तयारीने शिवाजी फत्तेखानाची आणि त्याच्या चालून येणाऱ्या सैन्याची वाट पहात बसला होता. तर फत्तेखान आणि त्याचे सैन्य धापा टाकीत गड चढत होते. भूगोलाच्या माहितीचा योग्य उपयोग होतो. पर्यावरणाच्या युद्धतंत्रात असाच फायदा घेतला जातो.

गडावर दडून बसलेल्या अठरा वर्षांच्या त्या छोकऱ्याला एका दणक्यात गडाचे दरवाजे फोडून पकडून नेतो अशा घमेंडीने फत्तेखान गड चढत होता. पण रणक्षेत्राची शिवाजीने निवडलेली उंची त्याला आणि त्याच्या सैन्याला साथ देत नव्हती. थकले भागलेले त्याचे सैन्य कसेबसे वर सरकत होते. तर शिवाजी स्वत: आपल्या सैन्याला सबुरीचा इशारा देत फिरत होता.

नको तेव्हा आणि शत्रू माऱ्याच्या टप्प्यात येण्याच्या आधीच मारा केला तर शत्रूचे नुकसान न होताच शस्त्रास्त्रे वाया जातात हे शिवाजी जाणत होता, म्हणूनच, धापा टाकीत गडाच्या दरवाजाकडे येणाऱ्या शत्रूवर तो स्वत: बारकाईने लक्ष ठेवून होता. शत्रू पूर्णपणे माऱ्याच्या टप्प्यात येईपर्यंत मुळीच हालचाल करायची नाही. आपण किती आणि कुठे कुठे आहोत याचा शत्रूला मुळीच थांगपत्ता लागू द्यायचा नाही हे महत्त्वाचे सूत्र त्याने आपल्या सैनिकांच्या मनात पक्के बिंबविले होते.

फत्तेखानाची धापा टाकणारी फौज माऱ्याच्या टप्प्यात येताच शिवाजीने ठरल्याप्रमाणे इशारा केला. 'शस्त्रास्त्रांचा हल्ला करा' क्षणार्धात गडावरून तोफा-बंदुका कडाडल्या. तीरंदाजांनी आणि बंदुकवाल्यांनी आघाडीचे शत्रू टिपायला सुरवात केली, तर तोफांचे गोळे शत्रू सैन्याच्या मध्यावर पडून त्यांना पोळून काढू लागले. त्यांच्या जोडीलाच मोठाले थोरले दगड वरून घरंगळत त्यांच्या अंगावर येऊ लागले. एकाच्या माऱ्यातून सुटले तर दुसऱ्या माऱ्यात सापडत. सगळा लांब पल्ल्याच्या शस्त्रांचा मारा. जणू वरून मृत्यूच त्यांच्यावर कोसळत होता. खानाच्या फौजेची दुर्दशा उडाली. त्यांचा धीर सुटत चालला.

फत्तेखान आणि त्याच्याबरोबरचे इतर सरदार मुसेखान, अशरफ शाह,

मिनाद शेख, हसन शेख सर्वजण आपल्या परीने सैनिकांना सावरण्याचा प्रयत्न करीत होते. त्यांना पुढे वर ढकलीत होते. पण वरून मृत्यूच जबडा वासून त्यांच्यावर कोसळत होता. त्यामुळे ते भेदरले होते. गोंधळले होते.

शिवाजी याच क्षणाची वाट पहात होता. त्याने लगेच प्रत्यक्ष हल्ल्याचा आदेश दिला. किल्ल्याचा दरवाजा उघडला गेला आणि शिवाजीचे मर्द सैनिक जे इतक्या वेळ सबुरीने पण सज्ज बसले होते ते गोंधळलेल्या, भेदलेल्या फत्तेखानाच्या सैनिकांवर तुटून पडले. 'हर-हर-महादेव'ची गर्जना आसमंतात निनादली.

शिवाजीने आपल्या साथीदारांना वरूनच कोणी कोणावर हल्ला करायचा ते दाखवून दिलेले होते. त्याप्रमाणे प्रत्येकाने आपला शत्रू गाठला. भैरोजी चोराने मिनाद शेख आणि रतन शेखाला गाठला तर गोदाजी जगतापाने मुसाखानावर हल्ला चढवला. गोदाजीने तर पहिल्याच झटक्यात मुसेखानाला ठार केले आणि फत्तेखानाची फौज उधळली. गडाच्या उतारावरून पळायला लागली. शिवाजीच्या सैनिकांनी पळणाऱ्या फत्तेखानाच्या सैन्याचा सासवडपर्यंत पाठलाग केला. या विजयाच्या प्रसंगी रणांगणावरील जोशात शिवाजीचा एक साथीदार मात्र मारला गेला. तो होता, वीर बाजी पासलकर. तरीही कमीत कमी लोक गमावून शत्रूवर मात केली गेली.

फत्तेखानाची मात्र दाणादाण उडाली. प्रबळ अशा आदिलशहाने धाडलेल्या फत्तेखानाचा पूर्ण पराभव करून अठरा वर्षांच्या त्या कुशल सेनानायकाने आयुष्यातील पहिलाच प्रचंड विजय मिळवला होता. तो आपल्या अत्यंत कुशल अशा रणनीतीच्या जोरावर. त्याला साथ देणारे होते सह्याद्रीच्या दऱ्याखोऱ्यातील मावळे. त्यातच होते रामोशी, महार, धनगर, सगळे सगळे. अत्याचारी परकीय आक्रमणांच्या घोड्यांच्या टापाखाली भरडून निघणाऱ्या महाराष्ट्राला त्यांच्यापासून मुक्त करण्यासाठी शिवाजीच्या पाठीशी उभे राहिलेले वीर.

या विजयानंतर शिवाजीने आपल्या सर्व शूरवीर जवानांचे आणि सरदारांचे योग्य अशी बक्षिसे देऊन कौतुक केले. त्यांचा सन्मान केला. ऑगस्ट १६४८ च्या विजयाने स्वराज्याला तेज आले.

केवळ अठरा वर्षांच्या शिवाजीने प्रबळ शत्रूवर मिळवलेला हा विजय पाहिल्यावर अलेक्झांडरची आठवण झाल्याशिवाय रहात नाही. आपल्या वडिलांच्या मृत्यूनंतर अलेक्झांडरने ज्यावेळी सर्व सूत्रे आपल्या ताब्यात घेतली त्यावेळी तोही केवळ एकोणीस वर्षांचा छोकराच होता. या छोकऱ्याला असे पुढे येऊ देणे मान्य नसलेले जे काही सरदार होते त्यात अथेन्समधील डेमॉस्थेनीस हाही एक

होता. डेमॉस्थेनीस अलेक्झांडरचा 'छोटा बच्चा' असा उल्लेख करून त्याला गाडून टाकण्याचा प्रयत्न करीत होता. यावर अलेक्झांडर आपल्या लोकांना एवढेच म्हणाला की, 'माझे सैन्य अथेन्सच्या तटाजवळ जाऊन पोहचले की, त्याला कळेल, ज्या छोट्या बच्च्याविषयी आपण बोलत आहोत तो आता एक मर्द पुरुष झाला आहे.' आणि झालेही तसेच. अलेक्झांडरने एक धडक मारली आणि अथेन्सवर ताबा मिळवला.

रणक्षेत्रावर वयाचा प्रश्न नसतो. प्रश्न असतो तो कुशल युद्धनेतृत्वाचा. अष्टपैलू युद्धतंत्राचा, मनाच्या निश्चयाचा आणि प्रसंगावधानाचा आणि ह्या बच्चा शिवाजीमध्ये अलेक्झांडरप्रमाणेच हे सर्व गुण एकवटले होते.

◆◆◆

राजनैतिक हालचाली आणि जावळीतील खेळी

ऑगस्ट १६४८ मध्ये आदिलशहाने धाडलेल्या फत्तेखानाला पुरंदर किल्ल्यावरून चांगलाच मार देऊन पळवून लावल्यानंतर शिवरायाने आपल्या वडिलांच्या सुटकेकडे लक्ष दिले. युद्धनीतीचे डावपेच संपले होते. आदिलशहाच्या तावडीतून शहाजीराजांची सुटका करणे आवश्यक होते आणि त्यासाठी अत्यंत सावधगिरीने पावले उचलावी लागतील हे शिवाजी जाणून होता. शिवरायाने लगेच पाऊल टाकले. त्यावेळी अहमदाबादला मोगलांचा कारभार शहाजादा मुराद पहात होता. शिवाजीने अत्यंत नम्रपणे त्याच्याकडे एक अर्ज धाडला.

'महाराज, आम्ही आणि आमचे वडील शहाजीराजे हे आपल्या चाकरीत येऊ इच्छितो. पण आदिलशहाने त्यांना दगा करून कैद करून ठेवले आहे. त्यांची कैदेतून सुटका झाली तर आम्ही उभयंता आपल्या खिदमतीस हजर होऊ...'

वा - रे - पठ्ठे म्हणजे एका वेळी दोन शत्रू नकोत. सध्या आदिलशहाशी दुश्मनी चालू आहे. तेवढी पुरे - उलट दुसऱ्या शक्तिशाली सत्तेबरोबर दोस्ती करून आदिलशहावर दबाव आणण्याची शिवरायाची ही राजकीय खेळी कौतुकास्पद होती यात शंकाच नाही. बरे त्यातही शहाजीराजांची उपयुक्तता आधीच सिद्ध झालेली होती आणि शिवरायाने नुकताच आदिलशहाच्या फत्तेखानाला ठोकून आपली कुवत आणि आपले पाणी सिद्ध करून दाखविले होतेच.

मग असे हे कर्तबगार बाप-बेटे जर मोगल सल्तनतीला सामील होत असतील तर अशी संधी कोण वाया घालवील. शहाजादा मुरादने लगेच पावले उचलली. त्याने आदिलशहावर दबाव आणला आणि शहाजीराजांची सुटका झाली. ती १६ मे १६४९ रोजी. शिवाजीने आपल्या अत्यंत कुशल अशा राजनैतिक हालचालींनी आपल्या वडिलांची सहीसलामत सुटका करवून घेतली

होती. अर्थात् यात शिवरायाला कोंडाणा किल्ला आदिलशहाला परत करावा लागला. पण शहाजीराजांच्या - आपल्या वडिलांच्या सुरक्षिततेच्या बदल्यात कोंडाणा किल्ल्याला काहीच किंमत नव्हती. तो केव्हाही परत जिंकून घेण्याची धमक शिवाजीत निश्चितच होती.

या घटनेनंतर शिवरायाने हाती आलेल्या स्वराज्याच्या विकासाकडे लक्ष दिले. शेतीच्या कामात आणि वसुलीच्या बाबतीत सुधारणा घडवून आणल्या. धरणे बांधली. न्याय निवाड्यांची कामे तत्परतेने करून लोकांत विश्वास निर्माण केला.

याच वेळी त्याने महाराष्ट्रातील घरभेद्यांकडे लक्ष देणे सुरू केले. जे स्वत: हिंदू असूनही शिवरायांच्या स्वराज्य-स्थापनेच्या प्रयत्नांना साथ देत नव्हते. उलट त्याला मागे खेचण्याचा प्रयत्न करीत होते, अशांना धडा शिकवणे आवश्यक होते. त्यांपैकीच एक होता सुप्याचा संभाजी मोहिते - हा शिवरायांच्या सावत्र आईचा सख्खा भाऊ, पण आदिलशहाचा सच्चा सेवक. म्हणूनच शिवरायांची धडपड त्याला मंजूर नव्हती. असा घरभेदी स्वराज्याच्या सीमेजवळ राहू देणे कोणत्याही दक्ष राज्यकर्त्याला मान्य होणे शक्य नव्हते.

शिवरायाने एका रात्रीत सुप्यावर अचानक चाल केली आणि संभाजी मोहितेला कैद केले. अर्थात् त्याला कैदेत न ठेवता बंदोबस्ताने शहाजी राजांकडे धाडून दिले. सुपे परगणा मात्र स्वराज्यात सामील करून घेतला. म्हणजे भीमा आणि नीरा नद्यांच्यामधील भाग स्वराज्यात सामील झाला होता. आणि तेथे उत्कृष्ट शासन-व्यवस्था निर्माण झाली होती.

सुरुवातीच्या छापामार युद्धतंत्राने थोडेफार यश मिळताच राजेपणाचे स्वप्न पाहणाऱ्यांपैकी शिवाजी नव्हता. माता जिजाबाई आणि दादोजी कोंडदेवांकडून धडे घेता घेताच त्याने जनकल्याणकारी राज्य निर्माण करण्याचा निर्णय घेतला होता आणि म्हणूनच सह्याद्रीच्या कडे-कपारीतून फिरताना येथील भूगोलाच्या अभ्यासाबरोबरच महाराष्ट्रातील मावळ, मराठे, धनगर, रामोशी आदी सर्वांच्या मानसिक जडणघडणीचा अभ्यास तो करीत होता. त्यांच्या सुखदु:खात सामील होत होता. आर्य चाणाक्यांनी हेच सांगीतले आहे.

हे कार्य पूर्ण होताच त्याने आपली मुद्रा वापरात आणली त्या मुद्रेवरील श्लोक होता.

"प्रतिपच्चंद्ररेखेव वर्धिष्णुर्विश्ववंदिता ।
शाहसूनो : शिवस्येषा मुद्रा भद्राय राजते ।।"

या श्लोकाचा अर्थ आहे -

'शहाजी पुत्र शिवाजीची ही मुद्रा लोक कल्याणार्थ शोभते आहे आणि शुक्ल पक्षातील चंद्रकोरीप्रमाणेच ही वाढत जाऊन ती सर्वमान्य होणार आहे.'

म्हणजे शिवरायांचे ध्येय आणि उद्दिष्ट ही स्पष्ट होती. ही मुद्रा १६४५ पासूनच शिवरायाने वापरात आणली होती म्हणजे पुण्यात पहिले पाऊल टाकता टाकताच त्याने आपले ध्येय - आपली उद्दिष्टे निश्चित केली होती आणि ती कशी साध्य करावयाची याचाही त्याचा निर्णय झालेला होता. हा जनकल्याण राजा जनता जनार्दनाची मने जिंकून स्वराज्याच्या रत्नजडित सिंहासनाकडे वाटचाल करीत होता. महाभारतातील कणकनीती आणि आचार्य चाणाक्य हेच सांगत होते

१६५० मध्येच समाधिस्थ झालेल्या तुकोबारायांनी आपल्या लिखाणात शिवरायाला आधीच 'छत्रपती' असे संबोधल्याचे दिसते. यावरूनच जनसामान्यात त्याची प्रतिमा किती स्पष्ट होती हे लक्षात येते.

शहाजीराजांना अजूनही विजापुरातच ठेवून घेतल्याने शिवरायाला आदिलशहाच्या विरोधात काही करता येत नव्हते. म्हणून शिवरायाने जनकल्याणाच्या कामांसाठी त्या वेळेचा उपयोग करून घेऊन जनतेत विश्वास निर्माण केला.

१६५३ मध्ये शहाजीराजे विजापूरहून बंगलोरला जाताच शिवरायांनी पुन्हा स्वराज्य निर्मितीच्या कार्याकडे पावले वळवली. नेताजी पालकर यास पुरंदरचा किल्लेदार म्हणून नेमला आणि तेथील निळकंठरावच्या मुलांना आपल्या पदरी नोकऱ्या दिल्या.

इकडे जावळी खोऱ्यात शिवरायानेच ज्याला 'चंद्रराव' हे पद मिळवून दिले होते तो स्वत:ला स्वतंत्र राजा समजून वागायला लागला होता - तो तर शिवरायाला राजा मानायलाच तयार नव्हता. असा शिरजोर आणि धोकादायक माणूस स्वराज्याच्या सीमेत अधिकारावर राहू देणे शिवरायाच्या नीतीत बसत नव्हते.

चंद्ररावाची अरेरावी वाढत होती. त्याने आता शिवरायाचे साथीदार शिळमकर यांच्या गुंजन खोऱ्यावरही हक्क सांगायला सुरुवात केली. स्वराज्यात एका महिलेवर अत्याचार करून पळून गेलेल्या एका हरामखोराला त्याने अभयदान देऊन आश्रय दिला आणि अखेरीस तर स्वराज्यातील रोहीड खोऱ्यातील एका पाटलाचा आणि त्याच्या मुलाचा खून करविला.

चंद्रराव स्वत:ला बारा रावांचा काळ समजून त्या तोऱ्यातच शिवरायाला

डिवचत होता. आदिलशहाने शिवरायांचा बंदोबस्त करण्यासाठी धाडलेल्या बाजी शामराजाला तर त्याने मनापासून मदत केली. कारण तो शिवरायाला चिरडण्यासाठी आला होता.

शिवरायाचे चंद्ररावाच्या हालचालींकडे पूर्ण लक्ष होते. पण यावेळी तो स्वराज्याची सीमा कोकण प्रांतात कशी वाढवता येईल याची पाहणी करण्यासाठी सह्याद्री ओलांडून कोकणात उतरला होता. शिवराय कोकणातून ज्या मार्गाने परतण्याची शक्यता होती त्या मार्गावर या चंद्ररावाने आणि बाजी शामराजाने आपल्या सैन्याची जमवाजमव करून ते शिवरायांच्या हालचालीचा मागोवा घेत टपून बसले होते.

बाजी शामराज आणि चंद्ररावाची धुळधाण

इतके दिवस स्वत:ला लोककल्याणाच्या कामात वाहून घेतलेल्या शिवाजीने आता पुन्हा शस्त्र हातात घेतले होते. स्वराज्याच्या सीमा कोकणापर्यंत कशा वाढविता येतील याचा प्रत्यक्ष अभ्यास करण्यासाठी सह्याद्री ओलांडून तो कोकणात उतरला होता.

आपल्यापासून शंभर कोसांवर काय घडते आहे याचा तपशील प्रत्येक जागृत राजाला रोज मिळायला हवा असे एक सूत्र शुक्रनीतीत सांगितले आहे आणि स्वराज्य निर्मितीच्या कार्याला वाहून घेतलेला शिवबा या सूत्राकडे दुर्लक्ष करेल हे शक्यच नव्हते. त्याचे गुप्तहेर सर्वत्र संचार करीत होते. त्याला रोजच्या रोज बातम्या मिळत होत्या.

आपल्या कारवायांना पायबंद घालण्यासाठी आदिलशहाने धाडलेला जबरदस्त सरदार शामराज जावळीच्या खोऱ्यात उतरला आहे आणि आपल्याला शत्रू समजणाऱ्या चंद्ररावाने त्याच्याशी हातमिळवणी केली असल्याची खबर शिवबाला केव्हाच मिळाली होती. आता त्या दोघांनी आपल्या सेना आपल्या परतीच्या मार्गावर पेरून ठेवल्या असल्याचीही खबर शिवबाला मिळाली. त्या दोघांना मात्र आपल्या हालचाली अत्यंत गुप्ततेने चालल्या असल्याबद्दल खात्री होती. दोघेही पार घाटात शिवबाची वाट पहात दडून बसले होते.

आपल्या ठराविक पद्धतीप्रमाणे शिवबाने बाजी शामराज आणि चंद्रराव मोरेच्या सैन्याची बातमी मिळवली. त्यांच्या दडून बसलेल्या जागा, कोणत्या जागी कोण आहे आणि त्याच्या सोबत किती लोक आहेत, ही सगळी माहिती गोळा केली.

अत्यंत उच्च प्रतीची सावधगिरी रक्तातच भिनलेल्या शिवबाने मिळालेल्या माहितीची खातरजमा होताच अत्यंत गुप्ततेने आणि तितक्याच चपळतेने हालचाल केली. बाजी शामरावाजवळ दहा हजाराची आदिलशाही फौज होती त्यातच जावळीच्या चंद्ररावच्या फौजेची भर पडली होती.

शिवबाने रातोरात चाल करून पार घाटात दडून बसलेल्या त्या बेसावध फौजेच्या प्रत्येक भागावर एकाच वेळी अचानक हल्ला केला. शिवबा घाटातून वर येताच त्याला गाठून त्याचा फडशा पाडण्याची स्वप्ने पाहात पार घाटात घोरत पडलेल्या त्या प्रचंड फौजेची पाहता पाहता वाताहात झाली. शिवबाच्या साथीदारांनी आदिलशाही आणि चंद्रराव मोरेच्या फौजेची अंधारात जमेल तेवढी कत्तल केली. बाकी फौज जागेवर थांबलीच नाही. पार गोंधळून गेलेली ती आदिलशाही फौज मोरेच्या उरलेल्या सैनिकांच्या साथीने पळून गेली.

खुद्द बाजी शामराज चंद्रराव मोरेच्या मदतीने कसाबसा पळून जाण्यात यशस्वी झाला. तो जावळीत न थांबता आपल्या पराभवाचे वर्णन करायला मान खाली घालून सरळ विजापुराकडे पळून गेला.

आता मात्र चंद्रराव मोरेसारखा घातकी, धोकेबाज माणूस स्वराज्याच्या शेजारी राहू देणे हिताचे नाही हे शिवबाने हेरले होते. अकडबाज असला तरी चंद्रराव एक हिंदू मराठा सरदार होता. शिवाजीने त्याला पुन्हा एकदा संधी देण्यासाठी पत्र लिहून समज देऊन पहिली. पुन्हा पत्र लिहिले. अखेरीस बोलणी करण्यासाठी मुत्सद्दीही धाडले.

अर्थात् मुत्सद्दी धाडले जात असताना शिवबाचे वीर मावळे सावधगिरीने गुप्ततेने घाट उतरत होते. चंद्ररावाच्या पत्रावरूनच तो राजकीय वाटाघाटींना जुमानणाऱ्यांपैकी नव्हता हे उघड झाले होते. तरीही वाटाघाटी करणे आवश्यक होते. युद्ध हा अखेरचा पर्याय होता.

युद्धशास्त्रावर ग्रंथ लिहिणाऱ्या क्लोजविटझ् याने युद्धाची व्याख्या करताना लिहिलेच आहे की "युद्ध म्हणजे राजकीय संवादातील अखेरचा मुद्दा."

आणि राजकीय संवादातील अखेरच्या म्हणजेच युद्धाच्या मुद्याची कारवाई करण्यासाठीच शिवबाच्या मावळ्यांनी अत्यंत गुप्तपणे जावळी घेरली होती.

सगळे राजकीय संवाद संपत आले. वाटाघाटी फिसकटल्या आणि खुणेचा इशारा होताच शिवबाच्या सैन्याने शेवटच्या मुद्याला हात घातला. जावळीवर चारही बाजूंनी अचानक हल्ला झाला. पाहता पाहता जावळी सर झाली. हनमंतराव मोरे मारला गेला, तर चंद्रराव मोरे कोकणात रायरीच्या किल्ल्यावर पळून गेला

आणि प्रतापराव मोरे कसाबसा सटकून विजापुरास खबर देण्यासाठी पळाला - १५ जानेवारी १६५६ ला शिवबाने जावळी घेतली.

शिवबाने आपली कमीत कमी माणसे गमावून जावळीसारखा एक अत्यंत अवघड पण महत्त्वाचा भाग स्वराज्यात जोडून घेतला. जावळीच्या या लढाईतच शिवबाला एक खंदा वीर गवसला. मोऱ्यांच्यातर्फे लढताना त्याने पराक्रमाची शर्थ केली होती. त्यानंतर मात्र तो शिवबाला शरण आला. शिवबाने लगेच त्याला आपलेसे केले. तो होता शूर वीर मोरारबाजी देशपांडे. त्याला लगेच पुरंदरचा किल्लेदार करण्यात आले.

जावळीच्याच खोऱ्यात, जेथे बाजी शामराजाला चांगला मार दिला होता त्या पार घाटाच्या तोंडावर आणि रडतोंडी घाटाच्या नाक्यावर प्रचंड भोरप्याचा डोंगर ताठ मानेने उभा होता. भूगोलाचा युद्धशास्त्राच्या दृष्टिकोनातून अभ्यास हे शिवबाचे वैशिष्ट्य होते. भोरप्याचा डोंगर चारही बाजूंनी लक्ष ठेवीत अशा मोक्याच्या जागी उभा. शिवबाने लगेच गडकोट किल्ले बांधण्यात तरबेज आणि त्या शास्त्रातील तज्ज्ञ अशा मोरोपंत पिंगळ्यांना त्या डोंगरावर नवीन किल्ला बांधण्याची आज्ञा केली.

मोरोपंत पिंगळ्यांनी आपले सर्व कसब पणाला लावून किल्ला बांधून काढला - तोच प्रतापगड.

किल्ल्याचे बांधकाम चालू असतानाच जावळीतून नागासारखा निसटलेला चंद्रराव शिवाजीच्या नजरेतून सुटला नव्हता. शिवबाने लगेच रायरीचा किल्ला घेरला. भेदरलेला चंद्रराव शरण आला. त्याला पकडून छावणीत आणला तेव्हा त्याने विजापुरात बाजी घोरपडेंशी संधान बांधले असल्याचे सिद्ध झाले. शहाजीराजांना दगलबाजी करून पकडणारा हा तोच बाजी घोरपडे होता. त्याच्याशी विजापुरात संधान म्हणजे स्वराज्याशी फितुरी. शिवबाला फितुरी मान्य नव्हती. चंद्रराव आणि त्याच्या दोन्ही पोरांना तेथेच ठार करण्यात आले. विषारी साप त्याच्या घातकी पिल्लांसह ठेचला गेला.

राजनीतीच्या कोंदणातील युद्धतंत्र

रायरीच्या किल्ल्यावर उभे राहून शिवबाने ह्या परिसरातील कोकणची पहाणी केली. एके काळी हेच कोकण शहाजीराजांच्या ताब्यात होते. ते आता आदिलशहाच्या ताब्यात होते. पण आदिलशाही आणि कोकण यांमधील उभ्या असलेल्या जावळीचा महत्त्वाचा भाग आता शिवबाने जिंकून घेतल्याने कोकण

अलग पडले होते आणि सह्याद्रीला स्वतंत्र करायचे असेल, स्वराज्याची पश्चिम सीमा सुरक्षित करायची असेल तर कोकण आपल्या हातात आलेच पाहिजे हे समजण्याइतकी हुशारी शिवबाकडे खासच होती. शिवबा योग्य संधीची वाटत पाहात होता.

विजापूरचा आदिलशहा ४ नोव्हेंबर १६५६ ला मरण पावला आणि त्याच्या बेगमने १८ वर्षांच्या तरुण अलीला त्याच्या जागी नेमले आणि स्वत: ती म्हणजे 'बडी साहेबीण' आदिलशाहीचा डोलारा सांभाळण्याचा प्रयत्न करू लागली.

शहाजादा औरंगजेब आता दक्षिणेचा सुभेदार म्हणून औरंगाबादेत आला होता - त्याचे लक्ष विजापूरावर होतेच. त्याने गोंधळात असलेल्या विजापुरी सरदारांना लाच देऊन फोडणे तर सुरू केलेच पण विजापुरचा नवा सुलतान हा बेकायदेशीर आहे हे कारण दाखवून, विजापूरावर हल्ला करण्याची परवानगी दिल्लीहून म्हणजेच शहाजहानकडून मिळवली.

२९ मार्च १६५७ ला औरंगजेबाने बिदरचा किल्ला जिंकून घेतला. हा किल्ला दक्षिणेत जाणारे रस्ते अडवून उभा होता. तेथून विजापूर आणि गोवळकोंडा या दोन्ही सल्तनतींवर त्याला लक्ष ठेवता येत होते पण सध्या त्याचे लक्ष विजापुरावर होते. त्याने विजापूरच्या मार्गावरील कल्याणीच्या किल्ल्याला लगेच वेढा घातला आणि आदिलशाही हादरली -

योग्य संधीची वाट पहात असलेल्या शिवबाला या घडामोडींचा पत्ता लागणार नाही असे होणे शक्यच नव्हते. दक्षिणेतील दोन प्रबळ सत्ता अडकून पडल्या होत्या. मोगली सत्ता विजापूरची मुस्लिम सत्ता खतम करण्याच्या मागे लागली होती. शिवबासारखा राजनीतीतज्ज्ञ आणि रणराज ही नामी संधी सोडणे शक्य नव्हते. स्वत: मोगल आणि मुस्लिम या दोन प्रचंड हत्तींची लढत डोळ्यांत तेल घालून पहात असतानाच शिवबाने कोकणातील ठाणी जिंकण्याचा सपाटा सुरू केला. कारण त्याच्याकडे लक्ष द्यायला कोणालाच वेळ नव्हता.

शिवबाने एका धडाक्यात दाभोळ जिंकून घेतले. विजापूरचे दाभोळ बंदर आपल्या कब्जात ठेवायला औरंगजेबाची परवानगी मागितली. खरे म्हणजे, यात औरंगजेबाचा काहीच सबंध नव्हता. कारण दाभोळ बंदर हे आदिलशहाचे. पण शिवबाची राजनैतिक अचूक चाल बरोबर यशस्वी होत होती.

औरंगजेब स्वत:च आदिलशाहीचे लचके तोडीत होता. त्याने लगेच शिवबाला परवानगी देऊन टाकली. म्हणजे थोडा हम खाते हैं, थोडा तुम भी

खाव. औरंगजेबाला सह्याद्रीच्या पलीकडे काय चालले आहे इकडे लक्ष द्यायला वेळच कुठे होता. तो तर "कल्याणी" च्या वेढ्यात गुंतला होता. या परिस्थितीचा शिवबाने लगेच फायदा घेतला.

"कल्याणी" च्या वेढ्यात गुंतून पुढे आदिलशाही नेस्तनाबूत करण्याची स्वप्ने पाहणाऱ्या औरंगजेबाला आपल्याकडे लक्ष द्यायला वेळ नाही हे शिवबाने लगेच ओळखले आणि औरंगजेबालाही धक्का देण्याचा निर्णय घेतला.

स्वराज्याच्या सीमा वाढत असतानाच ते सुरक्षित ठेवण्यासाठी हवे होते घोडे. कारण घोडेस्वार तयार होते पण घोडे नव्हते आणि तयार अरबी घोडे विकत घेण्याइतपत स्वराज्य असून श्रीमंत झाले नव्हते. मग जे आपल्याला हवे आहे ते शत्रूकडूनच मिळवायला हवे, हा खऱ्या सेनानीचा नेहमीच मनसुबा राहिला आहे.

मग काय पुण्याच्या वायव्येकडील जुन्नर आणि पूर्वेकडील नगर ही दोन मोगलांची महत्त्वाची ठाणी. त्या ठिकाणी आपल्याला हवे ते मिळेल ही शिवबाची बित्तंबातमी - झाले, पहिली धडक मारली ती जुन्नरच्या ठाण्यावर. अचानक मराठा सैनिकांनी तटाला दोर लावले आणि ते आत उतरले. आतील मोगल रक्षक कापून काढले. बेसुमार लूट मिळाली. दहा लाखांच्या जवळपास ऐवज आणि सामान तर मिळालेच पण त्याबरोबर दोनशे सुरेख घोडेही मिळाले.

जुन्नरच्या पाठोपाठ हल्ला केला तो मोगलांच्या नगरच्या ठाण्यावर. नगरच्या मुलाफतखानाने जरा प्रतिकार करण्याचा प्रयत्न केला पण तुफानासारखे येऊन आदळलेले मराठे त्याला जुमानतात थोडेच. नगरलाही प्रचंड लूट मिळाली आणि वर सातशे घोडे, चार हत्ती. इतक्यात औरंगजेबाने नौशेरखान नावाच्या सरदाराला धाडल्याची खबर आली. स्वराज निर्मितीचे कार्य हाती घेतलेल्या शिवबाचे लोक असल्या नौशेरखानाच्या आगमनासाठी थोडेच थांबून राहणार होते. मराठे तेथून केव्हाच स्वराज्यात परत आले होते. म्हणजे मोगलांच्या जुन्नर आणि नगरच्या ठाण्यांतून आता नऊशे उमदे घोडे मराठी स्वारांना मिळाले होते. नगरची लूट देखील अर्धा मे महिना संपल्यावर केली होती. म्हणजे खुद्द औरंगजबाने त्याला बातमी मिळाल्यावर कल्याणीचा वेढा सोडून यायचे ठरविले असते तरी जूनमध्ये सुरू होणाऱ्या पावसाने त्याला रोखले असते. कोणताही यशस्वी सेनानी आपल्या योजना आखताना भूगोलाच्या आणि निसर्गांच्या सहकार्याची मदत घेऊनच योजना आखीत असतो.

अत्यंत हुशारीने या दोन्ही कारवाया करून शिवबाने मोगली फौजेतील

खाऊन पिऊन तंदुरुस्त असे नऊशे घोडे आपल्या घोडेस्वारांसाठी मिळवले आणि त्यांना मराठी वेग दिला. स्वराज्याचे चपळ आणि वेगवान घोडदळ पुढल्या मोहिमेसाठी तयार झाले. सम्राट नेपोलियनने इटालीतील आपल्या पहिल्याच मोहिमेत आपल्या फ्रेंच सैनिकांना हेच सांगितले होते.

'तुमच्याजवळ पुरेशी शस्त्रे नाहीत. तुम्हाला गणवेश नाहीत. गरम कपडे नाहीत. तोफा नाहीत, दारूगोळा नाही, अन्नधान्य नाही हे खरे आहे ना ?--'

'हो - हो - खरे आहे' सगळ्या सैनिकांनी एकच उत्तर दिले.

'मग या सगळ्याशिवाय तुम्ही रणांगणावर आहात याचेच मला कौतुक वाटते' आता मी तुम्हाला सांगतो. तुम्हाला जे - जे पाहिजे ते सगळे समोरच्या शत्रूजवळ आहे. तुटून पडा त्याच्यावर आणि घ्या हिसकावून ते सगळे. एकदा का त्याचा तुम्ही पराभव केलात की त्याच्या मागे असलेले प्रचंड सुपीक मैदान मग अन्नधान्याच्या बाबतीत तुम्हांला काहीच कमी पडू देणार नाही. चला तर मग चढवा हल्ला.'

मग काय नेपोलियनचे सैनिक शत्रूवर तुटून पडले ते सतत विजय मिळवीतच पुढे घुसले. शिवबाने हेच केले.

अर्थात् आपल्या या कृतीने शहाजादा औरंगजेब आपल्यावर खूप रागावणार हे शिवबा ओळखून होता. त्याचे नजरबाज औरंगजेबाच्या छावणीत राहून एकंदर परिस्थितीचा आढावा घेत होते. शिवबाला बातम्या पुरवीत होते. त्यातच बातमी आली ती औरंगजेब खरोखरीच खूप संतापला आहे. --पण--

औरंगजेब संतापला होता तो आपल्या बापावर. शहाजहानवर आणि भाऊ दारावर. कारण विजापूरच्या बड्या बेगमच्या विनंतीवरून त्यांनी औरंगजेबाला 'कल्याणी' चा वेढा उठवून परतायला सांगितले होते. खरे म्हणजे औरंगजेब अगदी कल्याणी घेण्याच्या बेतात होता - तसा तो शिवबावरही रागावला होताच. पण शिवबाने आपला एक हुशार वकील रघुनाथपंत कोरडेला त्याच्याकडे लगेच माफीचे पत्र घेऊन धाडले. चक्क माफी मागितली आणि त्यानेही शिवबाला माफ केले पण सावधगिरीने. ही राजनीती होती.

संतापलेल्या औरंगजेबाने विजापूरची मोहीम थांबविण्याच्या आधी 'कल्याणी' चा किल्ला मात्र जिंकून घेतला तो २ ऑगस्ट १६५७ ला. आणि मगच बापाच्या आदेशाप्रमाणे अर्धे अधिक सैन्य त्याने माळव्यात धाडले. औरंगजेबाची अर्धी शक्ती कमी झाली. शिवबाला हवे होते त्याप्रमाणे आदिलशाही वाचली. आदिलशाही भरडली जाणे म्हणजे मोगलांना आव्हान देणारी दक्षिणेतील

एक शक्ती नाहीशी होणे हा त्याचा स्पष्ट अर्थ होता. मग दिल्लीकर मोगलांना एकच शत्रू उरला असता तो म्हणजे 'शिवाजी' आणि प्रचंड मोगली शक्तीपुढे आपल्या एकट्याचा निभाव लागणे शक्य नाही हे शिवबा जाणून होता.

औरंगजेब कमजोर झाला आहे हे समजताच विजापूरच्या बड्या बेगमनेच त्याला शह देण्यासाठी आपला वजीर खानमोहम्मद याला धाडले आणि त्याच्याबरोबर होता महान् लढवय्या, पराक्रमी, कपटी विजापुरी सरदार अफजलखान. या अफजलखानाने औरंगजेबाला चांगलेच कचाट्यात पकडले होते आणि तो आता त्याला जिंदा या मुर्दा पकडण्याची स्वप्ने पहात होता पण झाले भलतेच.

कपटीपणात औरंगजेबही काही कमी नव्हता. तो पाहता पाहता अफजलखानाच्या पकडीतून निसटला -

अफजलखान संतापला - त्याला बातमी लागली होती की वजीर खानमोहम्मदाने दगलबाजी केली आणि त्याच्या संमतीनेच औरंगजेब सुखरूप निसटला. अफजलखान तडक विजापुरास परतला आणि त्याने खानमोहम्मदच्या विरुद्ध बड्या बेगमजवळ गंभीर तक्रार केली.

वजीर खानमोहम्मद विजापूरात परतला तेव्हा रस्त्यातच त्याच्यावर मारेकरी घालण्यात येऊन त्याचे तुकडे करण्यात आले. अफजलखान आता बड्या बेगमचा उजवा हात झाला होता. त्याने मग सावकाश विजापूर दरबारातील दुसरा मातब्बर सरदार फत्तेखान बहलोलखान याचाही निकाल लावला.

एकूण विजापूरची आदिलशाही अत्यंत गोंधळात होती तर औरंगजेब आपला जीव वाचवण्यासाठी पळत होता. या दोन प्रबळ शत्रूंच्या गोंधळाच्या परिस्थितीचा शिवबासारखा राजनीतीनिपुण सेनानीने फायदा घेतला नसता तरच नवल होते.

शिवबा पुन्हा कोकणात उतरले. दंडा राजपुरीलगतचा किनारा त्यांच्या ताब्यात आला होता.

ऑगस्ट १६५७ मध्ये आदिलशहाने मोगलांना इतर भागाबरोबरच निजामशाही कोकण म्हणून ओळखला जाणारा कल्याण-भिवंडीचा भाग तसेच पुणे आणि सुपे परगणा देण्याचे मान्य केले होते. आताच्या परिस्थितीत मात्र आदिलशहा काही देण्याच्या परिस्थितीत नव्हता आणि मोगल म्हणजेच औरंगजेब काही घेण्याच्या परिस्थितीत नव्हता. उलट शिवबाने मागेच औरंगजेबाला कळवले होते की, कल्याण-भिवंडीचा भाग हा माझ्या वडिलांकडे असल्याने त्याचा ताबा मला मिळावा.

तो ताबा मिळवण्याची हीच योग्य वेळ आहे हे शिवबा जाणून होता. २४ ऑक्टोबर १६५७ ला कल्याण-भिवंडी तर ताब्यात आलीच पण त्याचबरोबर लोहगड, तुंग, तिकोना, विसापूर, राजमाची असे चाळीस किल्लेही त्याच्या सरदारांनी जिंकून घेतले. कल्याणच्या भूमीने पुन्हा यश दिले. सागरी किल्ला बांधीत असतांना त्याच्या पायथ्यात अमाप धन मिळाले. महाराष्ट्राची भूमीही शिवबाला भरभरून मदत करीत होती. आता कल्याणच्या सागरात पहिले आरमारी तळ उभारले गेले.

त्यानंतर कल्याण-नाशिकच्या मध्यावर असलेला अंदाजे तीन हजार फूट उंचीचा आणि अडीच हजार फूट लांब रुंद असलेला माहुलीचा किल्लाही शिवबांनी जिंकून घेतला.

माहुलीनंतर चौल घेतला - हे एका लहानशा खाडीने दोन भागात विभागले गेले आहेत. त्यातील वरचे चौला अदिलशहाकडे तर खालचे चौल ते रेवदंडा म्हणून ओळखले जाते ते पोर्तुगीजांकडे होते. ते दोन्ही भाग ताब्यात आले. रेवदंड्यावरच पोर्तुगीजांनी एक सागरी किल्ला बांधला होता. त्यावरूनच ते भारताशी व्यापार करीत असत.

याच वेळी चौलच्या दक्षिणेला पन्नास मैलांवर असलेली तळे आणि घोसाळे ही दोन्ही कोटबंद सागरी ठाणी आणि सुवर्ण दुर्ग हाही शिवबांनी जिंकून घेतला. याच्याच पाठोपाठ रत्नागिरी खारे-पाटण ही ठाणी तर जिंकलीच पण त्या बरोबरच खारेपाटणजवळच समुद्रात असलेला विजयदुर्ग ताब्यात घेऊन बळकट करण्यास सुरुवात केली.

या ठिकाणी पुन्हा आठवण होते युद्धतंत्रातील महत्त्वाच्या कलमाची. कुशल सेनानी आपल्या फौजेचा उपयोग पुराच्या पाण्याच्या लोंढ्याप्रमाणे करतो. म्हणजे पुराचे पाणी आधी सखल प्रदेश व्यापून पुढे घुसत जाते. याचाच अर्थ असा की, ज्या ठिकाणी शत्रू कमजोर असेल - जिथे तो प्रतिकारासाठी तयार नसेल त्या जागांवर हल्ले करून त्या ताब्यात घेण्याचा सपाटा शिवबाने लावला होता.

मोगल आणि मुस्लिम या दोन्ही शक्तिशाली सत्तांचे जरी कोकणावर अधिकार सांगत होत्या तरी त्याच्या संरक्षणाकडे त्यांचे फारच कमी लक्ष होते. म्हणूनच हजारो मैलांवरून व्यापाराच्या निमित्ताने आलेले डच, पोर्तुगीज, इंग्रज हे सगळे कोकण पट्टीतच सागर किनाऱ्याच्या आश्रयाने आपला जम बसवीत होते. त्यांना धक्का लावण्याचे भारतातील दिल्लीपतीलाही म्हणजेच मोगल

सम्राटलाही शक्य झाले नव्हते.

या परिस्थितीचा शिवबाने चांगला अभ्यास करूनच आपल्या सेना कोकणात घुसविल्या होत्या आणि तो प्रदेश आपल्या ताब्यात घेण्याचा सपाटा लावला होता.

याच बरोबर ज्याच्याजवळ सामर्थ्यशाली आरमार त्याचाच सागर - हे सागरी युद्धतंत्रही त्याने अभ्यासातून अवगत करून घेतले होते आणि म्हणूनच सागरी किल्ले ताब्यात घेऊन ते मजबूत करून आपले सागरी सामर्थ्य वाढविण्यास सुरुवात केली होती.

उत्तर कोकण ताब्यात येताच शिवबाने आपल्या फौजा दक्षिण कोकणात घुसवल्या. दक्षिण कोकणात त्या वेळी आदिलशाही सुभेदार रुस्तुमजमा हा कारभार पहात होता. या रुस्तुमजमाकडे राजापुरापासून वेंगुर्ल्यापर्यंतचा मुलूख होता. हा रुस्तुमजमा शहाजीराजांचा मित्र रणदुल्लाखान याचा मुलगा होता.

या रुस्तुमजमाने दक्षिण कोकणातील लखम सावंतावर; तो वसूल नीट भरत नाही म्हणून नेमका याच वेळी हल्ला केला आणि सावंताने शिवबाकडे मदत मागितली - शिवबाने ती लगेच देऊ केली. शिवबाचे तीन हजारांचे सैन्य त्याने पोसायचे आणि मराठ्यांविरुद्ध तुर्कांना मदत करायची नाही - या अटींवर त्याने शिवबांशी तह केला. रुस्तुम जरा गप्प बसला. भविष्यात इंग्रजांनी याच नीतीचा उपयोग केला होता.

लखम सावंताचा तह होताच गोवलेकर सावंतही शिवबांना भेटायला आले. शिवबाने त्यांचा गौरव करून आपलेसे करून घेतले. याच गोवलेकर सावंतांजवळ पोर्तुगालमध्ये तयार केलेली एक अप्रतिम तलवार होती. ती सावंतांनी शिवबांना दिली. हीच ती 'भवानी तलवार' असे आता जाणकार म्हणतात. त्याबद्दल शिवबाने त्यांना तीनशे होन म्हणजे जवळ जवळ दहाशे पन्नास रुपये आणि मानाचा पोषाख दिला.

आतापर्यंत शिवबाने आपल्या वेगवान आणि चपळ युद्धतंत्राचा परिचय करून देत सह्याद्री आणि कोकण आपल्या ताब्यात आणले होते. ते आता महाराष्ट्राच्या त्या स्वतंत्र भागाचे राजे झाले होते. वयाच्या केवळ अठराव्या वर्षी पुरंदरावर मातब्बर फत्तेखानाला झोडपून पळवून लावणारा शिवाजी आता राजनीतीनिपुण आणि युद्धशास्त्रातील एक तज्ज्ञ असा राजा झाला होता.

घोडदळाचा प्रभावीपणे उपयोग करण्याचे तुर्की युद्धतंत्रही त्याने आत्मसात केले होते. इतकेच नव्हे तर त्यांना मराठी चपळता आणि वेग देऊन आणखी

प्रभावशाली केले होते. भूगोलाचा सखोल अभ्यास, राजनैतिक परिस्थितीचा संपूर्ण विचार करूनच तो आपली रणनीती आखीत असल्याने आपले कमीत कमी लोक गमावून प्रत्येक प्रसंगी तो यशस्वी होत गेला. अत्यंत गुप्तपणे केलेल्या वेगवान हालचालींनी ते शत्रूच्या समोर अनपेक्षितपणे जाऊन उभा राहताच शत्रू गोंधळून जात असे. एकूण प्रसंगी त्याच्याही पेक्षा वरचढ तंत्र वापरून त्यांनी शत्रूला नामोहरम केले होते.

कोकणात त्यांना एकच डोकेदुखी उरली होती. ती म्हणजे जंजिऱ्याच्या सिद्दीची. अर्थात् शिवबाने तळे घोसाळे जिंकून त्याच्या भोवतालचा फास आवळला होता - आणि त्या नंतर तो सरळही आला होता. पण त्याचे पूर्णपणे उच्चाटन झाले नव्हते.

आता १६५८ साल मावळत होते. औरंगजेब शिवबाची ताकद ओळखून होता. त्याचे स्वत:चे डोळे आता दिल्लीत मरायला टेकलेल्या आपल्या बापाच्या रिकाम्या होणाऱ्या तख्ताकडे लागले होते. म्हणूनच तिकडे जाता जाता शिवबाला शांत ठेवण्यासाठी त्याने शिवबाला एक खोटे पण प्रेमाचे पत्र धाडून कौतुक केले होते. तर शिवबापासून सावध राहण्याबद्दल आदिलशहाला सावध करायलाही तो विसरला नव्हता.

१६५८ च्या मध्यातच मोरोपंत पिंगळ्यांनी वाई महाबळेश्वराहून कोकणात उतरणारा मार्ग रोखणारा प्रतापगड अत्यंत चांगला बांधून पूर्ण केला होता.

शिवबा आपल्या स्वराज्यात स्थिरता आणून, जनतेत विश्वास निर्माण करण्याच्या कामात गुंतले होते. अर्थात् स्वराज्य विस्ताराचे मूळ ध्येय ते विसरले नव्हते.

पण या वेळी त्यांच्या वाढत्या शक्तीने आदिलशहा सावध झाला होता. औरंगजेबाची पावले दिल्लीकडे वळताच त्याने शिवबाच्या बंदोबस्ताच्या प्रश्नाला हात घातला. या कामासाठी त्याच्याकडे एकच मातब्बर, शूर, कपटी असा अफझलखान हाच विश्वासाचा सरदार उरला होता. शिवबाला बातम्या येत होत्याच.

◆◆◆

प्रतापगडाचे युद्ध

तोरणा किल्ल्यावरील हल्ल्याची यशस्वी रंगीत तालीम पूर्ण केल्यावर, राजगड, सिंहगड ताब्यात घेण्यात आणि त्यानंतर वयाच्या केवळ अठराव्या वर्षी पुरंदर किल्ल्यावर मातब्बर फत्तेखानाची फजिती करून त्याला पळवून लावण्यात शिवरायांनी दाखविलेल्या युद्धकौशल्याची आणि युद्धनेतृत्वाची चमक अपूर्व अशीच होती.

त्यानंतरही सभोवतालच्या परिस्थितीचा सखोल अभ्यास करून त्याचा फायदा उठविण्याकरिता केलेल्या राजकीय आणि लष्करी कारवाईमुळे स्वराज्याच्या सीमा वृद्धिंगत होत गेल्या खऱ्या पण आता या बंडखोर शिवाजीचा पक्का बंदोबस्त केलाच पाहिजे ही भावना विजापूरच्या आदिलशहाच्या मनात पक्की रूजून बसली आणि त्या दिशेने विजापूरात हालचाली सुरू झाल्या.

याचाच परिणाम म्हणून पूर्ण तयारीनिशी विजापूरच्या बड्या बेगमेचा अत्यंत विश्वासातील, मातब्बर, पराक्रमी, तितकाच क्रूर कपटी असा सरदार अफजलखान, "शिवाजीला जिंदा या मुर्दा पकडून विजापुरात आणीन", अशी गर्जना करून विजापुराहून निघाला. त्याचवेळी मावळातील देशमुखांना आदिलशहाचे आदेश आले "अफजलखानाच्या या मोहिमेत त्यांनी अफजलखानाला मिळावे."

उत्रोळीचे केदारजी आणि खंडोजी खोपडे लगेच धापा टाकीत अफजलखानाला मिळाले, मात्र मावळात वजन असणारे कान्होजी जेधे यांच्यासारखे काही खंबीर देशमुख शिवरायांना सामील झाले. शिवरायांनीही प्रत्येकाला पारखूनच सामील करून घेतले.

अफजलखान विजापुराहून निघाल्यापासून त्याची बित्तंबातमी शिवरायांना मिळत होती. त्यांचे सुसूत्र विणलेले हेरखात्याचे जाळे हा त्यांच्या युद्धनीतीचा आत्मा होता. विजापुराहून खानाची निघण्याची तयारी सुरू झाल्यापासूनच्या

बातम्या येताच खानाची पावले ओळखून शिवराय राजगडाहून प्रतापगडावर येऊन बसले होते. यात शत्रूला स्वराज्याच्या सीमेत प्रवेश करू द्यावयाचा नाही ही ज्याप्रमाणे पहिली भूमिका होती त्याचप्रमाणे त्याला आपल्यामागे कोठे येणे आवडेल आणि आपल्यालाही त्याचा यशस्वी प्रतिकार करणे कोठे सोपे जाईल या सर्वाचा बारकाईने विचार करूनच आणि शिवाय जावळीहून पळालेला प्रतापराव मोरे हाही त्यांच्याबरोबर आहे हे लक्षात घेऊनच त्यांनी हा निर्णय घेतला होता.

जुलै १६५९ मध्ये ते प्रतापगडावर आले. अफजलखान हा काही काळापूर्वी वाईचा सुभेदार असताना जावळीचे खोरे त्याच्याच अधिकारात येत असे. त्यामुळे त्याला जावळीच्या प्रदेशाची, तेथील लोकांची चांगलीच माहिती होती आणि म्हणूनच शिवाजी जावळी खोऱ्यातील प्रतापगडावर आला आहे हे समजताच शिवरायांच्या अपेक्षेप्रमाणे त्याला आनंदच झाला. कारण आपल्याला पूर्णपणे माहीत असलेल्या रणक्षेत्रात लष्करी कारवाईसाठी जाणे कोणत्याही सेनानीला आवडते.

शिवरायांच्या दृष्टिकोनातून प्रतापगडाच्या परिसरातील भौगोलिक परिस्थिती ही इतक्या मोठ्या संख्येने आणि तयारीने आणि तेही अफजलखानासारख्या कडव्या सेनानीच्या नेतृत्वाखाली येणाऱ्या आदिलशाही सेनेशी सामना करण्याला अत्यंत योग्यच होती.

खान मजल दरमजल करीत प्रतापगडाकडे सरकत होता. मार्गातच त्याने शिवरायांचे मेव्हणे फलटणचे बजाजी निंबाळकर यांना अटक केली. ती मुद्दाम शिवरायांवर दबाव आणण्याकरिता. दोन वर्षापूर्वी आदिलशहाने त्यांना जबरदस्तीने बाटवून मुसलमान केले होते तेव्हा शिवरायांनी त्यांना पुन्हा धर्मांतर करायला लावून सन्मानाने हिंदू करून घेतले होते. यामुळे या बजाजी निंबाळकरांवर आदिलशहाचा राग होताच.

अर्थात् खुद्द मेव्हण्याला अटक झाली म्हणून फलटणसारख्या ठिकाणी प्रचंड आदिलशाही फौजेबरोबर लढाईचा पवित्रा घेण्यासारखे अविचारी पाऊल शिवराय उचलणे शक्यच नव्हते. त्यांनी नेहमीप्रमाणे राजनैतिक पावले उचलली आणि खानाच्या मर्जितील मलावडीचे जहागिरदार नाईकराजे पांढरे, यांच्या मार्फत खानाला साठहजार होन (जवळजवळ दोन लाख रुपये) देऊन निंबाळकरांची सुटका करून घेतली. खानाच्या लोभी वृत्तीची शिवरायांना पारख होतीच.

खान आता वाईला आला होता - अर्थात् वाईला येता येता त्याने

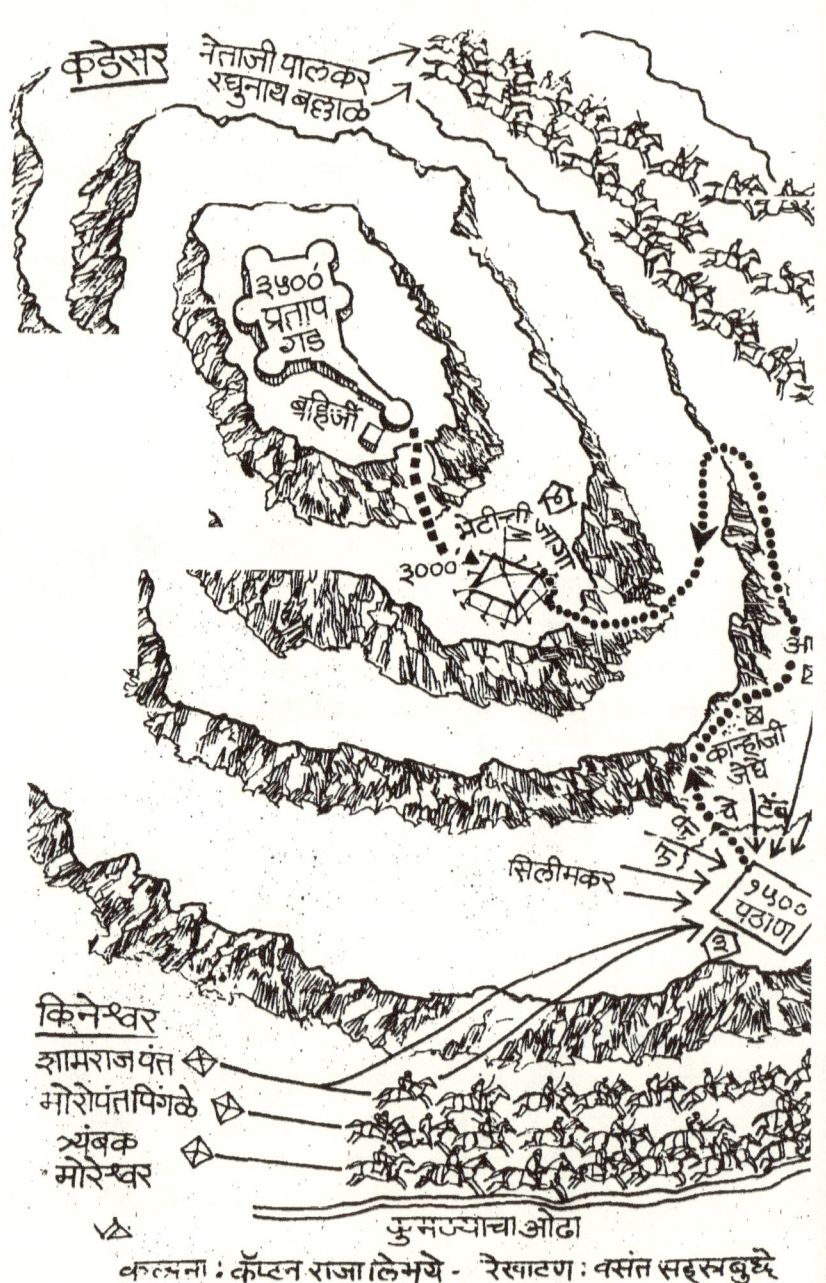

कडेसर नेताजी पालकर
रघुनाथ बल्लाळ

३५०० प्रताप गड
बाजीजी

भेटीची जागा
3000

कान्होजी
आंगे

सिलीमकर

९५०० पठाण

किनेश्वर
शामराज पंत
मोरोपंतपिंगळे
त्र्यंबक
मोरेश्वर

कुमज्याचा ओढा

कल्पना : कॅप्टन राजा लिमये - रेखाटण : वसंत सहस्रबुद्धे

१० नोव्हेंबर १६५९

प्रतापगडचे युद्ध

कल्पना रेखाटण

(स्केलप्रमाणे नाही)

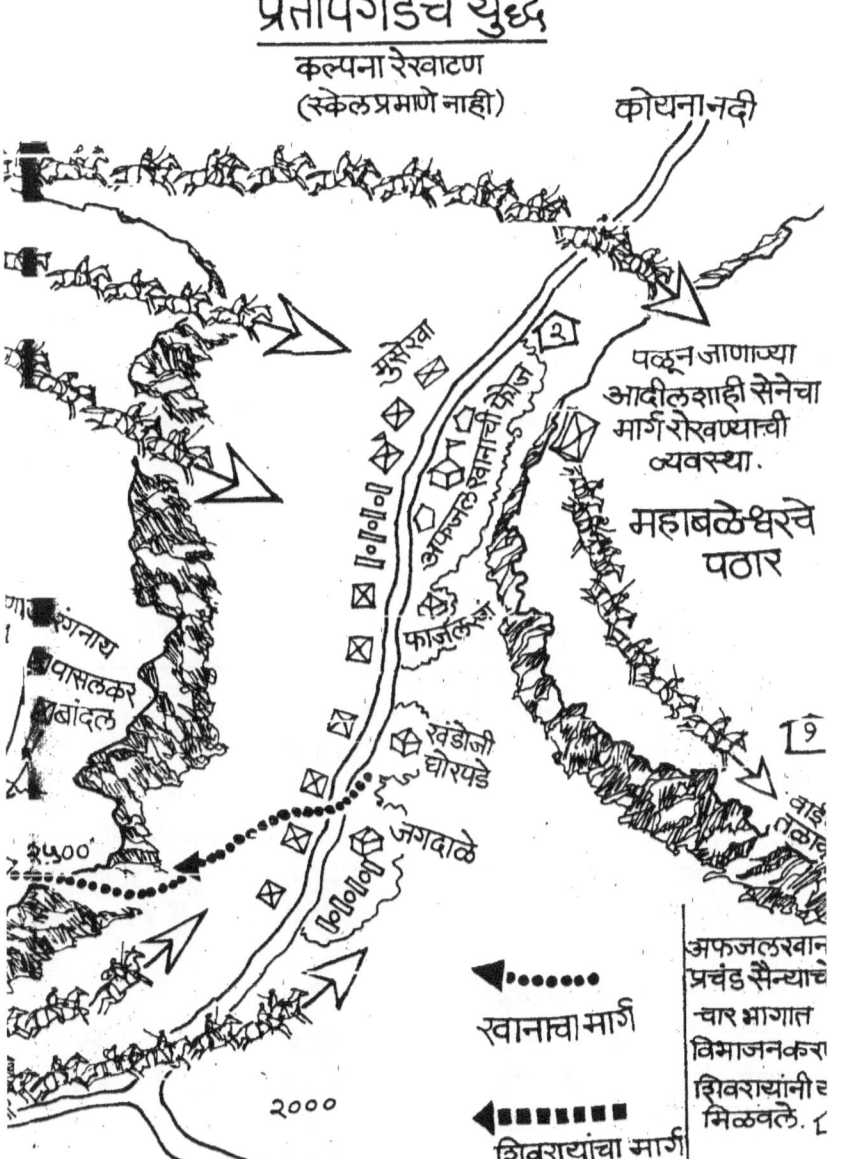

तुळजापूर, पंढरपूर येथील देवस्थानांची लुटालूट केली आणि सुपे, सासवड, शिरवळ आदी ठाणी जिंकून घेऊन पुणे परिसरात धुमाकूळ घालण्यास सैन्य धाडले. इतकेच नव्हे तर हबशी सैफखानाला तळ कोकणात धाडले. या हबशी सैफखानाने राजाच्या ताब्यात असलेली काही ठाणी जिंकून घेतली. यात अफजलखानाचे दोन उद्देश होते. पहिला म्हणजे शिवरायांच्या चारही बाजूला आपले लष्करी कडे निर्माण करायचे आणि दुसरा म्हणजे पुणे, सासवड, शिरवळ या पूर्व भागातून तसेच खाली कोकणाकडून स्वत:ला निर्धास्त करून घ्यावयाचे.

ही पावले उचलूनच खान जावळीच्या मार्गावर वाईपर्यंत आला होता. जावळीच्या प्रदेशाची थोडी माहिती अफजलखानाला होतीच पण त्याहीपेक्षा जास्त बातमी त्याच्याबरोबर असलेला, मागे जावळीहून पळून गेलेला प्रतापराव मोरे, जो अफजलखानाच्या मदतीने जावळी परत मिळविण्याचा प्रयत्न करीत होता तो पुरवणार होता त्याची काही विश्वासातील माणसेही जावळीत असण्याची शक्यता होती !

खानाच्या प्रत्येक पावलावर शिवरायांची नजर होती. खानाची पावले ओळखूनच ते राजगड सोडून प्रतापगडावर येऊन बसले होते. अफजलखानाची ही मोहीम म्हणजे स्वराज्य स्थापनेच्या कल्पनेलाच आव्हान होते. खानावर पूर्ण लक्ष ठेवूनच त्या रणधुरंधराने आपल्या वैशिष्ट्यपूर्ण युद्धतंत्रानुसार हालचाल सुरू केली होती. मानसशास्त्रीय युद्धतंत्राला अनुसरून त्यांनी खेळी सुरू केली.

युद्धशास्त्रही हेच सांगते शत्रूच्या शरीरावर शस्त्राने हल्ला करण्याआधी त्याच्या मनावर हल्ला करा. मानसशास्त्रीय युद्धतंत्र ते हेच.

शिवरायांनी नेमके हेच केले. अफजलखान स्वत:ला ''मूर्ती फोडणारा'' असे अभिमानाने म्हणवून घेत असे. मग ही ख्याती असलेल्या शत्रूसैन्याच्या सेनापतीविरुद्ध वातावरण निर्माण करण्यासाठी खानाने तुळजापूर आणि पंढरपूर येथील दैवतांच्या मूर्ती फोडल्या अशा बातम्या पसरविण्याने बरेच काही होण्यासारखे होते आणि झालेही तसेच.

खान तसा पक्का मुत्सद्दी होता. हिंदू दैवतांच्या मूर्ती आणि त्याही आपली मोहीम यशस्वी होण्याआधी फोडून, सर्वसामान्य जनतेला, विशेषत: त्याला येऊन मिळणाऱ्या मराठी सरदारांना आणि सैनिकांना दुखावण्याचे कृत्य त्याच्यासारखा धोरणी सेनापती करणे शक्य नव्हते. तरीही त्या बातम्या पसरल्या, नव्हे त्या मुद्दामच पसरविल्या गेल्या हे म्हणणेच जास्त संयुक्तिक वाटते. या

बातम्यांचे परिणाम सावकाश होत गेले. खानाविषयी जनतेत आणि मराठे सैनिकांत तिरस्कार, चीड निर्माण होऊ लागली.

याशिवाय खानाने आपल्या बायकांची हत्या केली किंवा खानाच्या गुरुला खान पहिल्याच मुक्कामी मुंडक्याविना दिसला या बातम्याही खानाच्या सैनिकांच्या मनोधैर्यावर परिणाम करण्याकरिताच पसरविण्यात आल्या. त्यांचे मनोधैर्य खच्ची करण्याकरिता या बातम्यांचा चांगलाच उपयोग करून घेतलेला दिसतो. याच्या उलट परिणाम झाला तो शिवरायांच्या सैनिकांच्या मनावर. त्यांचे मनोधैर्य, त्यांची लढण्याची जिद्द बेसुमार वाढत गेली. या तर अगदीच सुरवातीच्या हालचाली होत्या.

खरे म्हणजे आपल्या बायकांची हत्या करण्याचे अफजलखानाला काहीच कारण नव्हते - कारण आपला पराभव होईल किंवा या मोहिमेत आपण मारले जाऊ अशी शंका देखील त्याच्या मनाला शिवण्याची शक्यता नव्हती. पण शिवरायांच्या अष्टपैलू युद्धतंत्राचा तो एक भाग होता. शत्रुसैनिकांचे मनोधैर्य खच्ची करण्यासाठी खरे म्हणजे असल्या मानसशास्त्रीय युद्धपद्धतीचा अवलंब संपूर्ण जगात निरनिराळ्या पद्धतीने केला गेलेला आढळतो - नव्हे पारंपरिक युद्धतंत्राचा तो एक अविभाज्य घटकच आहे. पण शिवरायांनी एका दगडात दोन पक्षी मारले होते. ज्या बातम्यांनी शत्रुसैनिकांचे मनोधैर्य खच्ची होत होते त्याच बातम्या शिवरायांच्या सैनिकांचे मनोधैर्य उंचावण्यात मदत करीत होत्या आणि म्हणूनच शिवरायांचे युद्धनेतृत्व हे त्या काळच्या जागतिक पातळीवरील युद्धनेतृत्वाच्या तोडीस तोडच नव्हे तर कणभर जास्तीच चांगले होते याची कबुली आता सगळ्यांनीच दिली आहे.

खानाची पावले ओळखूनच शिवराय प्रतापगडावर येऊन खानाच्या पुढच्या हालचाली न्याहाळीत होते. खानाने सासवड, सुपे, शिरवळ, पट्टा काबीज करताच, त्याच्या सैन्याला त्यापुढे शिरकाव करता येऊ नये म्हणून शिवरायांनी नेताजी पालकरांना त्यांच्या घोडदळासह खानाच्या सैन्याची दमछाक करून त्या सैन्याला थोपवून धरण्यासाठी त्या भागात डोंगरमाथ्यावर ठेवले होते. नेताजीनेही छुपे हल्ले करून खानाच्या सैन्याला हैराण करणे चालू केले.

खानाने वाईला पोहोचताच तेथे त्याचे सैन्य आणि छावणी स्थिरावत असतानाच आपल्या पद्धतीप्रमाणे पहिले पाऊल टाकले. त्याने आपला विश्वासू वकील, जो मूळचा वाईचा कुलकर्णी होता त्या कृष्णाजी भास्करामार्फत शिवरायांना निरोप धाडला की शिवरायांनी स्वत: वाईला येऊन खानाला भेटावे आणि

जिंकलेला सर्व मुलूख परत करावा.

खानाने स्वत:च बोलणी सुरू करण्यासाठी पावले उचललेली पाहताच त्या रणनीतीतज्ञ शिवरायाला खानाचे इरादे स्पष्ट दिसायला लागले. कोणताही यशस्वी सेनानी युद्धप्रसंगी शत्रूच्या सेनापतीची युद्धपद्धती, त्याच्या आवडी-निवडी, विचारांची दिशा, त्याचे व्यक्तिमत्त्व आणि त्यातील कच्चे दुवे यांचा सखोल अभ्यास करीत असतो. या बाबतीत शिवराय मागे रहाणे शक्च नव्हते. खानाच्या युद्धपद्धतीचा त्यांनी पूर्ण अभ्यास केला होता. त्यांच्या विचारांची दिशा त्यांनी पारखली होती आणि म्हणूनच आपल्यावर लष्करी दडपण आणण्याचा पूर्ण प्रयत्न केल्यानंतर, खान भेटीला बोलावतो आहे, यातील रोख त्यांच्या लक्षात यायला वेळ लागला नाही.

हे तर अफजलखानाच्या युद्धपद्धतीप्रमाणेच घडत होते. शत्रूपक्षावर प्रचंड लष्करी दडपण आणायचे आणि त्याच्या आत्मविश्वासावर, जिद्दीवर मानसिक आघात करायचा. यानंतर त्याला आश्वासन देऊन तहाची बोलणी करण्यासाठी आमंत्रित करायचे आणि त्याचा फडशा पाडायचा हे अफजलखानाचे तंत्र राजांच्या नजरेसमोरून हलणे शक्य नव्हते. कर्नाटकातील अजिंक्य शिरेपट्टणच्या शूर कस्तुरीरंगाला अफजलखानाने असाच नाहीसा केला होता. त्याच्यावरही खानाने प्रचंड लष्करी दडपण आणून त्याचा आत्मविश्वास असाच खच्ची केला होता. मग त्याला विश्वासात घेऊन बोलणी करण्यासाठी खानाने त्याला गडावरून, गडाखाली आपल्या गोटात बोलविले आणि त्याचा सहजपणे खून केला. खानाने नुकतेच काही वर्षांपूर्वी केलेले हे कृत्य, त्याच्या त्या आवडीच्या युद्धतंत्राचे निदर्शक होते.

इतिहासाचे धडे गिरवून नवीन इतिहास निर्माण करण्याचा प्रयत्न करणाऱ्या शिवरायांना शत्रूच्या त्या पाताळयंत्री सेनापतीच्या या युद्धतंत्राचा विसर पडणे शक्यच नव्हते. राजांनी खानाचे इरादे ओळखले आणि आपली योजना आखली. याबाबतीतही त्यांच्या योजकतेचा आणखी एक पैलू नजरेसमोर आल्याशिवाय रहात नाही.

युद्धयोजना ही नेहमीच लवचिक असावी लागते. म्हणजे प्रत्यक्ष युद्धप्रसंगी क्षणोक्षणी बदलणाऱ्या परिस्थितीनुसार त्यात बदल करता येतो. शिवरायांनी देखील खानाने बोलणी करण्यासाठी पुढाकार घेताच राजांनी आपली युद्ध-योजना बदलून, सासवड, सुपे भागांकडे धाडलेल्या नेताजी पालकरांना घोडदळासह प्रतापगडावर बोलावून घेतले आणि त्याचबरोबर खानाच्या निरोपाला प्रतिसाद

दिला. असा प्रतिसाद देतानाच तुमच्याशी कोणत्याही प्रकारचे युद्ध करण्याची आपली हिम्मत नाही हे त्यांना दाखवावयाचे होते आणि त्यासाठी नेताजीचे परत येणे आवश्यक होते. नेताजीला परत बोलविण्यामागील मुख्य हेतू अर्थात्‌च दुसरा होता.

अफजलखानाच्या निरोपाला त्यांनी जो प्रतिसाद दिला त्यात तुमच्या लष्करी सामर्थ्यामुळे मी घाबरून गेलो आहे आणि तुमच्या त्या सागरासारख्या प्रचंड लष्करी छावणीत वाईला येण्याची माझी हिम्मत नाही हे त्यांनी पंताजी गोपीनाथासारख्या चाणाक्ष वकिलाच्यामार्फत खानाला कळविले आणि त्याच्याच तंत्राच्या आधाराने त्याच्या विचारांना चालना दिली. मानसशास्त्रीय युद्धतंत्राचा हा सगळ्यात वरचढ असा नमुना म्हणता येईल. ज्या मार्गाने जाणे हे शत्रूच्या सेनापतीला योग्य वाटेल, त्याला आवडेल आणि ज्या मार्गाने पूर्वीही जाऊन त्याने यश मिळविले होते तोच मार्ग त्याच्यासमोर पायघड्या टाकल्यासारखा उकलून टाकला आणि त्याला हवी तशीच परिस्थिती निर्माण करून दिली तर... औरंगजेबासारख्या धूर्तालाही जाळ्यात अडकविणारा, कर्नाटकच्या मोहिमेत मी - मी म्हणविण्यांना धूळ चारणारा शूर वीर, मुत्सद्दी खान निश्चितपणे आपल्या पावलांनी चालत खूशीने समोर येईल हा रणधुरंधर शिवरायांचा कयास खरा ठरला.

खरे म्हणजे खानाच्या नजरेसमोरही काही वर्षापूर्वीच शिवरायांनी, चंद्रराव आणि प्रतापराव मोऱ्यांची साथ असूनही, जावळीच्या खोऱ्यातच बाजी शामराजाच्या केलेल्या दणदणीत पराभवाचे चित्र स्पष्टपणणे उभे होते. तोही एक सावध सेनानी होता आणि म्हणूनच स्वत:जवळ इतके प्रचंड लष्करी सामर्थ्य असूनही तो वावटळासारखा अहंकाराने वाई सोडून जावळी खोऱ्यात घुसला नव्हता. म्हणूनच शिवरायांच्या नजरेसमोर पहिले उद्दिष्ट होते ते या सावध सेनानीला बेसावध करणे आणि ते उद्दिष्ट साध्य करण्याचा प्रयत्न शिवराय, आपण अफजलखानाचे प्रचंड सामर्थ्य पाहून घाबरून गेलो आहोत असा घोष लावून साध्य करण्याचा करीत होते. अफजलखान विचलित होत होता.

खरोखरीच खानाच्या दृष्टीने परिस्थितीत बदल झाला होता. त्याने आणलेल्या प्रचंड लष्करी दडपणामुळे शिवाजी घाबरला होता. शिवाजीच्या सैन्याची लढण्याची जिद्द मारली गेली होती. सासवड, सुपे भागात छुपे हल्ले करून आपल्या सैन्याला हैराण करणाऱ्या नेताजीलाही काढून घेण्यात आले आहे हे पाहून आणि पंताजी गोपीनाथासारख्या मुरब्बी वकिलाकडून शिवाजीच्या परिस्थितीचे वर्णन

ऐकून खान पुन्हा शिरेपट्टणच्या मोहिमेची स्वप्ने पाहू लागला होता. शिवाजीशी बोलणीच करायची ना मग दोन पावले पुढे टाकून, सर्व शक्तिनिशी गडाखाली जायला काय हरकत आहे ? असा निर्णय अखेर खानाने घेतला. आपल्या सुखावल्या गेलेल्या अहंकारामुळे त्याने घेतलेला निर्णय त्याच्या सरदारांना मान्य नव्हता. त्यांना शिवाजीची भीती वाटत होती. पण आपल्या निर्णयाचे समर्थन करताना खान त्यांना समजावून सांगत होता की समजा आपण आता गडाखाली गेलो नाही तर घाबरलेला शिवाही इथे येणार नाही. मग त्याता पकडायचे असेल तर आपल्याला जावळी खोऱ्यात शिरावेच लागेल. गडाला वेढा द्यायला लागेल. त्या भयंकर भागात लढाई देखील करावी लागेल. माणसे मरतील आपली आणि त्याचीही. त्यापेक्षा आज तो घाबरलेला शिवा आपल्याला मान देऊन तेथे बालावतो आहे; तो मला भेटणार आहे; मग या संधीचा लाभ घेणेच योग्य आहे की नाही ?

त्याच्याबरोबरच्या सरदारांना खानाने जावळीत घुसणे जरी मान्य नव्हते तरी आता न जाता नंतर तेथे जाऊन शिवाजीच्या सैन्याबरोबर दोन हात करणेही त्यांना जास्त धोकादायक वाटत होते म्हणूनच खानाच्या योजनेला सर्वांनी साथ दिली. शिवरायांना हे अपेक्षितच होते. खानाचा निर्णय पक्का झाला आणि महाबळेश्वराचे पठार ओलांडून खान जावळी खोऱ्यात उतरला. त्याने आपली बायका-मुले, बाजारबुणगे हे वाईच्या छावणीतच ठेवले आणि त्यांच्या सोबतीला सैन्याचा एक लहानसा भाग ठेवला.

आता पारंपरिक युद्धतंत्रानुसार राजकीय संवादाबरोबर, खानाच्या सैनिकांवर मानसशास्त्रीय पद्धतीने हल्ले होत होतेच. खानाचे सैन्य जावळी खोऱ्यात पोहोचेपर्यंत कासावीस झाले होते. पण तेथील गावकऱ्यांनी त्या सैन्याची उतरण्याची सोय व्हावी म्हणून आवश्यक त्या ठिकाणी जंगलतोड करून, साफ करून खानाच्या सैन्याला मुक्कामाच्या जागा आवडतील अशा करून ठेवल्या होत्या. अर्थात् तोडलेल्या झाडांनी गडावर जाण्याचे इतर मार्ग बंद करण्यात येत आहेत याची खानाच्या सैन्याला कल्पना असणे शक्यच नव्हते.

राजकीय संवाद चालू होतेच-त्यातूनच शिवाजी आता शरणागतीची बोलणी करण्यासाठी येणार ही बातमी खानाच्या सर्व छावणीभर पद्धतशीरपणे पसरविण्यात आल्याने खानाच्या सैन्याची युद्ध करण्याची मानसिक तयारी आणि जिद्द पार कोलमडून पडली होती. त्यांच्या मनावर होत असलेल्या मानसशास्त्रीय हल्ल्याला मिळत असलेल्या यशाचे ते द्योतक होते. म्हणूनच त्या काळच्या युद्धशास्त्रनिपुण

अशा सेनानींमधे ते श्रेष्ठ ठरले होते.

आपल्यावर प्रचंड लष्करी सामर्थ्य एकवटून हल्ला करण्यासाठी येणाऱ्या शत्रूच्या सैन्याची विभागणी करण्यास शत्रू सेनानीला भाग पाडण्यासाठी आणि आपल्याला सोयीच्या अशा रणक्षेत्रावर त्याला खेचून आणण्यासाठी प्रत्येक कुशल सेनानी, राजनैतिक संवादाचा उपयोग करीत असतो. शिवरायांनी अगदी तेच केले. शत्रूच्या शरीरापेक्षा त्याच्या मनावर वार केले गेले होते.

शिवरायांनी पहिल्या राजकीय खेळीतच खानाच्या प्रचंड सैन्याचे दोन भाग पाडण्यात यश मिळवले. एक वाईच्या तळावर तर दुसरा हिस्सा आपल्याला सोयीच्या अशा जावळीच्या खोऱ्यात. खानाच्या सैन्याचा हा दुसरा प्रमुख लढाऊ हिस्सा, पहिल्यापासून बऱ्याच लांब अंतरावर, सहज संपर्क साधण्यास कठीण अशा अवघड जागी येऊन ज्या जागी स्थिरावत होता-त्या जागेची निवडही शिवरायांनीच केलेली होती ती अत्यंत हिकमतीने—

जावळी भागात खानाला जावळीपासून पारघाटा जवळील पुलापर्यंत कोयनेच्या खोऱ्यातच आपल्या सैन्याचा तळ पसरून ठेवण्याशिवाय गत्यंतर नव्हते. कारण आजूबाजूला सपाट जागाच नव्हती आणि स्थानिक गावकऱ्यांनी हाच पट्टा साफसूफ करून ठेवला होता- ही सपाटीही गडाच्या पूर्व भागाला वळसा घेऊन बसली होती. त्यामुळे सैन्याच्या एका टोकाच्या छावणीला दुसऱ्या टोकाकडे काय घडते आहे हे कळणे सोपे नव्हते. शिवाय गडावरील मोक्याच्या जागांवर तोंड खाली वळवून बसलेल्या तोफांच्या माऱ्यात सर्व सैन्य स्थिरावले होते. एकूण आपल्याला सोयीच्या अशा रणक्षेत्रात शत्रूच्या सैन्याला शिताफीने खेचून आणून, शिवरायांनी आपल्याला मिळालेल्या नैसर्गिक भौगोलिक उंचीचा बरोबर फायदा करून घ्यायला सुरवात केली होती.

राजकीय संवादाच्या पुढच्या फेरीतच शिवरायांनी भेटीची जागा पक्की केली आणि त्यांची ही खेळीही अप्रतिम होती. भेटीसाठी खानाला अर्धा गड चढून यावे लागणार होते. गडावर जाण्याचे दोनच मार्ग होते. तेही गडाच्या आग्नेय टोकाकडे जात होते. यापैकी कुंब्रोशी गावाच्या पूर्वेकडून जाणारा मार्ग राजांच्या जवानांनी झाडे तोडून रस्ते अडवून बंद करून टाकला होता. त्यामुळे सोनपारपर्यंत कोयनेच्या काठाकाठाने पुढे येणारा वर्तुळावर असा खोल दरीतील मार्गच खानासाठी मोकळा होता. या मार्गावर गडावरून सतत लक्ष ठेवता येत होते. या मार्गाने येणारा खान शिवरायांच्या सैन्याच्या सतत नजरेत राहणार होता.

भेटीची जागाही गडाच्या आग्नेयेस अदमासे दीड हजार फुटांवर, सोनपार गावापर्यंत आलेल्या गडाच्या सोंडेवर जागा साफ करून तयार करण्यात आली होती—येथेच शामियाना उभारण्यात आला होता. ही भेटीची जागाही शिवरायांच्या सैन्याच्या पूर्ण नजरेखाली होती, पण खानाच्या सैन्याला ती दिसणे शक्य नव्हते. भौगोलिक परिस्थितीचा योग्य उपयोग करून, आपल्या सैन्याची रचना अत्यंत कुशलतेने करण्यात शिवरायांनी दाखविलेली योजकता ही त्यांच्यातील युद्धशास्त्र नैपुण्याची एक चुणूकच होती.

शिवरायांनी आपल्या सैन्याच्या मुख्य भागाला मोरोपंत पिंगळे यांच्या नेतृत्वाखाली गडाच्या नैऋत्येकडे असलेल्या किनेश्वर डोंगराच्या उत्तरेकडील घळीत दबा धरून बसविलेले होते. अर्थात् ही जागाही खानाच्या सैन्याच्या नजरेपलीकडे होती. नेताजीचे घोडदळ कडेसरच्या पठारात दबा धरून बसले होते. तेही खानाच्या सैन्याच्या नजरेच्या टप्प्याच्या पलीकडेच होते. गडाच्या दरवाजाखाली एका दरडीच्या आड खणलेल्या जागी हिरोजी फर्जंद चाळीस कडव्या हत्यारबंद जवानांसह दबा धरून बसला होता आणि तेथून तो भेटीच्या शामियान्यावर लक्ष ठेवणार होता. शिवराय खानाच्या भेटीला जात असताना व नंतर परतताना त्यांच्यावर लक्ष ठेवून त्यांना संरक्षण देण्याची जबाबदारी हिरोजी फर्जंदवरच सोपविण्यात आली होती.

लढाईला तोंड लागल्यावर खानाचे सैन्य अचानक गडावर येऊ नये म्हणून जनीच्या टेंबाच्या दोन्ही बाजूला घनदाट झाडीत जेधे आणि बांदल हे वीर आपल्या तुकड्या घेऊन दबा धरून बसले होते; तर त्यांनाही संरक्षण देण्यासाठी अप्पाजी रंगनाथ आणि पासलकर आपआपल्या जवानांनिशी सज्ज होऊन बसले होते, शिवाय शामियान्याच्या सोंडेच्या खाली घनदाट जंगलात हैबतराव आणि सिलीमकर यांचे जमाव टपून बसलेले होतेच. या सगळ्यांच्या तीक्ष्ण नजरेखाली कोयनाकाठी असलेले खानाचे सैन्य, शिवाजीला "जिंदा या मुर्दा" घेऊन येणाऱ्या अफजलखानाची वाट पाहणार होते.

खानाच्या लष्करी दडपणामुळे अत्यंत घाबरलेला शिवाजी खानाच्या भेटीला गडाखाली युद्धात उतरायला तयार नव्हता. उलट त्याला पकडण्यासाठी किंवा ठार करण्यासाठी उतावीळ झालेला खान गडाचा बराचसा भाग चढून केवळ मोजक्या रक्षकांसह भेटीच्या शामियान्यात येण्यासाठी तयार झाला होता. शिवरायांनी अत्यंत कुशलतेने हे नाट्यमय वातावरण निर्माण करून खानालाच गडावर येण्यासाठी तयार केले होते. म्हणजेच युद्ध प्रसंगीही नाट्याचा आपल्या

फायद्यासाठी चांगलाच उपयोग करून घेता येतो हे शिवरायांनी सहजपणे दाखवून दिले होते..

गुरुवार ता. १० नोव्हेंबर १६५९, दुपारी बारा वाजता भेट होण्याचे निश्चित झाले होते. त्याप्रमाणे खानाने सोबतीला एक खास सरदार, दोन हुद्देदार आणि दहा अंगरक्षक घेऊन ठरलेल्या अटीनुसार आपली छावणी सोडली. मात्र याशिवाय त्याने दीड हजार निवडक तलवारबहाद्दर पठाण (त्यात काही बंदुकवालेही होते) घेऊन गड चढण्यास सुरवात केली. ही बाब अर्थातच ठरलेल्या अटीमधे बसत नव्हती. तरीही शिवरायांचे वकील जे खानाबरोबर होते त्यांनी छावणी सोडताना मौन पाळले. खान असे काही करेल याची अपेक्षा नव्हे तर बातमीही राजांना होती आणि या बातमीत केव्हा आणि काय कारवाई करायची याच्या सूचनाही त्या रणराजाने आपल्या हुशार वकिलाला देऊन ठेवल्या होत्या.

आपल्या दीड हजार तलवारबहाद्दरांसह खान गडाच्या पायथ्यापासून काही अंतर वर चढून, खालच्या आपल्या स्वतःच्या सैन्याच्या नजरेआड येताच शिवरायांच्या वकिलाने अत्यंत अदबीने खानाला भेटीच्या अटींची आठवण करून देऊन, त्या दीड हजार तलवार बहाद्दरांना सोबत न नेण्याबद्दल सुचविले. खानाचे वकील कृष्णाजी भास्कर यांनीही त्यांना दुजोरा दिला. खानाला शिवाजी हवा होता आणि तोही शक्य तितक्या लवकर हवा होता. त्या कारवाईत आता त्याला अडचण नको होती. त्याच्या दृष्टीने त्याचे दीड हजार तलवारबहाद्दर लढवय्ये पायथ्यापासून अडीचशे ते तीनशे फूट वर आले होते. म्हणजे तेवढेच भेटीच्या जागेजवळ आले हेाते. म्हणून त्या दीड हजार जवानांना तेथेच थांबण्यास सांगितले गेले. शिवरायांची आणखी एक खेळी यशस्वी झाली. खानाच्या सैन्याचा आणखी एक लढाऊ भाग अलग पडला जो आता शिवरायांच्या सैन्याच्या आणि तोफांच्या माऱ्याखाली तर आला होताच, पण त्यांच्या स्वतःच्या मुख्य सैन्याच्या आणि भेटीच्या जागेच्याही नजरेपलीकडे होता.

खान आता भेटीच्या जागेजवळ आला आणि ठरल्याप्रमाणे, त्याने आपले दहा अंगरक्षक शामियान्यापासून बाणाच्या अंतरावर सोडले. त्याच्या सैन्याचा एक लहानसा तुकडा पुन्हा अलग पडला.

त्यानंतर पंचहत्यारी लष्करी सरदार सय्यद बंडा खासबरदार (ए.डी.सी.) म्हणून आणि केवळ दोन हत्यारी हुद्देकरी यांना बरोबर घेऊन खान, पालखी सोडून मंडपाकडे आला आणि मंडपात दाखल झाला. दोन्ही वकील त्याच्याबरोबर होतेच.

शिवरायांनी गडावरून भेटीसाठी निघण्याआधी चिलखतावर झगा घातला. नंतर डोक्यावर जिरेटोप घालून त्यावर मंदील बांधला. कंबरपट्ट्यात बिचवा होताच. त्यांची तलवार मात्र जिवा महाल्याजवळ होती. त्याच्यासोबत जिवा महाल्याबरोबर, संभाजी कावजी आणि खासबरदार (ए.डी.सी.) म्हणून तानाजी मालुसरे होते. आपल्या सैनिकांचे मनोधैर्य आणि आत्मविश्वास वाढविण्यासाठी, शिवरायांनी काल मध्यरात्री भवानी मातेने मला दर्शन देऊन आशीर्वाद दिल्याचे वर्तमान आपल्या सर्व सैनिकांत सकाळीच पसरवून दिले होते.

राजे गडाखाली आले. शामियान्याशी येताच त्यांनी खानाजवळ उभा असलेल्या सय्यद बंडाला शामियान्याच्या बाहेर काढण्यासाठी सूचना केली. त्यांच्या वकिलांनी अदबीने खानाला सांगून सय्यद बंडाला सदरेच्या बाहेर थांबण्याची व्यवस्था केली. खानाच्या प्रचंड सेनेपासून खानाला पूर्णपणे अलग पाडण्याची ही खेळी राजांनी अत्यंत हुशारीने, खानाच्याच मनातील विचारांना चालना देऊन, त्याच्याच पावलांवर पाऊल टाकून यशस्वीपणे खेळली होती. धोका पत्करण्याची त्यांची नेहमीच तयारी असे पण त्यात बेसावधपणा कधीही त्यांनी येऊ दिला नाही.

युद्धशास्त्राचा व्याख्याता क्लोजविटझ् याच्या परिभाषेप्रमाणे युद्ध म्हणजे राजकीय संवादातील अखेरचा मुद्दा असतो. त्याप्रमाणे शिवाजीराजे आणि अफझलखान यांच्यातील संवाद आता संपले होते. आता दोघेही अखेरच्या मुद्द्यावर आले होते. खान तेच ठरवून आला होता तर रणराज शिवरायांनीही त्या दिशेनेच पावले टाकली होती. खान आपल्या पद्धतीप्रमाणे, श्रीरंगपट्टणप्रमाणेच खेळी खेळण्याच्या विचारात होता. पण त्याचा प्रतिस्पर्धी होता एक अत्यंत सावध, चपळ आणि शूर रणराज.

खान आणि शिवराय दोघेही समोरासमोर आले आणि एकमेकांच्या मिठीत समावले. राजकीय नाट्याने भरपूर भारलेली ती मिठी खानाची अखेरचीच ठरली. क्षणार्धात शिवरायांच्या बिचव्याने त्याचे पोट फाडून काढले. खानाचा कोथळा बाहेर आला. तो कसाबसा आत दाबीत तोंडाने ''दगा-दगा'' असे ओरडत खान झोकांड्या खात शामियान्याच्या बाहेर पडला. या बाबतीत असंही सांगितलं जातं, की पहिला वार अफजलखानाने केला. पण यात मुळीच तथ्य वाटत नाही, कारण शिवाजीला गडावर मारल्यावर त्याचा मृतदेह घेऊन स्वत: अफजलखान जिवंत खाली उतरूच शकला नसता त्याऐवजी शिवाजीला गडाखाली नेऊन आपल्या छावणीत त्याला ठार करणे अफजलखानाला सोयीस्कर होते, आणि तोच त्याचा बेत होता आणि शिवाजी हे जाणत असल्यामुळेच त्याने अफजलखानाला पहिली संधी दिली नाही. हेच तर्कशुद्ध वाटते.

खानाचा "दगा-दगा" हा ओरडा ऐकून आत झेपावलेल्या सय्यद बंडाचे मुंडके जिवा महाल्याने एका फटक्यात धडावेगळे केले तर संभाजी कावजी आणि तानाजी मालसुरे यांनी खानाचे दोन हुद्देदार कापून काढले. झोकांड्या खात पालखीकडे निघालेल्या खानाचे मुंडके संभाजी कावजीने उडविले आणि पालखीच्या भोयांचे पायही कापून टाकले. भेटीच्या जागी काय घडले याचा तपशील खानाच्या सैन्याला जाऊन सांगणारा कोणीच उरला नाही कारण खानाचे दहा शरीररक्षकही कापले गेले होते. कोणी कोणाला उडवायचे याचा तपशील आधीच ठरला होता त्याप्रमाणे घटना घडत गेल्या आणि खानाच्या सैन्याची संपर्करेषाच (लाइन ऑफ कम्युनिकेशन) कापली गेली होती. राजे केव्हाच गडाच्या पायऱ्या चढू लागले होते.

शामियान्यापुढून इशारा गेला तो कर्णेवाल्याने फुंकलेल्या तुतारीचा, ज्या इशाऱ्याबरोबर गडावरून तोफांचा गडगडाट झाला. खालचे खानाचे दीड हजार पठाण आणि गडाखाली यथेच्छ जेवण करून गडावर काय घडते आहे याची वाट पाहणाऱ्या खानाच्या सैन्याला तो तोफांचा गडगडाट म्हणजे भेट यशस्वी झाल्याची सूचना वाटली. तर खान्याच्या सैन्यावर तुटून पडण्यासाठी इशाऱ्याची वाट पहात जागोजागी दडून बसलेल्या शिवरायांच्या सैनिकांना, गरजणाऱ्या त्या तोफांनी आदेश दिला-हल्ला-हल्ला-हल्ला आणि पाहता पाहता जावळीचा तो परिसर रणगर्जनांनी दुमदुमून गेला..."हर-हर-महादेव".

पहिला आघात झाला तो जनीच्या टेंबाखाली थांबलेल्या दीड हजार तलवारबहाद्दर पठाणांवर. जेधे बांदलांनी चांगलीच कत्तल केली. फारच थोडे धडपणे पळून जाऊ शकले. मोरोपंत पिंगळ्यांच्या सैन्याने पाठोपाठ कुमठ्याच्या ओढ्याच्या काठाने विजेच्या लोळाप्रमाणे धाव घेऊन कोयनाकाठी असलेल्या खानाच्या मुख्य छावणीला भाजून काढले. खानाच्या सैन्यात पळापळ सुरू झाली - पण भेटीच्या दिवशीच सकाळी, खानाच्या सैन्याचा परतीचा मार्ग रोखून धरण्यासाठी जाऊन दबा धरून बसलेल्या नेताजीच्या घोडदळातील बाबाजी भोसल्यांच्या स्वारांनी त्यांना धडपणे पळूही दिले नाही. काहीजण कसेबसे जीव घेऊन पळू शकले. नेताजी पालकराच्या घोडदळाने त्यांची पाठ सोडली नाही.

जावळीच्या टोकाकडे असलेल्या खानाच्या छावणीवर हल्ला व्हायला थोडा वेळ लागला-पण छावणीच्या या भागात काय घडते आहे ते त्या टोकाला कळू नये अशी व्यवस्था आधीच कौशल्याने करून ठेवल्याने जावळीच्या टोकाकडील खानाचे सैन्य बेसावधच होते-त्या अवस्थेतच त्यांच्यावर हल्ला झाला-त्यांचाही

पार धुव्वा उडाला.

गडाखालच्या या धुमश्चक्रीत अंधाराचा फायदा घेऊन खंडोजी खोपड्याच्या मदतीने फाजलखान मात्र पळून जाण्यात यशस्वी झाला. आडरानाने पळून त्याने वाई गाठली आणि वाईच्या मुख्य तळावरून जनानखाना आणि जमेल तेवढे मौल्यवान दागिने घेऊन त्याने विजापुराकडे पळ काढला. शिवाजीला "जिंदा या मुर्दा" पकडून आणण्याची वल्गना करून आलेल्या अफजलखानाचा त्याच्या प्रचंड सैन्यासह पार धुव्वा उडाला.

"आक्रमण हा प्रतिकाराचा सर्वात प्रभावी मार्ग आहे" हे सर्वमान्य युद्धतत्त्व आहे. खानाच्या आक्रमणाला शिवरायांनी या तत्त्वानुसार, प्रखर आणि योजनाबद्ध अशा आक्रमणाने उत्तर देऊन त्याचा फडशा पडला. त्यांच्यातील असामान्य अशा युद्धनेतृत्वाची साक्ष या घटनेने पटल्याशिवाय रहात नाही.

स्वराज्यावर अफजलखानाच्या रुपाने आलेल्या वादळाला अत्यंत खंबीरपणे तोंड देऊन रणराज शिवरायाने राजनीतीच्या कोंदणात चपखल बसविलेल्या आपल्या कुशल युद्धतंत्राचा तडाखा देऊन जावळीच्या घळीत गाडून टाकले होते. 'शिवाजीला जिंदा या मुर्दा' घेऊन येतो अशी गर्जना करून विजापुरहून निघालेल्या अफजलखानाचा मात्र जिंदाच काय त्याचा मुर्दाही प्रतापगडाखाली उतरू शकला नव्हता.

प्रतापगडावर अफझलखानाचा प्रचंड फौजेसह पार धुव्वा उडविल्यानंतर कोणत्याही प्रकारचा विजयोत्सव वगैरे साजरा न करता आलेल्या सुरेख संधीचा लाभ शिवरायांसारख्या युध्दशास्त्रनिपुण सेनानीने घेतला नसता तरच नवल होते.

रातोरात प्रतापगडावरून झेपावलेले महाप्रतापी शिवराय आपल्या चपळ अश्वदळासह पश्चिमेकडून वाईत प्रवेश करीत असताना आपल्या रथावर आरूढ झालेले रविराज सूर्यनारायण जणू पृथ्वीतलावरील महाप्रतापी रणराज शिवरायाचे स्वागत करण्यासाठीच पूर्व क्षितिजावरून समोर येत होते.

वाईला असलेल्या अफजलखानाच्या छावणीतील त्याचा जनानखाना आणि थोड्याबहुत मौल्यवान वस्तू घेऊन, जावळीच्या रणक्षेत्रावरून पळून आलेला अफजलखानाचा मुलगा फाझलखान पहाटेच विजापुराकडे पळून गेला होता. त्यानंतर थोड्याच वेळाने पळपुट्या आदिलशाही सैनिकांचा पाठलाग करीत तेथे पोहोचलेल्या नेताजी पालकरांनी उरली सुरली छावणीही उद्ध्वस्त करून टाकली होती. अफजलखानाने जिंकलेली सुपे, सासवड, शिरवळ आदी ठाणीही परत जिंकून घेतली.

आता हाताशी आलेल्या सुरेख संधीचा लाभ उठविण्यासाठी शिवरायांनी सरळ विजापूरच्या दिशेने झोप घेतली. यावेळी ११ नोव्हेंबर १६५९ ची पहाट होत होती. अफझलखानाच्या रूपाने स्वराज्याचा नाश करण्यासाठी सुसाट आलेले भीषण वादळ एखाद्या महान सागराप्रमाणे गिळून टाकून शिवरायांच्या वेगवान घोडदळाच्या लाटा काही तासांच्या अवधीतच आदिलशाहीच्या मुलखात घुसल्या होत्या.

आदिलशहाने अफझलखानाबरोबर त्याला आवश्यक वाटेल तेवढे सैन्य देण्याचे आदेश दिले होते. त्यामुळे प्रचंड संख्येने हत्ती, घोडदळ, पायदळ असलेले अफाट सैन्य खानाबरोर गेले होते. याचा परिणाम वाईपासून विजापूरापर्यंत एक लष्करी पोकळी निर्माण होण्यात झाला होता. याच सुरेख संधीचा फायदा घेण्यासाठी शिवराय विजापूरच्या दिशेने झेपावले होते.

एका बाजूने नेताजी पालकरांचे घोडदळ सासवड, सुपे, शिरवळ घेऊन थेट विजापुरावर धडक मारून आदिलशहाच्या छातीत धडधड निर्माण करायला धावले होते तर पश्चिमेला कोकणात दादोजी या शिवरायांच्या वीराने राजापूर, दाभोळ काबीज केले होते आणि राजे स्वत: सातारा जिंकून कोल्हापुरावर धडकले होते. त्यांनी अफजलखानाच्या पराभवानंतर केवळ पंधरा दिवसात कोल्हापूर जिंकून घेऊन तो सारा मुलूख स्वराज्यात आणला आणि पुढच्या तीनच दिवसांत पन्हाळाही जिंकून घेतला.

शिवरायांच्या विजयी सेनेच्या यशाच्या बातम्या विजापुरास पोहोचताच आदिलशाही पार हादरून गेली होती. शिवरायांच्या या कारवाईचे वर्णन करीत असतानाच, भारताच्या इतिहासात शेकडो वर्षापूर्वी घडून गेलेली एक घटना नमूद करावीशी वाटते.

सन ११९१ मध्ये प्रतापी पृथ्वीराज चौहानाने तरोरीच्या रणागंणावर महंमद घोरीचा सणसणीत पराभव केला होता. स्वत: भयकंर जखमी झालेला महमंद घोरी त्याच अवस्थेत कसाबसा लाहोरला पळून गेला तेव्हा पृथ्वीराजाचे विजयी सैन्य विजयोत्सव साजरा करण्यात दंग झाले होते. तसे न करता पृथ्वीराज चौहानाने जर जखमी महमंद घोरीचा पाठलाग करून त्याच्यासकट त्याच्या सैन्याला उद्ध्वस्त केले असते तर कदाचित भारताचा इतिहास वेगळाच लिहिला गेला असता. लाहोरला जाताच महंमद घोरीने आपल्या जखमा सुधारत असतानाच आपल्या सैन्याची पुनर्रचना केली. काही काळानंतर परतून याच तरोरीच्या मैदानावर त्याने पृथ्वीराज चौहानाला सैन्यासकट नेस्तनाबूत करून टाकले.

पण शिवराय हे घडलेल्या इतिहासाचे धडे गिरवून नवा इतिहास निर्माण

करणाऱ्यांपैकी होते. त्यामुळेच आलेल्या संधीचा जास्तीत जास्त लाभ उठवून आपण निर्माण करीत असलेल्या स्वराज्याच्या सीमा जास्तीत जास्त वाढविण्यासाठी त्यांनी लगेच कारवाई केली. ज्या कारवाईच्या यशाच्या बातम्यांनीच आदिलशाही हादरली.

काही शतकांपूर्वी आक्रमक तुर्की घोडेस्वारांनी युद्धाच्या पद्धतीत बरीच प्रगती केलेली होती. भारतातील राजे-रजवाड्यांनी युद्धपद्धतीतील या बदलाकडे, प्रगतीकडे काणाडोळा केल्यानेच भारतात पराभवाची जणू परंपराच निर्माण झाली होती. रणराज शिवरायांनी मात्र बदललेल्या परिस्थितीनुसारच आपल्या सैन्याची रचना केली होती. अत्यंत वेगवान असे त्यांचे घोडदळ कसल्याही बदलत्या युद्धप्रसंगाला प्रभावीपणे तोंड देण्यासाठी सदैव तयार असे. याच घोडदळाच्या टापा आता आदिलशाहीच्या छाताडात धडधड निर्माण करीत होत्या. आदिलशाहीच्या अस्तित्वालाच धोका निर्माण झाला होता-म्हणूनच आदिलशाही हादरली होती.

शिवरायांचे घोडदळ कोल्हापुरापर्यंतचा भाग स्वराज्यात सामील करून घेऊन पन्हाळ्याच्या रोखाने निघाले होते. शत्रूकडून जिंकून घेतलेल्या तुर्की घोड्यांच्या वेगात मावळ्यांचे चापल्य आता चपखल बसले होते. घोडे दणकट तर मावळे लवचीक, चिवट आणि चपळ आणि शिवाय आपणाला कशा प्रकारच्या लढाया खेळाव्या लागणार आहेत याचा पूर्ण विचार करून त्याप्रमाणेच आपली सैन्यरचना करणाऱ्या शिवरायांनी, युद्धप्रसंगी ऐनवेळी दगा देणाऱ्या गजराजांना आपल्या सैन्यात स्थान दिले नव्हते. म्हणूनच त्यांचे वेगवान घोडदळाच्या साथीने हालचाल करणारे सैन्य म्हणजे एखाद्या झंझावातासारखे शत्रूवर तुटून पडत असे आणि यामुळेच ते अजेय ठरले.

रायबागेजवळील मैदानी लढाई

शिवरायांच्या रूपाने आपले अस्तित्वच नाहीसे करण्यासाठी येणाऱ्या या झंझावाताला रोखण्यासाठी, हादरलेल्या आदिलशहाने होती नव्हती तेवढी सारी शक्ती एकवटून, शक्य झाली तेवढी फौज एकत्र करून शिवरायांना रोखण्यासाठी उभी केली आणि ज्याच्या जहागिरीत शिवराय आता शिरले होते त्या सरदार रुस्तुमजमाच्या नेतृत्वाखाली देऊन, त्याला शिवरायांना रोखण्याचे आदेश दिले.

रुस्तुमजमा आता या आदिलशाही सेनेचा प्रमुख होता आणि त्याला साथ देत होते मलिक इतबार, फाजलखान, सादातखान, घाटगे, घोरपडे, आदी सरदार. हत्ती, उंट, तोफा आणि युद्धसाहित्याचा जामानिमा घेऊन रुस्तुमजमा दहा हजारांच्या वर तयार झालेली आपली फौज घेऊन शिवरायांना रोखण्यासाठी निघाला.

शिवराय यावेळी पन्हाळा जिंकून घेऊन तेथेच स्थिरावले होते. आपल्याला रोखण्यासाठी कोल्हापुराकडे येत असलेल्या प्रचंड आदिलशाही सेनेची खबर अर्थातच त्यांना लगेच मिळाली होती. अत्यंत प्रभावी अशी गुप्तहेरांची सदैव जागृत अशा हेरांची साखळी पूर्णपणे कार्यक्षम राखणे हे तर त्यांच्या युद्धतंत्रातील प्रमुख अंग होते.

या नव्याने येणाऱ्या आदिलशाही संकटाचा सामना कोठे आणि कसा करायचा याची योजना त्यांनी लगेच तयार केली. तोपर्यंत विजापूर भागात चांगलाच धुमाकूळ घालून परतलेला नेताजीही आता त्यांना सामील झाला होता. तरीही नुकत्याच जन्माला आलेल्या त्यांच्या स्वराज्याच्या या मोहिमेवरील सैन्याची संख्या पाच हजारांवर जात नव्हती. समोर येणारे आदिलशाही संकट मात्र दहा हजारांच्यावर सैन्य घेऊन येत होते-पण.

पण राजांना आपल्या सैनिकांच्या मनोधैर्याची पारख होती. शिवरायांच्या

सैनिकांचे मनोधैर्य उंचावलेले होते. त्यांच्यात लढण्याची जिद्द होती. नुकताच त्यांनी अफजलखानाबरोबर आलेल्या प्रचंड आदिलशाही सेनेला जबरदस्त तडाखा दिला होता. याच्या अगदी उलट आदिलशाही सैन्यातील सैनिकांचेच काय पण त्यांच्या सरदारांचेही मनोधैर्य पार खचलेले होते. त्यांच्यातील बरेचसे सरदार आणि सैनिक प्रतापगडाच्या परिसरातून पळून आलेले होते. शत्रुसैन्यातील सैनिकांच्या आणि त्यांच्या सेनानींच्या मानसिक अवस्थेचा विचार करणे हे प्रत्येक सेनापतीचे प्रथम कर्तव्य असते आणि युद्धशास्त्रात प्रवीण असलेले शिवराय या बाबींकडे दुर्लक्ष करणे शक्यच नव्हते. रुस्तुमजमाच्याभोवती गोळा झालेल्या आदिलशाही सैनिकांच्या आणि सरदारांच्या मानसिक अवस्थेची पूर्ण कल्पना शिवरायांना होती. ते जाणीत होते की रुस्तुमजमाजवळ प्रचंड संख्याबळ आहे. तोफा आहेत, हत्ती आहेत, युद्धसामग्री आहे. फक्त उणीव आहे ती अत्यंत आवश्यक अशा मनोधैर्याची.

शिवरायांनी रुस्तुमजमाच्या सैनिकांची, त्यांच्या सरदारांची बारकाईने माहिती गोळा केली. त्यांची युद्धपद्धती, त्यांचे डावपेच यांची माहिती येताच त्या सैन्याला तोंड देण्यासाठी त्यांनी आपली युद्धयोजना आखली. रणांगणावर सतत बदलत्या परिस्थितीला तोंड देण्यासाठी आपली युद्धयोजना लवचीक असणे आवश्यक आहे हे ध्यानात ठेवूनच त्यांनी आपली योजना आखली होती. आदिलशाहीला आणखी हादरा देण्याची संधी आयतीच त्यांच्यासमोर चालत आली होती.

रुस्तुमजमाच्या सैन्याच्या हालचालींवर त्यांचे बारकाईने लक्ष होतेच. रुस्तुमजमाला त्यांनी कोल्हापुरापर्यंत येऊ दिले. आता आपण विनासायास कोल्हापुरात शिरणार आणि शिवाजीचा परतीचा मार्ग कापून टाकणार अशी स्वप्ने पहात रायबागेजवळील मैदानावर तो स्थिरावत असतानाच, शिवरायांनी आपल्या चपळ घोडदळानिशी त्याच्यावर जोरदार हल्ला केला. शत्रूला अगदीच अनपेक्षित अशा ठिकाणी अचानकपणे त्याच्यावर तुटून पडून त्याला आश्चर्यचकित करणे आणि गोंधळात टाकणे आणि त्या गोंधळाचा फायदा उठवून त्याला उद्ध्वस्त करणे हा शिवरायांच्या युद्धतंत्राचाच एक भाग होता.

रुस्तुमजमाचे सैन्य रायबागेच्या मैदानावर कसे स्थिरावत आहे याची संपूर्ण माहिती मिळविलेल्या शिवरायांनी या हल्ल्यापूर्वी आपल्या प्रत्येक सरदाराला त्याचे लक्ष्य नेमून दिले होते. शत्रुसैन्याला मुळीच कल्पना नसताना प्रथमोपक्रम (Initiative) घेऊन, अत्यंत तडफेने शिवरायांच्या पाच हजारांच्या घोडदळाने, दहा हजारांच्या वर संख्या असलेल्या आदिलशाही सेनेचा, रायबागेजवळील

रायबागेजवळील मैदानात रणराज शिवरायांनी आपल्या दुपटीने असलेल्या आदिलशाही फौजेचा २८ डिसेंबर १६५९ रोजी दणदणीत पराभव करून आदिलशाहीला जोरदार दणका दिला. त्या रणभूमीचे सर्वसाधारण चित्र

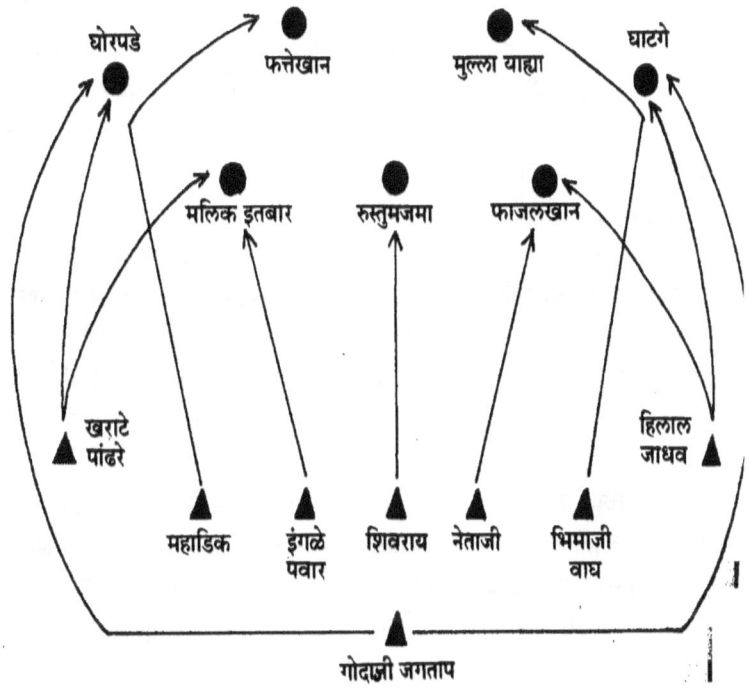

हजारो वर्षांपासून तुर्की आक्रमक युद्धामध्ये जसा घोडदळाचा वापर करीत, तशाच पद्धतीने शिवरायांनी आदिलशाही फौजेचा पराभव केला. शत्रूच्या चारही बाजूने फिरत्या घोडदळाने शत्रूला गोंधळात टाकले.

राजा लिमये

मैदानातील २८ डिसेंबर, १६५९ रोजी पार धुव्वा उडावला. ही डोंगर-दरीतील लढाई नव्हती. ही होती मैदातील लढाई. तरीही राजांनी विजय मिळवला तो आपल्या आगळ्यावेगळ्या अप्रतिम युद्धतंत्राने.

वेगवान आणि चपळ अशा घोडेस्वारांच्या हालचालींनी शत्रूला पिछाडीहूनही घेरून त्यांच्यावर अकस्मात हल्ला करण्याची तुर्की सेनानींनी भारतात वापरलेली नवीन युध्दपध्दती शिवरायांनी या प्रसंगी प्रचंड आदिलशाही सेनेच्या विरूद्ध वापरली होती. त्या युद्धपद्धतीचा वापर त्यांनी अत्यंत कौशल्याने आपल्या नावीन्यपूर्ण अशा युद्धतंत्रात करून रायबागेच्या मैदानावर हा विजय मिळवला होता. या लढाईत शिवरायांना दोन हजार घोडे आणि बारा हत्ती मिळाले. त्यांचे घोडदळ आणखी प्रभावी झाले.

शिवरायांनी जिंकलेल्या रायबागेजवळील या मैदानी लढाईच्या निमित्ताने आठवण होते ती सन १५२७ मध्ये कनवा येथे झालेल्या बाबर आणि राणासंग यांच्यातील भीषण युद्धाची. बाबर आपल्या फौजा घेऊन आग्र्यापासून पश्चिमेला सदतीस मैलांवर असलेल्या कनवाच्या रणभूमीवर आपल्या युद्धयोजनेप्रमाणे फौजेची मांडणी करीत होता, त्या वेळी राणासंग आपल्या सत्तर ते पंचाहत्तर हजारांवर असलेल्या घोडदळाबरोबर स्वस्थ बसून बाबराच्या हालचाली पहात होता

कनवाच्या रणमैदानावर बाबराने आपल्या तोफांची अत्यंत कुशलतेने मांडणी केली, छातीच्या उंचीच्या बचावगाड्या तयार करविल्या. या बचावगाड्याआडून बंदुकधारी सैनिकांना गोळ्या झाडणे सोपे जात असे. यात त्याचा बराच काळ गेला. एकूण कनवाच्या रणांगणावर येऊन बाबर स्थिरावत असतानाच राणासंगाने जर त्याच्यावर हल्ला केला असता तर बाबराला आपल्या तोफखान्याचा उपयोग प्रभावीपणे करता आला नसता. बंदुकधारींना बचावगाड्यांचे संरक्षण मिळू शकले नसते आणि त्याच्या सैन्यात गोंधळ निर्माण झाला असता. परिणामी राणासंगाला युद्धाचे चित्र बदलता आले असते.

याच्या अगदी उलट २३ सप्टेंबर, १८०३ रोजी असई गावाजवळ इंग्रज आणि मराठे यांच्यात झालेल्या युद्धाची कहाणी आहे. या लढाईत दौलतराव शिंदे आणि भोसल्यांच्या किती तरी पटींनी जास्त असलेल्या मराठी सैन्यावर, जनरल ऑर्थर वेलस्लीने असाच अचानक प्रखर हल्ला केला. खरे म्हणजे मराठी सैन्यातही फ्रेंचांच्या तालमीत तयार झालेले कवायती सैन्य होते. परंतु अखेरीस युद्धयोजनेची आखणी, त्यातील लवचीकपणा, रणभूमीचा सखोल अभ्यास

आणि तिचा उपयोग, सैन्याच्या विविध विभागातील एकसूत्रीपणा आणि संपर्क पद्धती आणि सर्वात महत्त्वाचे म्हणजे सैनिकांचे मनोधैर्य या युध्दतंत्रातील विविध अंगांची कसोटी लागली आणि जनरल ऑर्थर वेलस्ली (ज्याने नंतर वॉटर्लूच्या लढाईत नेपोलियनचा पराभव केला तो) अजोड ठरला आणि कौतुकास्पद विजय मिळवून गेला.

श्री शिवरायांनी पारंपरिक युद्धतंत्राच्या सर्वच अंगांचा परिपूर्ण उपयोग आपल्या अष्टपैलू अभिनव अशा युद्धतंत्रात केलेला आढळतो. याला त्यांची कल्पकता आणि धाडस आणि जिवाला जीव देणाऱ्या मावळ्यांची त्यांनी मिळविलेली साथ यांची जोड होतीच. यामुळेच शिवराय हे आपल्या काळातील एक अजोड युद्धनेते म्हणून ओळखले गेले.

शिवरायांनी रायबागेजवळ मिळविलेल्या या विजयाने, आदिलशाही मात्र पायापासून हादरली, आणि मोगल खडबडून जागे झाले.

पन्हाळा किल्ल्यावरून सुटका

रायबागेजवळील मैदानी लढाईत मिळालेल्या विजयानंतर शिवरायांनी पुन्हा नेताजीला विजापुराच्या दिशेने धाडले. नेताजी आणि त्याचे घोडदळ म्हणजे एक तुफानच होते. तो कृष्णा नदीच्या काठाकाठाने पुढे घुसला. कवठे, बोरगाव, माळगाव, कुंडल, अंबप, सत्तीकीर, आड सांगली, पारगाव अशी एका पाठोपाठ एक आदिलशाही ठाणी आणि शहरे साफ लुटून त्याने आदिलशाहीला आणखी हादरे दिले.

स्वराज्यासाठी पैसा हवा होता. आदिलशाहीच्या वतनदारांनी तो त्या ठिकाणच्या गोर-गरीब मराठी जनतेला लुटून गोळा केला होता. शिवरायांनी किंवा नेताजींनेही अशाच गरीब जनतेला लुटून गबर झालेल्या व्यापाऱ्यांवर घाला घालून स्वराज्यासाठी पैसा उभा केला-मोगल किंवा सुलतानांच्या सेना आक्रमण करीत तेव्हा गरीब जनतेवर अत्याचार करून त्यांना तर लुटीत असतच, पण सारा परिसरही उद्ध्वस्त करीत असत. शिवरायांनी तसे कधीच केले नाही. त्यांनी लुटले ते लुटारूंनाच आणि तेही याच मातीतील जनतेच्या कल्याणाकरिता निर्माण होणाऱ्या स्वराज्यासाठी.

नेताजी असाच विजापुरच्या दिशेने पुढे घुसत असताना त्याला रोखले ते मीरजेच्या मातीच्या भुईकोट किल्ल्याने. सभोवताली खोल खंदक आणि त्यानंतर भक्कम मातीची तटबंदी असलेला हा किल्ला नेताजीचा वेळ खाऊ लागला. खरे म्हणजे नेताजी आता विजापुरापासून फक्त पंचाहत्तर मैलांवर होता-तो असा मातीच्या भिंताडांना टकरा देत बसलेला पाहून शिवराय स्वत: पन्हाळ्याहून तेथे आले आणि त्यांनी वेढ्याची जबाबदारी सांभाळून नेताजीला पुन्हा विजापुराकडे घुसण्यासाठी मोकळा सोडला.

एके काळी मोगल आणि सुलतानी घोड्यांच्या टापांखाली भरडले गेलेले

मावळ मराठे, त्याच मोगल आणि सुलतानी शक्तींकडून जिंकून घेतलेल्या घोड्यांवर स्वार होऊन आपल्या नेत्यांच्या मार्गदर्शनाखाली त्याच आक्रमक मोगल आणि सुलतानांच्या शक्तीला आव्हान देत त्याच्या मानेभोवतीचा फास आवळत होते. पूर्णपणे हादरलेल्या आदिलशहाने आता मोगल सम्राट शहेनशहा औरंगजेबाला साद घातली. आपल्या बापाला शहाजहानला कैदेत टाकून आणि आपल्या सख्ख्या भावांचा निकाल लावून, औरंगजेब हा १६५९ च्या जून महिन्यातच दिल्लींचा बादशहा झाला होता.

दक्षिणेतून दिल्लीला जातानाच त्याने आदिलशहाला शिवाजीपासून सावध राहण्याचा गुप्त सल्ला दिला होता. पण आदिलशहाच्याच एका सरदाराचा हा छोकरा, आपल्यालाही त्रस्त करणाऱ्या अफजलखानासारख्या धूर्त, कपटी, लढवय्याचा पार धुव्वा उडवून आता आदिलशाहीच्याच मानेभोवती फास आवळायला निघाला आहे हे पाहून सुरवातीला सुखावलेला औरंगजेब आता शिवरायांकडे सावधतेने पाहू लागला होता. तेवढ्यात खुद्द आदिलशाहीचाच विनंतीवजा अर्ज त्याच्याकडे आला आणि त्याने त्यावेळी औरंगाबादेला दक्षिणेचा सुभेदार म्हणून असलेल्या आपल्या मामाला शाहिस्तेखानाला, शिवाजीविरुध्द प्रत्यक्ष कारवाई करण्याचे आदेश धाडले.

अमीर-उल-उमराव ही पदवी मिळवलेला शाहिस्तेखान हा एक उत्तम प्रशासक आणि चांगला सेनानी होता. जानेवारी १६६० मध्ये शेकडो हत्ती, शंभरावर उंट, बऱ्याचशा लहान-मोठ्या तोफा आणि त्यांच्या जोडीला पाऊण लाखांच्यावर घोडदळ तर तीस एक हजार पायदळ, एवढा प्रचंड फौजफाटा घेऊन त्याने औरंगाबाद सोडले.

मोगलांची सेना शिवाजीचा बंदोबस्त करण्यासाठी येत आहे हे कळताच आदिलशहाला थोडा धीर आला आणि त्यानेही कंबर कसायला सुरवात केली. पुन्हा इकडचे तिकडचे आपले सैन्य मागवून त्याने वीस हजार घोडदळ, तर तीस पस्तीस हजाराचे पायदळ उभे केले आणि एके काळी ज्या मातब्बर सरदारावर त्याचा राग होता त्याच कर्नुलच्या लढवय्या सिद्दी जोहरला या सेनेचा सेनापती करून त्याने शिवरायांच्या बंदोबस्तासाठी धाडले.

औरंगाबादहून लाख सव्वा लाखाची फौज घेऊन शाहिस्तेखान, तर विजापूरहून अर्ध्या लाखावर फौज घेऊन सिद्दी जोहर असे शिवाजीला आणि त्याच्या स्वराज्याला नेस्तनाबूत करायला एकाच वेळी निघाले—ते दोघेही एकत्र येऊन स्वराज्यावर आदळले असते तर ?

—तर नव्यानेच जन्माला आलेले स्वराज्य पाहता पाहता नेस्तनाबूत झाले असते. दोन शत्रूंना एकत्र येऊ द्यावयाचे नाही हे महत्त्वाचे धोरण शिवरायांनी सुरवातीपासूनच अवलंबिलेले होते. कारण—कारण होते ते खुद्द त्यांच्या पिताजीचेच झालेले हाल-पराजय-धावपळ वगैरे आणि शिवाय अनेक ऐतिहासिक दाखले.

शिवरायांना त्यांच्या मातेकडून कळलेली, आपल्या वडिलांच्या बाबतीत घडलेली घटना नजरेआड करता येत नव्हती. खुद्द त्यांच्या जन्माच्या सुमारासच त्यांच्या वडिलांनी शहाजी राजांनी असेच आदिलशहा आणि मोगल म्हणजे दिल्लीचा पातशहा शहाजहान (औरंगजेबाचा बाप) यांच्याशी वैर पत्करले होते म्हणा किंवा पत्करावे लागले होते म्हणा, पण त्यामुळे ते दोघेही शहाजीराजांच्या विरुद्ध एक झाले. खरे म्हणजे १६२४ च्या सुमारास शहाजीराजांच्या पराक्रमामुळेच आदिलशहा आणि शहाजहाँ यांच्या एकत्र फौजेचा अहमदनगरजवळील भातवडी येथे दणदणीत पराभव झाला होता. त्यावेळी ते निजामशहाकडे होते. निजामशहाच्या मृत्यूनंतर शहाजीराजांनी एकट्याने ती सावरुन धरण्याचा प्रयत्न केला होता आणि आदिलशहा आणि मोगल पातशहा शहाजहाँ दोघेही त्यांच्यामागे लागले.

जिजाबाईला एके ठिकाणी ठेवून शहाजीराजे माघार घेत होते. अखेर त्यांनी माहुलीच्या किल्ल्यात आश्रय धेतला होता. पण या सैन्याने त्यांना घेरले. शहाजीराजे शरण आले-त्यानंतर ते पुन्हा आदिलशाहीत एक पराक्रमी सेनानी म्हणून पुढे आले आणि आदिलशहाने त्यांना कर्नाटकात सुभेदारी दिली. दोन शत्रूंना एकत्र येऊ देण्याचा हा परिणाम जसा त्यांच्या मनात घर करून होता तसाच विजयानगरच्या रामराजाचा दारूण पराभवही ते विसरू शकत नव्हते.

विजयानगरच्या साम्राज्याने जवळ जवळ दोन शतके मुसलमानांना यशस्वीपणे तोंड देऊन तुंगभद्रेच्या दक्षिणेला तर मुसलमानांची सत्ता पार उखडून टाकली होती. पण त्याला भावाप्रमाणे मानणारा त्यावेळचा आदिलशहाच विजयानगरच्या रामराजावर उलटला आणि दक्षिणेतील आदिलशाही, कुतुबशाही, निजामशाही आदींना एकत्रित करून त्यांनी रामराजाला एकटा पाडून त्याच्यासकट विजयानगरचे साम्राज्य पार बुडविले. या घटनेलाही शंभर वर्षेच झाली होती.

हे दाखले नजरेसमोर असताना युद्धशास्त्रनिपुण शिवराय आपल्या दोन प्रबळ शत्रूंच्या सेना एकत्रित होऊ देणे शक्यच नव्हते. तसे झाले असते तर मावळातील संधीसाधू स्वार्थी देशमुख मंडळी जी इतके दिवस दबून होती, ती लगेच उड्या मारून स्वराज्य उद्‌ध्वस्त करणाऱ्या शत्रूच्या कारवायात सामील झाली असती. या परिस्थितीचा विचार करूनच शिवरायांनी पावले टाकली.

मीरजेच्या वेढ्यातून त्यांनी माघार घेतली.

शाहिस्तेखान अहमदनगरकडून स्वराज्यात घुसत होता त्याचे लक्ष पुण्यावर होते—हे शिवरायांच्या पथ्यावरच पडले. आदिलशहाला शिवाजी हवा होता—त्याने मागे पुरंदरावर आणि प्रतापगडावर असेच प्रयत्न करून शिवाजीला अडकविण्याचा प्रयत्न केला होता. त्याची ही जुनी पावले ओळखूनच शिवराय मीरजेहून माघार घेऊन सरळ पन्हाळ्याच्या किल्ल्यात आले. आपण स्वराज्यात परत गेलो तर प्रचंड आदिलशाही सेना आपल्या मागे स्वराज्यात घुसेल आणि कदाचित शाहिस्तेखानाच्या सैन्याशी हातमिळवणी करेल आणि मग आपण त्यांच्या कैचीत पकडले जाऊ ही भीती होतीच.

म्हणूनच त्यांनी पन्हाळ्यावरच राहण्याचा निर्णय घेतला आणि पन्हाळ्याची नाकेबंदी सुरु केली. हे करीत असतानाच त्यांनी चार-पाच हजारांची एक तुकडी सरळ विजापुरावर धाड घालण्यासाठी धाडली. आदिलशहाच्या राजधानीवर त्याच्याच एका सरदाराच्या छोकऱ्याने धाड घालावी हा गेल्या कित्येक शतकांतील पहिलाच प्रसंग होता-पण या धाडसी धडाक्याने आपले काम साधले. विजापूरी सत्तेचे धाबेच दणाणले-या लहानशा तुकडीने बेसावध विजापूर शहराच्या बाहेरचा शहपूर नावाच्या भागावर रात्रीच जोरदार हल्ला करून तो भाग लुटून फस्त केला. कारण प्रतापगडानंतर सतत मोहिमेवर असलेल्या सैन्याच्या खर्चाला पैसा हवा होताच-या लहानशा हल्ल्याचा दुसरा परिणाम असा झाला की, शिवरायांच्या मार्गावर येणाऱ्या सिद्दीजोहरला घाबरून गेलेल्या विजापुरकरांना धीर देण्यासाठी आपल्याजवळील पाच हजारांचे सैन्य विजापूरला परत धाडावे लागले आणि तिसरा आणि मुख्य परिणाम असा झाला की सिद्दीजोहर पन्हाळ्याकडे खेचला गेला-आणि त्याने पन्हाळ्याला वेढा घातला.

त्याआधी शिवरायांनी नेताजीला मोकळा सोडून मागीलप्रमाणेच त्याला शाहिस्तेखानाच्या पुण्याकडे घुसणाऱ्या फौजेची रसद तोडणे, त्यांच्यावर अकस्मात लहान मोठे छापे घालून होईल तितकी प्राणहानी करणे-अशा कामासाठी धाडले होते. त्याच्या घोडदळातील वीर शाहिस्तेखानाच्या सैन्याच्या चारही बाजूंनी घिरट्या घालून त्यांना बेजार करीत होतेच-त्यांची झोप उडवून त्यांची दमछाक करीत होते.

शाहिस्तेखानाच्या सैन्याने मार्गातील सुप्याचे ठाणे घेऊन बारामती, मग १६६० च्या एप्रिल महिन्यात शिरवळ घेतले आणि नंतर शिवापूर, गराडा, सासवड घेत ९ मे, १६६० रोजी ते पुण्यात पोहोचले. शाहिस्तेखानाने कोकणचा

बंदोबस्त करायला एक सरदार धाडला होताच. पुण्यात बसून शाहिस्तेखान हळूहळू स्वराज्यातील भाग जिंकून घेण्याच्या आणि सपाट प्रदेश उद्ध्वस्त करण्याच्या मागे लागला. अर्थात् त्याच्या सैन्याने मराठ्यांची खूपच धास्ती घेतली होती.

चाकणचा किल्ला घेणे त्याला आपल्या मोगली भागातून रसद मिळवण्यासाठी आवश्यक होते. म्हणून चाकणचा भुईकोट किल्ला घेण्याच्या मागे तो लागला. तेथील शिवरायांच्या फिरंगोजी नरसाळा या शूर किल्लेदाराने दीड महिना शाहिस्तेखानाच्या प्रचंड दबावाला दाद दिली नाही-अखेर १५ ऑगस्ट, १६६० ला किल्ला शाहिस्तेखानाच्या ताब्यात आला-शाहिस्तेखान डोंगरी किल्ल्यांच्या भानगडीत मात्र पडत नव्हता-पुण्यात खुद्द शिवरायांच्या महालातच मुक्काम केला. बस त्याच्या दृष्टीने त्याने स्वराज्य हातात घेतले असेच तो समजत होता- शिवरायांचे सैनिक मात्र बाहेरून त्याच्या सैन्याला छळत होते-तरीही स्वराज्यावर १६६० मध्ये शाहिस्तेखानाच्या रूपाने आलेले हे संकट स्थिरावू पहात होते.

पन्हाळगडावर तर खुद्द स्वातंत्र्यसूर्यच ढगाआड गेला होता. १६६० चा पावसाळा जोरात सुरु झाला होता. आता शाहिस्तेखानावरील हल्ले स्वत: जिजामातेच्या मार्गदर्शनाखाली होत होते. तर नेताजी सिद्दीजोहरला छळायला परतला होता. स्वत: शिवराय, स्वराज्यावर उठलेले दोन प्रबळ शत्रू स्वराज्यात घोंगावत असताना पन्हाळगडावर स्वस्थ बसणे शक्यच नव्हते. त्यांनी आपल्या सुटकेच्या योजनेवर अखेरचा हात फिरवायला सुरवात केली-त्यांनी पहिले पाऊल उचलले ते मानसशास्त्रीय पद्धतीला धरुनच.

१२ जुलै, १६६० रोजी शिवरायाने आपला वकील पांढरे निशाण घेऊन सिद्दीजोहरकडे धाडला आणि "उद्या मी स्वत: आपल्या स्वाधीन होण्यासाठी येत आहे", असे त्याला कळविले.

झाले ज्याप्रमाणे प्रतापगडाखालील अफजलखानाच्या फौजेत घाबरलेला शिवाजी शरण येणार आहे या अफवेने, सैनिकांत ढिलाई आली होती, अगदी त्याच पद्धतीने पन्हाळ्याभोवती पसरलेल्या सिद्दीजोहरच्या वेढ्यातील सैनिकांवर मानसिक हल्ला झाला. शिवाजी संपला-उद्या आपण होऊन गडाखाली येतो आहे-बस-आता इतक्या जागृततेचे कारणच काय-शिवाजीला पकडण्याची त्याच्या छुप्या हल्ल्याला तोंड देण्याची त्यांची जिद्द संपली-उरला तो फक्त सत्तर सरदारांचा एकत्र आलेला आदिलशाही सैन्याचा वेढा-कारण शरणागतीच्या बातमीला तिखट-मीठ लावून सिद्दीजोहरच्या सैन्यात पसरविण्याची योजना चांगली सफल

झाली होती...तरीही शिवाजीवर विश्वास ठेवायला सगळेच सरदार तयार झाले होते असे नाही-कोणाची पथके जागृत होतीच. राजापुरहून आलेली इंग्रजी तोफ पुन्हा आपला प्रताप दाखवायला तयार होतीच.

१२ तारखेच्या त्या पौर्णिमेच्या रात्री तुफान कोसळणाऱ्या पावसाच्या आणि चंद्र ढगाआड गेल्याने पसरलेल्या अंधाराच्या पांघरुणाखाली दोन पालख्या आणि सहाशे वीर घेऊन शिवराय गडाखाली उतरले. अशाच एका जागृत चौकीवर त्यांना हटकले. एक पालखी थांबली त्यात सापडलेल्या कोण्या एका शिवाजीला पकडून सिद्दीजोहरच्या जावयाने त्याला सिद्दीपुढे नेला-तो शिवाजीच होता. शिवाजीसारखा दिसतही होता-पण तो शिवाजी शहाजी भोसले नव्हता. या अल्ला मारो इस बदमाषको और पकडे शिवाजीको...आणि त्या वीराचे शीर धडावेगळे झाले. तो होता शिवा काशीद.

शिवाजी म्हणून आलेल्या साथीदाराने स्वराज्यासाठी प्राणार्पण करून स्वत:चे सोने करून घेतले-शिवरायांना विशालगडाकडील अंतर कापायला तेवढाच वेळ मिळाला-पण तेवढ्यात सिद्दी मसुदने दोन हजार घोडदळ आणि हजार पायदळ स्वार घेऊन त्यांचा पाठलाग केला-पाठलाग करणाऱ्या या सैन्याला वीर बाजीप्रभू देशपांडे यांनी अगदी अरुंद वाट असलेल्या आणि सगळीकडून उंच पर्वतांनी वेढलेल्या घोडखिंडीत रोखले ते शिवराय सुखरुप विशालगडावर पोहचेपर्यंत. या प्रयत्नात या प्रतापी बाजीप्रभू देशपांडेनी स्वातंत्र्यसूर्याच्या रक्षणासाठी आपले प्राण खर्ची घातले.

पन्हाळगडाहून सुटका करून घेताना विशालगडालाही सिद्दीजोहरच्या आदेशावरून वेढा घालण्यात आलेला आहे हे राजांना माहीत होते-पण बारा जुलैच्या शरणागतीच्या बातमीने तेथील आदिलशाही सैनिकही बेसावध होते-तेरा जुलैला शिवाजी आता शरण आला असेल या अपेक्षेत बेसावध असलेल्या वेढ्यातून स्वत: शिवाजीच गडावर केव्हा आणि कसा गेला हे त्यांना कळलेच नाही-मात्र रात्री सिद्दीमसूद घोडखिंडीतून किल्ल्याखाली येऊन पोहोचल्यावर वेढा जागा झाला-मानसशास्त्रीय युद्ध पद्धतीच्या उपयुक्ततेचे हे खूपच बोलके उदाहरण आहे.

१४ जुलै, १६६० ला शिवरायांनी वेढा घालून बसलेल्या आदिलशाही सैनिकांवर अकस्मात तुफानी हल्ला केला. अगदी त्यांना पळवून लावले. यातच सिद्दीमसूदही पळाला-तो सरळ पन्हाळ्याला आला-आता आदिलशहा संतापून स्वत: पन्हाळा घेण्यासाठी आला आणि शिवरायांनी सिद्दीजोहरचा काटा काढण्यासाठी

पन्हाळ्याच्या आपल्या किल्लेदाराला किल्ला आदिलशहाच्या स्वाधीन करण्याचे आदेश दिले.

पन्हाळा ताब्यात येताच आधीच रागावलेल्या आदिलशहाने सिद्दीजोहरचा अपमान करून त्याला कर्नुलला परत धाडून दिले आणि विषप्रयोग करून त्याला तेथेच ठार मारले-शिवरायांच्या अपेक्षेप्रमाणे घडत गेले-आणि स्वराज्यात घुसलेल्या दोन प्रबळ शत्रूंपैकी एकाला अलग पाडून ती आघाडी कोलमडून पाडण्यात शिवरायांनी अत्यंत चातुर्याने यश मिळविले.

आपल्यासारखे साम्य असलेल्यांना शिवाजी म्हणून समोर करून आपल्या हालचालींवर पांघरूण घालण्याची शिवरायांची अप्रतिम योजना पूर्णपणे सफल झाली होती. पंधरा सोळा वर्षापूर्वी संध्याकाळच्या वेळी संत तुकोबारायांच्या भजन कीर्तनाच्या कार्यक्रमाला गेले असताना अशाच काही नकली शिवरायांनी रणराज शिवरायला शत्रूच्या गराड्यातून सुखरूप सोडविले होते-अर्थात् आपल्याभोवती गोळा केलेल्या विश्वासू शूर आणि जिवाला जीव देण्यासाठी सदैव तयार असलेल्या असंख्य साथीदारांच्या सहकार्यामुळेच ते स्वराज्य संस्थापनाचे महान् कार्य यशस्वीपणे पार पाडू शकले होते यात शंकाच नाही.

पन्हाळ्याच्या वेढ्यातून अत्यंत कौशल्याने आपली सुटका करून घेतलेले शिवराय आता राजगडावर सुखरूप परतले होते, ते स्वराज्यात घुसलेल्या एका शत्रूचा अलगपणे फडशा पाडून आता दुसऱ्याला तोंड देण्यासाठी. युद्ध सुद्धा एक कला आहे आणि कर्मधर्मसंयोगाने श्री शिवराय हे युद्धकलेचा सिद्धांत पावलोगणिक आपल्या वृत्तीतून सहजपणे सिद्ध करीत होते, आपल्यातील अप्रतिम कलेच्या भरवशावरच.

◆◆◆

उंबरखिंडीतील गनिमी कावा

पन्हाळ्याच्या वेढ्यातून शत्रूला गुंगारा देऊन शिवराय राजगडावर आले ते स्वराज्यात घुसून, स्वराज्य उद्ध्वस्त करण्याच्या प्रयत्नात असलेल्या शाहिस्तेखानाचा समाचार घेण्याच्या विचारानेच.

त्यांच्या नेहमीच्या पद्धतीप्रमाणे त्यांनी समोर उभ्या ठाकलेल्या संकटाच्या शिडातील हवा कमी करण्याच्या आपल्या नेहमीच्या पद्धतीचा अवलंब करून पहिला शाहिस्तेखानाशी बोलणी करण्याचा प्रयत्न करून पाहिला. बिकानेरचा राजा राव बिरेंद्रसिंग याच्यामार्फत त्यांनी संधान बांधले. या प्रयत्नात शाहिस्तेखानाच्या बाबतीत पाऊल फारसे पुढे पडले नाही, तरी शिवरायांना राव बिरेन्द्रसिंगासारखा एक रजपूत मित्र मात्र मिळाला.

शाहिस्तेखानावर शहेनशहा औरंगजेब खूश होता-चाकण परिंडासारखे किल्ले घेऊन खान पुण्यात मुक्कात ठोकून होता हे काय कमी झाले ? १६६० चा पावसाळा संपून डिसेंबरही संपला. १६६१ साल उजाडले.

शाहिस्तेखानाने राजगडावर आलेल्या राजांना कोकणातून घेरण्याचा डाव टाकला. या कारवाईसाठी त्याने निवड केली ती गाजलेल्या कारतलबखानाची-त्याला जवळ जवळ तीस हजारांची फौज-हत्ती-तोफा-दारूगोळा दिला. खान सोबतीला अमरसिंह चौहान घेऊन पुण्याहून चिंचवड, तळेगाव मार्गाने लोणावळ्याकडून कोकणात उतरावयाचे होते. विदर्भातील रायबागन ही माहूरच्या राजा उदाराम याची शूर विधवाही त्यावेळी कारतलबखानाबरोबर होती.

बरीच चांगली शिपाईगिरी केलेल्या उझबेगी रक्ताच्या या कारतलबखानाने नुकताच परिंडाचा किल्ला घेऊन आपले कसब दाखवून दिले होते. तो मजल दरमजल करीत कोकणात उतरून आपण शिवाजीला मागच्या बाजूने घेराव घालू आणि पकडीत पकडून घेऊन येऊ, या विचाराने सह्याद्रीच्या रोखाने निघाला

होता. आपल्यावर कोणाची नजर आहे याचा त्याला गंधही नव्हता.

पण शंभर कोसांवर काय घडते आहे याची खडान्‌खडा माहिती आपल्याला लगेच मिळायला हवी अशी कार्यतत्पर गुप्तहेरयंत्रणा सदैव डोळ्यात तेल घालून जागृत ठेवणाऱ्या शिवरायांच्या नजरेतून मोगल सैन्याची इतकी मोठी हालचाल सुटणे शक्यच नव्हती- कारतलबखान इंद्रायणीच्या काठाकाठाने पुढे घुसत असताना लोहगड, विसापूरच्या किल्ल्यांवरून अनेक डोळे त्याची हालचाल टिपीत होते-जानेवारी १६६१ ला पुण्याहून निघालेला खान १६६१ च्या फेब्रुवारीच्या पहिल्या तारखेला कुरवंड्याच्या पठारावर पोहोचला. त्या रात्रीचा मुक्काम पठारावर करून दोन फेब्रुवारीला कुरवंडा खिंड ओलांडून अंबा नदीच्या काठाकाठाने त्याने खाली घाटात उतरण्यास सुरवात केली.

कुरवंडा खिंडीची उंची समुद्रसपाटीपासून दोन हजार फूट आहे. या खिंडीपलीकडे म्हणजे कोकणच्या बाजूला, खिंडीपासूनच एक अरूंद, अडचणीची आणि दोन्ही बाजूने दाट जंगलांनी आणि डोंगरांनी घेरलेली अशी वाट आहे-याच निमुळत्या वाटेने उतरण सुरु होऊन दीड-दोन मैलांवरील चावणी गावाजवळ येते. तेथून थोडा ईशान्येकडे वळून हा मार्ग ठाकूरवाडीजवळ येतो-येथून मग पुन्हा अत्यंत निमुळत्या आणि अडचणीच्या चढणीला सुरवात होते-चावणीपासून ठाकूरवाडीपर्यंतची वाट इतकी निमुळती आहे की, एखाद्या तोफेच्या नळीतून जात असल्याचा भास व्हावा-ही घळही दोन्ही बाजूने घनदाट जंगल आणि डोंगरांनी वेढलेली अशी आहे. उंबऱ्याजवळ या घळीचे कोकणच्या बाजूचे तोंड आहे, त्या तोंडावर कमी संख्येच्या सैन्यानेही कोकणाचा मार्ग रोखता येतो.

अशी या उंबरखिंडीची भौगोलिक परिस्थिती शिवरायांनी आधीच अभ्यासून ठेवली होती- शिवरायांच्या युद्धनीतीला भौगोलिक परिस्थिती आणि निसर्गाची साथ घेण्याचे महत्त्वाचे कलम होते. यामुळेच कमीत कमी सैन्यबळाने शत्रूच्या मोठ्यात मोठ्या सैन्याचा ते सहज पराभव करू शकत होते-म्हणूनच सह्याद्रीची साथ त्यांनी सोडली नव्हती. कोकणातून अचानकपणे येऊन लष्करी दबावाने आपणास खुल्या मैदानात ढकलण्याची मोगली सरदारांची योजना सह्याद्रीच्या एका घळीतच नामशेष करण्यासाठी त्यांनी पावले उचलली.

दोन फेब्रुवारी, १६६१ च्या पहाटेपासूनच खानाच्या सैन्याने कुरवंडा खिंड उतरण्यास सुरवात केली. शिवरायांच्या सैन्याच्या तुकड्या आदल्या रात्रीच घळीच्या कोकणाच्या तोंडाजवळ तर घळीच्या दोन्ही बाजूला असलेल्या आणि घनदाट जंगलांनी वेढलेल्या डोंगरांमध्ये गुप्तपणे लपून बसल्या होत्या-कोकणात

उंबरे
लोणावळा
कुरवंडा
मळवली
वडगाव
कारतलब खानाचा मार्ग
चिंचवड
कोकणपट्टी
पुण्याची शाहीस्तेखानाची छावणी
शिवरायांचा मार्ग

शिवरायांच्या सैन्याचे हल्ले
उंबरखिंड
शिवरायांची फौज
उंबरे
चावणी
कारतलबखानाची फौज
कुरवंडा खिंड
कारतलबखानाची छावणी
शिवरायांच्या सैन्याचे हल्ले

राजा ठिमम्म..

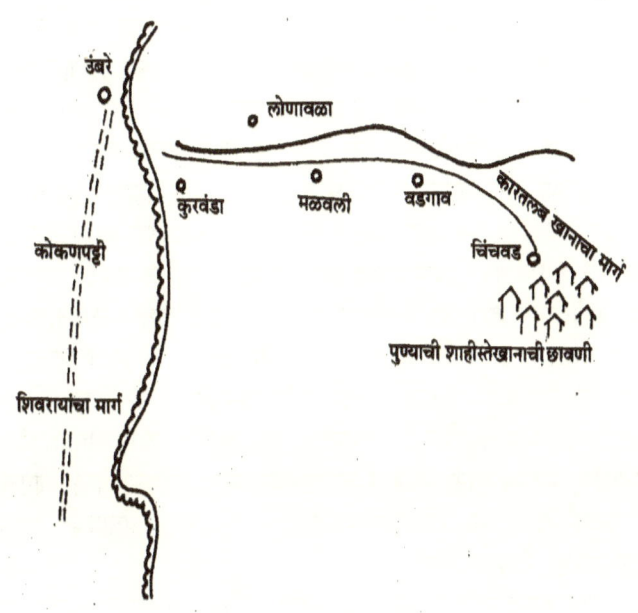

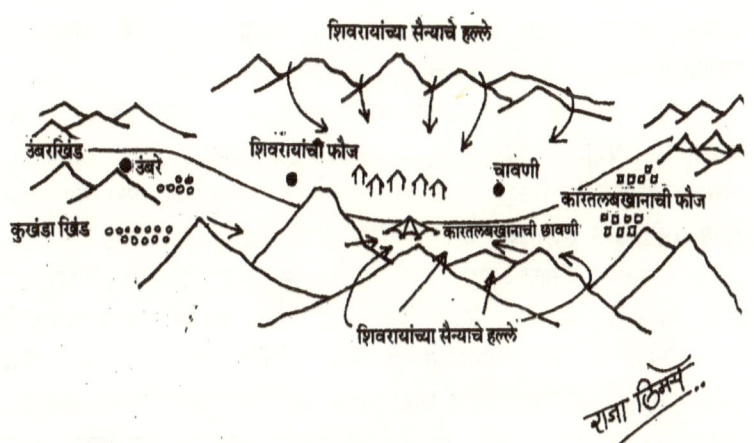

उतरण्याची वाटही त्यांनी घेरून ठेवली होती.

अत्यंत सावकाशपणे अवजड तोफा, हत्ती आणि दारूगोळा आदी घेऊन कुरवंडा खिंडीच्या निमुळत्या आणि अवघड वाटेने उतरणाऱ्या खानाच्या सैन्याकडे असंख्य मावळ मराठ्यांच्या नजरा लागलेल्या होत्या. अर्थात गुप्तता आणि संयम हे शिवरायांच्या युद्धतंत्राचे आणखी एक महत्त्वाचे कलम होते. म्हणून त्यांचे सैनिक शांतपणे आपआपल्या जागांवर इशाऱ्याची वाट पहात दबून बसले होते.

खानाचे पूर्ण सैन्य खालच्या अरूंद आणि अडचणीच्या घळीत इतस्तत: पसरल्यावर ते स्थिरावत असतानाच इशाऱ्याच्या कर्ण्यातून धारदार सुरावट बाहेर पडली आणि सारी दरी त्या निनादाने भारून गेली. क्षणार्धात कारतलबखानाच्या सैन्यावर समोरून आणि डाव्याउजव्या बाजूंनी मावळ्यांचा मारा झाला. आधीच त्या डोंगरदरीतील प्रवासाने घाईला आलेले, त्यातून तेथील भौगोलिक परिस्थितीमुळे हालचालींवर बंधन पडलेले ते थकलेले, तहानलेले आणि आता तरी आराम करता येईल म्हणून वाट पाहणारे कारतलबखानाचे बरेचसे सैन्य कापले गेले-काही पळून जाण्याच्या प्रयत्नात पकडले गेले कारण आतापर्यंत मावळ्यांनी परतीचा मार्गही रोखला होता.

रायबागनला परिस्थितीचा अंदाज येताच तिने कारतलबखानाला शरणागती पत्करण्याची सूचना केली आणि त्यानेही ती लगेच अमलात आणली-कारतलबखान हा शहाजी राजांचा मित्र होता हे ध्यानात घेऊनच शिवरायांनी त्याला जीवदान दिले पण त्याच्या जवळील सर्व हत्यारे, दारूगोळा, तोफा आणि खजिना मात्र आपल्या ताब्यात घेतला-या प्रचंड विजयाने साऱ्या आसमंतात शिवरायांचा दबदबा पसरला आणि पाश्चात्त्यांचे धाबे दणाणले—

या लढाईतील शिवरायांच्या युद्धतंत्राचीच एक प्रतिमा १९५४ साली व्हिएतनाममध्ये दिएन बिएन फ्यूच्या दरीत व्हिएतनामच्या मुक्ती सैनिकांनी, जनरल व्हो निऑन गिऑप याच्या नेतृत्वाखाली अत्याधुनिक हत्यारांनी सज्ज अशा प्रचंड फ्रेंच सैन्याच्या केलेल्या पराभवाच्या वेळी दिसून आली.

राज्यकर्त्या फ्रेंचांचे जोखड आपल्या मानेवरून झुगारून देण्यासाठी व्हिएतनामी जनता त्यावेळी जनरल व्ही निऑन गिऑप या धाडसी सेनापतीच्या नेतृत्त्वाखाली फ्रेंचांच्या प्रचंड सेनेशी मुकाबला करीत होती. त्यांची दमछाक करीत होती. फ्रेंच सैन्य जनरल गिऑपला कोंडीत पकडण्याचा आटोकाट प्रयत्न करीत होते पण गोरीला युद्धतंत्रानुसार लढणारा हा सेनापती फ्रेंचांनाच सतत छळत होता. अखेर १९५४ साली जनरल गिऑप आणि त्याचे मुक्तीसौनिक दिएन बिएन फ्यूच्या

डोंगरदरीत एकत्र होणार असल्याची खोटीच बातमी फ्रेंच सेनानींना मिळेल अशी त्यानेच व्यवस्था केली—

जनरल गिऑपला आता चांगलेच कोंडीत पकडता येईल या इराद्याने फ्रेंच सेनानींनी आपले सुसज्ज असे प्रचंड सैन्य या दिएन बिएन फ्यूच्या दरीत उतरविले-फ्रेंचांच्या या कारवाईच्या आधीच गिऑपने चीनकडून मिळविलेल्या अनेक तोफा रात्रीच्या अंधाराच्या आणि घनदाट जंगलाच्या पांघरूणाखाली ओढीत आणून फ्यूच्या दरीच्या परिसरात डोंगरमाथ्यावर पेरून ठेवल्या होत्या. फ्रेंच सैनिक दरीत उतरत असताना या तोफा आणि मुक्ती सैनिक सावकाश त्यांचा वेध घेत होते, तोफांची तोंडे खाली वळत होती.

कारतलबखानाच्या सैन्याप्रमाणेच फ्रेंच सैन्य दरीत पसरून स्थिरावत असतानाच, दरीच्या चारही बाजूला गुप्ततेने आणि संयमाने लपून बसलेल्या जनरल गिऑपच्या मुक्ती सैनिकांच्या बंदुकी आणि तोफा एका इशाऱ्याबरोबर फ्रेंच सैन्यावर आग ओकू लागल्या. फ्रेंचांची भयंकर प्राणहानी होऊन दणदणीत पराभव झाला. या लढाईत फ्रेंचाचे एकूण बारा हजाराच्या वर सैनिक आणि अधिकारी मारले गेले-दिएन बिएन फ्यूच्या या पराभवाने फ्रेंचांच्या व्हिएतनाममधील राजवटीच्या अखेरीची सुरवात केली होती—

उंबरखिंडीखालील घळीत शिवरायांनी कारतलबखानाच्या प्रचंड सैन्याचा असाच धुव्वा उडवला-आणि पुण्यात शांतपणे बसलेल्या शाहिस्तेखानाचे धाबे दणाणले. त्याचप्रमाणे कारतलबखानाने कोकणात शिवाजीचा निकाल लावला की कोकणात आपल्याला पुन्हा स्वतंत्रपणे व्यापार करायला मोकळीक मिळेल या आशेने शिवाजीच्या शेवटाची वाट पाहणाऱ्या इंग्रजांनीही हाय खाल्ली.

कोकणातील लष्करी कारवाई

शिवरायांनी याप्रसंगीही मिळविलेल्या विजयामुळे निर्माण झालेल्या वातावरणाचा पूर्ण फायदा उठविला—कारतलबखानावरील विजयानंतर त्यांनी परिस्थितीचा आढावा घेऊन, हादरलेल्या अदिलशहाला आणि धास्तावलेल्या शाहिस्तेखानाला सावरण्यासाठी लागणाऱ्या वेळेचा फायदा घेऊन सरळ कोकणात धडक मारली—

सह्याद्री—पूर्वेकडून त्यांनी मुक्त केला होता आता पश्चिमेकडून म्हणजेच कोकणच्या बाजूनेही तो त्यांना मुक्त करायचा होता-अर्थात् कोकणात मुसंडी मारताना आपली पिछाडी आणि दळणवळणाची रेषा सुरक्षित रहावी म्हणून

नेताजी पालकराला त्याच्या पूर्ण घोडदळासह त्यांनी उंबरखिंडीच्या तोंडाजवळच पहाऱ्याला ठेवले आणि मगच ते खाली कोकणात उतरले. ही त्यांच्या सदैव सावध अशा युद्धतंत्राला धरून टाकलेलीच पावले होती.

शिवरायांच्या युद्धतंत्रातील हे बारकावे अभ्यास करण्यासारखे आहेत. त्यांनी आपली राजगडावरील राजधानी, आपल्या हालचालींचा प्रदेश, आपल्या दळणवळणाची साखळी, ही शत्रूच्या केंव्हाही होऊ शकणाऱ्या अकस्मात हल्ल्यापासून नेहमी सुरक्षित ठेवण्याची दक्षता घेतली होती. जशी उंबरखिंडीत नेताजीला पहाऱ्यावर ठेवण्याची त्यांनी दक्षता घेतली होती तशीच कोकणात दाभोळहून खाली दक्षिणेत जातानाही त्यांनी घेतली. दाभोळलाही दोन हजारांची फौज एका शूर आणि जागृत सरदाराच्या नेतृत्वाखाली ठेवूनच ते संगमेश्वरला आले. त्यांनी संगमेश्वरावर देखरेखीसाठी तानाजी मालुसरे यांना ठेवले.

संगमेश्वरावरुन पुढे खाली राजापूरला जाण्याच्या आधी संगमेश्वराजवळ सह्याद्रीच्या कुशीत दडून बसलेला स्वराज्याचा एक वैरी त्यांना संपवायचा होता, पण या घोडदौडीत त्याच्यासाठी वाया घालवायला त्यांच्याजवळ सवड नव्हती. आपले वतन सांभाळून उगवत्या सूर्याला दंडवत घालीत ऐषारामात लोळणाऱ्या आणि जमेल तेव्हा आपला विषारी फणा उगारून स्वराज्यावर विष फेकण्याचा प्रयत्न करणारा हा विषारी नाग होता. श्रृंगारपूरचा सूर्यराव सुर्वे. राजे पन्हाळगडावर अडकले असताना सिद्दीजोहरच्या सांगण्यावरून यानेच विशालगडाला वेढा घातला होता. शिवाजी आता संपला हा त्याचा कयास होता आणि म्हणूनच नेहमीच्या सवयीप्रमाणे आदिलशहाचे फर्मान येताच राजांच्या विरूद्ध सिद्दीजोहराच्या मदतीला जाऊन आपले स्थान टिकवण्याचा स्वार्थी प्रयत्न त्याने नेहमीप्रमाणे केला होता.

खरे म्हणजे संगमेश्वराहून सुर्वेचा काटा काढणे सोपे होते. पण आपल्या माणसांना संधी देऊन स्वराज्यात सामील करून घेण्याचा प्रयत्न त्यांनी नेहमीच केला होता. जावळीच्या मोऱ्यांनाही त्यांनी अशीच संधी दिली होती. त्याच पद्धतीप्रमाणे त्यांनी सूर्यराव सुर्वेलाही निरोप धाडला.

"आम्ही स्वराज्य निर्मितीच्या अंगिकारलेल्या प्रयत्नांचा एक भाग म्हणून दक्षिण कोकणात जात आहोत-आमच्या गैरहजेरीत तुम्ही या भागात (आमच्या वतीने) चांगली देखरेख ठेवावी."

ही सूर्यराव सुर्वेला दिलेली जशी एक संधी होती तशीच या चालीमागे एक कुशल मुत्सद्देगिरीची झलकही दिसून येते. आपण दक्षिणेत जाऊन आपली

उंबरखिंडीनंतर...

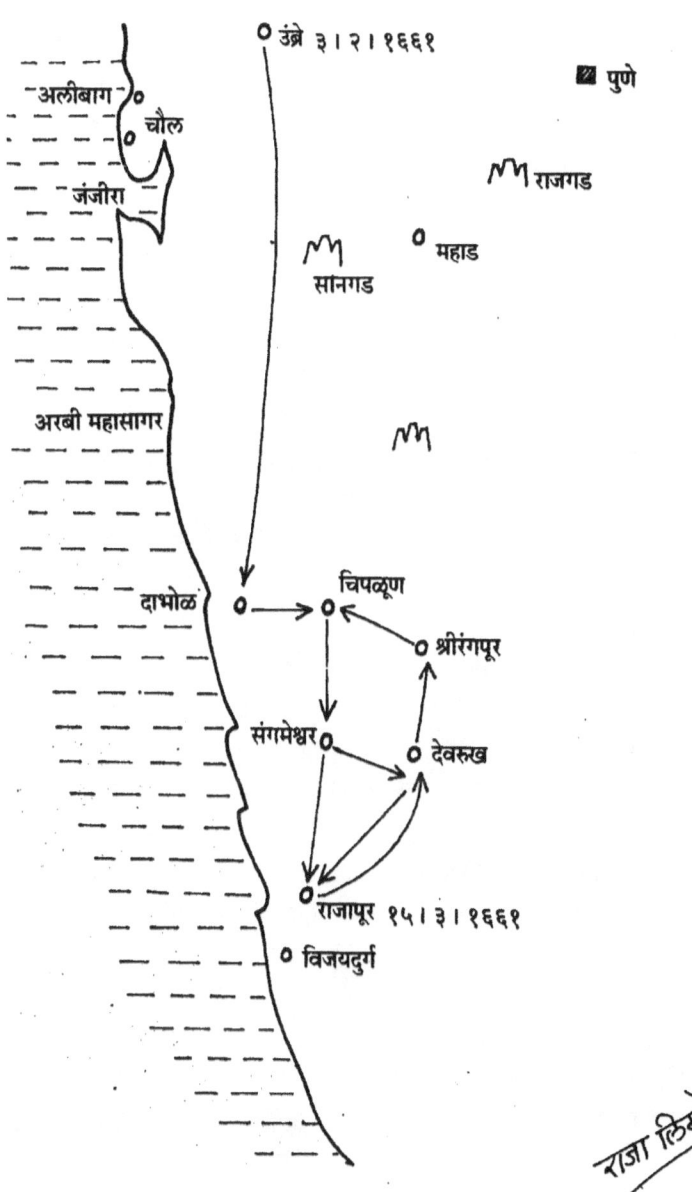

उंब्रे ३।२।१६६१
पुणे
अलीबाग
चौल
राजगड
जंजीरा
महाड
सानगड
अरबी महासागर
चिपळूण
दाभोळ
श्रीरंगपूर
संगमेश्वर
देवरूख
राजापूर १५।३।१६६१
विजयदुर्ग
राजा लिमये

मोहीम पूर्ण करून येईपर्यंत या दगाबाज सुर्व्यांने शांत रहावे हा देखील त्यामागचा एक उद्देश होता.

आता त्यांच्या नजरेसमोर होते राजापूर-राजापूरच्या इंग्रज अधिकारी रेव्हिंगटनने, शिवराय पन्हाळ्याच्या वेढ्यात अडकले असताना सिद्दी जोहरला मदत केली होती. या पठ्ठ्याने आपल्या जवळची लांब पल्ल्याची इंग्रजी तोफ सिद्दी जोहरकडे पन्हाळ्याचे बुरुज उडविण्यासाठी धाडली होती-आणि या लांब पल्ल्याच्या तोफेने ज्या वेळी पन्हाळ्याच्या बुरजावर गोळे फेकण्यात आले होते तेव्हा या तोफेवर इंग्रजांचाच युनियन जॅक फडकत असलेला राजांच्या हेरांनी हेरला होता.

राजे त्यानंतर पन्हाळ्याहून सुखरूप राजगडावर आले तेव्हा, त्यानंतर उंबरखिंडी-जवळच्या घळीत शाहिस्तेखानाने धाडलेल्या मोगली सरदाराचा त्यांनी धुव्वा उडवला तेव्हा, आणि आता ते दाभोळ घेऊन संगमेश्वराला पोहोचल्याच्या बातम्या त्याच्या कानी पडल्या त्या प्रत्येक वेळी या दगलबाज रेव्हिंगटनच्या छातीची धडधड वाढून त्याच्या मस्तकात शहारे आले होते.

शिवरायांनी एका झेपेतच राजापूर गाठले. तेथील इंग्रजांनी वखार आणि गरीब कोकणवासियांना वर्षानुवर्ष लुटून मस्तवाल झालेल्या व्यापाऱ्यांची स्वराज्याच्या कार्यासाठी आवश्यक असलेली संपत्ती लुटून आणली आणि त्याबरोबरच पकडून आणले ते राजापूरचे इंग्रज अधिकारी ज्यांच्यात रेव्हिंगटन होताच.

शिवरायांची ही धडाकेबाज मोहीम पाहून इतके दिवस शांत असलेला आदिलशहा पुन्हा खडबडून उठला, पण इतक्या लांब सह्याद्रीच्या पलीकडे कोकणात शिवाजीचा बंदोबस्त करायला आता तरी कोणी मातब्बर सरदार याला नजरेसमोर दिसत नव्हता. शेवटी त्याला आठवला तो श्रृंगारपूरचा सुर्वेच, आदिलशहाने त्यालाच जाब विचारला-"शिवाजी कोकणचा भाग ताब्यात घेतो आहे आणि तू स्वस्थ बसला आहेस-तू शिवाजीला का रोखले नाहीस ? ताबडतोब त्याचा बंदोबस्त झालाच पाहिजे."

इतके दिवस आदिलशहाने फेकलेल्या भाकरीचे तुकडे खाऊन माजलेल्या सुर्व्यांच्या पुन्हा अंगात आले आणि त्याने आपले सैन्य घेऊन संगमेश्वरात शिवरायांनी ठेवलेल्या तुकडीवर अचानक हल्ला केला-या तुकडीचे नेतृत्व तानाजी मालुसरेकडे होते. सतत सावध आणि जागृत असणाऱ्या शिवरायांचेच प्रतिनिधित्व तो करीत होता-तितकाच सावध आणि जागृत.

रात्रीच्या वेळी अचानक हल्ला करायला म्हणून आलेल्या सूर्यराव सुर्व्यांच्या

सैन्यावरच तानाजीने हल्ला केला. सुर्व्यांचे सैन्य गोंधळून गेले-उधळले गेले-त्यांचा पार धुव्वा उडाला आणि दगलबाज सुर्वे जीव घेऊन पळाला-आक्रमण हा प्रतिकाराचा सगळ्यात उत्तम मार्ग आहे हे शिवरायांच्या युद्धतंत्रातील महत्त्वाचे सूत्र त्यांच्या सगळ्याच सेनानींना अवगत होते.

शिवराय राजापूरचे स्वराज्यात विलिनीकरण करून पुन्हा संगमेश्वरला आले. त्यांनी पुन्हा एकदा श्रृंगारपूरच्या सूर्यराव सुर्वेच्या मराठी मनाला साद घातली. ''मला पालींला येऊन भेटावे'' सुर्व्याने एव्हढा गंभीर गुन्हा केला असूनही, स्वराज्य निर्मितीसाठी माणसे जोडणे महत्त्वाचे आहे याचा त्यांनी कधीही विसर पडू दिला नव्हता. शिवराय आता पालीकडे निघाले होते. कारण पालीचा जसवंतरावही, राजे पन्हाळगडावर अडकले असताना, सिद्दीच्या इशाऱ्यावर नाचून विशालगडाला वेढा घालण्यासाठी सूर्यराव सुर्व्याबरोबर धावला होता.

पाली शिवरायांनी लगेच ताब्यात घेतली. पालीजवळचा भक्कम चिरदुर्ग काबीज करून त्यावर आपले सैनिक ठेवले आणि स्वराज्यात नव्याने आलेल्या या किल्ल्याचे नाव ठेवले मंडनगड. मंडनगडावरून त्यांनी नजर फेकली ती श्रृंगारपुरावर. तेथील सुर्व्याने दगलबाजीचा पुन्हा पुरावा दिला-तो पालीला आला नाही. राजे श्रृंगारपुरावर येऊन धडकले. श्रृंगारपूर काबीज केले-सूर्यराव सुर्वे पुन्हा जीव घेऊन पळाला. २९ एप्रिल, १६६१.

कोकणचा भाग आपल्या ताब्यात घेऊन स्वराज्याशी दगलबाजी करणाऱ्या सर्वांना मग तो इंग्रज असो, मुसलमान असो वा हिंदू असो, सगळ्यांना योग्य शासन करून राजांनी आपला दबदबा वाढवला आणि स्वराज्याच्या सीमा पश्चिमेकडूनही सुरक्षित केल्या.

◆◆◆

शाहिस्तेखानावर अचानक हल्ला

एकेकाळचा गाजलेला मातब्बर मोगल सरदार आणि खुद्द शहेनशहा औरंगजेबाचा मामा शाहिस्तेखान पुण्यात ठाण मांडून बसला होता. तेथे बसून स्वराज्याचा परिसर उद्ध्वस्त करण्याचा त्याने सपाटा लावला होता. आज ना उद्या शिवाजी सह्याद्री उतरून समोर येईल अशी त्याला अपेक्षा होती. तो स्वत: मात्र पुणे सोडून आत घुसायला तयार नव्हता.

प्रचंड लष्करी तयारीनिशी पुण्यात बसलेल्या शाहिस्तेखानाच्या सैन्याबरोबर समोरासमोर युध्द करण्याइतपत आपली लष्करी ताकद नाही हे शिवराय जाणून होते आणि अशा कोणत्याही परिस्थितीत ते आपल्या लोकांचे आणि स्वत:चेही प्राण धोक्यात घालीत नसत-मीरजेवरून त्यांनी त्याच हेतूने माघार घेतली होती. यशाची खात्री असेल तेव्हाच हल्ला करण्याचे त्यांचे युद्धतंत्र होते.

त्यांच्या या तंत्रानुसारच शाहिस्तेखानाने आपल्याला पकडण्यासाठी धाडलेल्या कारतलबखानाला उंबरखिंडीजवळील घळीत गाठून चांगलाच मार दिला होता. त्यानंतर १६६२ च्या सुरूवातीलाच कोकणचा भाग पुन्हा काबीज करीत निघालेला शाहिस्तेखानाचा सरदार नामदारखान कोकणातील पेणजवळच्या मिऱ्या डोंगरावर छावणी टाकून हालचाली करीत होता. या नामदारखानावर अचानक छापा घालून त्याचा पराभव तर केलाच पण त्याची छावणीही उद्ध्वस्त करून टाकली. हा नामदारखान कोकणात उतरला तेव्हा यानेही पुण्याच्या आपल्या मुख्य तळाशी संपर्क रेषा कायम ठेवण्याचा प्रयत्न केला नव्हता. शिवरायाने नेमका याचा फायदा घेतला.

पुण्यात बसलेल्या शाहिस्तेखानाला यामुळे जाणीव झाली होती. युद्धतंत्रात अग्रणी असलेल्या या मराठ्यांच्या सेनानीचा बंदोबस्त करणे तसे सोपे नाही. प्रत्यक्ष शिवरायांनी तर त्याला कारतलबखान आणि नामदारखानाचा पराभव

करून दोन हादरे दिले होतेच पण शाहिस्तेखानाच्या सैन्याच्या हालचालींवर सतत नजर ठेवून, त्यांना अचानक गाठून त्यांना सतत छळणाऱ्या नेताजीच्या वेगवान घोडदळाने शत्रूची दमछाक केली होती आणि त्याचे रायबागनसहीत अठरा मातब्बर सरदार गुंतवून ठेवले होते. म्हणजे जो स्वराज्यावर आक्रमण करायला आला होता, त्याचीच शक्ती नेताजीच्या आक्रमक कारवायांना पायबंद घालण्यासाठी खर्ची पडत होती. ज्याने प्रतिकार करावयाचा तो आक्रमक झाला होता. आक्रमण हाच प्रतिकाराचा सर्वात प्रभावी मार्ग आहे हे शिवरायांच्या युध्दनीतीतील सूत्र यशस्वी ठरत होते. खान आता प्रतिकारात्मक भूमिका घेऊन पुण्यात अडकून पडला होता. १६६२ साल संपत आले होते.

पुणे परिसरात ठाण मांडून बसलेली खानाची छावणी पुणे प्रांत मात्र ओरबाडून खात होती. जवळपासच्या गावांवर धाड घालायची, तेथील गुरे, ढोरे पळवायची ती कापून खाण्यासाठी आणि माणसेही पळवायची ती बिगारी कामाला जुंपण्यासाठी. यामुळे खानाचे पुण्यातील वास्तव्य देखील आता स्वराज्याला महाग पडायला लागले होते. शिवरायांचे विचारचक्र चालू होते.

१६६३ साल उजाडले होते. याच सुमारास स्वराज्यातीलच कोणी एक मातब्बर मराठी सरदार शिवरायांवर रागावून खानाला जाऊन मिळाला. त्याने शाहिस्तेखानावर छाप पाडण्यासाठी स्वराज्याच्या काही भागात भयंकर धुमाकूळ घातला. तो हे सिद्ध करीत होता की शिवाजी माझे काहीच करू शकत नाही. खान त्या मराठी सरदारावर खूश होता. मराठ्याकडून संरक्षण हवे असेल तर त्या कामाला असा हाडाचा मराठाच जास्त उपयुक्त ठरेल ही खानाची खात्री झाली. पुण्याच्या खास छावणीच्या संरक्षणाची जबाबदारी त्याच्यावर सोपविण्यात आली.

झाले, आता छावणीतील मार्ग, लाल महालातील पहारे, चौक्या पहारे बदलण्याच्या वेळा, छावणीतील दिनक्रम, या सगळ्यांची बित्तंबातमी राजांजवळ जमा व्हायला लागली आणि शाहिस्तेखानावर काय आणि कशी कारवाई करायची याची आखणी सुरु झाली.

पुण्यात बसलेला शाहिस्तेखान आता वाट पहात होता. तो शिवाजी शरणागतीची बोलणी करण्यासाठी केव्हा येतो याची. आपण सारा पुणे परिसर उद्ध्वस्त करीत असताना, हा किती दिवस डोंगरात लपून बसेल ? आणि इकडे राजगडावर शिवराय खरोखरीच पुण्याला जाण्याच्या आपल्या योजनेवर अखेरचा हात फिरवत होते. त्यांच्या नजरेसमोर होती ती पुण्यात आणि भोवताली पसरलेली

खानाची प्रचंड छावणी.

मोगलांच्या त्या पुण्यातील छावणीबाबत मिळालेल्या बातम्यांवरून त्या छावणीचे चित्र त्यांच्यासमोर स्पष्ट झाले होते. शाहिस्तेखानाच्या छावणीत ॲबीसीनियन, अफगाणी, पर्शियन, मोगल, शिवाय उत्तर आणि मध्य हिंदुस्थानातील बाटून मुसलमान झालेले सैनिक असे पूर्णपणे भिन्न भिन्न रीतीरिवाजाचे लोक होते. याशिवाय राजपूत माळव्यातील हिंदू सैनिक आणि स्थानिक मराठे सैनिक होतेच. एकूण या सर्वांची जणू खिचडीच झाली होती.

या वेगवेगळ्या गटांचे सरदार राजाप्रमाणे रहात होते. वागत होते. त्यांचे एकमेकांशी हेवेदावे होते आणि त्यांच्यात एकसूत्रता मुळीच नव्हती. खानाच्या मुख्य छावणीत मनोरंजनाच्या त्या काळच्या सर्व सोयी उपलब्ध होत्या. आजूबाजूला पसरलेल्या आणि मोहिमेवर जाणे-येणे करणाऱ्या सरदारांच्या छावण्यांत मात्र एकाच प्रकारच्या, एकाच विचारांच्या सैनिकांचा जागता पहारा असे, तर पुण्याच्या मुख्य छावणीत सगळी खिचडीच होती, आणि या खिचडीत मराठेही होतेच.

शाहिस्तेखानाच्या पुणे परिसरात पसरलेल्या त्या अवाढव्य छावणीतून शंभर दोनशे स्वारांची तुकडी जरी पुण्यात शिरली तरी हे आपल्याच सेनेतील असतील असे प्रत्येकाला वाटणे अगदी साहजिकच होते. आणि असा ज्यांचा सहज विश्वास बसेल अशी मंडळी कोणत्या बाजूला आहेत हे शिवरायांच्या नजरबाजांनी बरोबर हेरून त्या बातम्या शिवरायांना पुरवल्या होत्याच. खानाच्या छावणीतून अशा शंभर-दोनशे स्वारांच्या तुकड्या रोज इकडून तिकडे निरनिराळ्या मोहिमांवर जाण्यासाठी किंवा रसद आणणाऱ्या लोकांच्या संरक्षणासाठी म्हणून जात-येत असत. त्यांच्या या जाण्यायेण्याची काळ-वेळ काही ठरलेली नसे. या बाबी शिवरायांच्या योजनेच्या दृष्टीने अत्यंत महत्त्वाच्या होत्या.

या बातम्यांच्या आधारे आणि खानाच्या छावणीत आधीच पेरून ठेवलेल्या गुप्तहेरांनी निर्माण केलेल्या वातावरणाचा फायदा घेऊन शिवरायांनी आपली धाडसी योजना आखली. छावणीवर अचानक छापा घालण्याचा दिवस आणि वेळ निश्चित केली आणि निवडक असे चारशे खंदे वीर आपल्या सोबत घेण्याचे ठरविले.

छाप्यासाठी निवडली ती रमझान महिन्यातीलच एक रात्र. ज्या रात्री चंद्रही रात्री साडेअकराच्या सुमारास मावळणार असल्याचे राजांनी माहिती काढून पक्के केले होते. रोजे पाळणारी छावणीतील मंडळी दिवसभराच्या उपवासानंतर सूर्यास्त झाल्यावर भरपेट जेवण करून डाराडूर झोपी जाणार हे साहजिकच

होते-म्हणूनच मध्यरात्रीच्या अंधाराचे पांघरूण आपल्या गुप्त हालचाली लपविण्यासाठी घेऊन छावणीच्या मध्यभागी म्हणजे लालमहालात पोहोचण्याचे राजांनी ठरविले होते.

छाप्याचा ठरलेला दिवस म्हणजे ५ एप्रिल, १६६३ उजाडला. राजांनी दोनशे स्वारांची एक तुकडी चिमाणाजीच्या हाताखाली देऊन आपल्या सोबत घेतली. तर दोनशे स्वारांची दुसरी तुकडी बाबाजी देशपांडेच्या नेतृत्वाखाली दिली-याशिवाय मोरोपंत पिंगळे आणि नेताजी पालकर यांच्या हाताखाली शंभर शंभर स्वारांच्या तुकड्या दिल्या. त्या राखीव म्हणून आणि त्यांना छावणीच्या आसपास नेमून दिलेल्या ठिकाणी ठरलेल्या वेळेवर येऊन तयार राहण्यास सांगितले.

पारंपरिक लष्करी पध्दतीनुसार यातील प्रत्येकाला शत्रूच्या छावणीची बारीक सारीक माहिती, आपल्या सेनादलाची संपूर्ण माहिती, आपले उद्दिष्ट, प्रत्येकाची त्या बाबतीत जबाबदारी, एकमेकांशी संपर्क साधण्याची पध्दत या साऱ्या गोष्टी तपशीलवारपणे सांगितलेल्या होत्या. त्यामुळे ऐनवेळी घोटाळा होण्याचा प्रश्नच नव्हता.

शिवाजी राजे आणि त्यांच्या सोबतीची तुकडी खानाच्या छावणीसमोर पोहोचली तेव्हा रात्र झालेली होती. छावणीबाहेर ठरलेल्या मंडळींनी राजांच्या आणि इतरांच्या घोड्यांचा ताबा घेतला-राजे आपल्या वीरांबरोबर छावणीकडे निघाले. पहिल्याच नाक्यावर आम्ही छावणीतीलच असून आताच मोहिमेवरून परतल्याचे ठणकावून सांगून ही मंडळी छावणीत घुसली. छावणीत अशा वेळी अवेळी येणारी मंडळी कशी वावरतात यांची माहिती सर्वांना असल्याने राजांची ही तुकडी आत्मविश्वासाने आणि कोणताही वेगळेपणा न दिसता आत घुसली. दोन्ही तुकड्या ठरलेल्या वेळी लाल महालाच्या मागे येऊन पोहोचल्या.

हा लाल महाल म्हणजे खुद्द राजांसाठीच बांधला गेलेला राजांचा महाल होता. त्यातील प्रत्येक खोलीन्‌खोली राजांना स्वत:ला माहीत होती. या प्रसंगी त्यात शाहिस्तेखान आपल्या जनानखान्यासह रहात होता. त्यापैकी खानाची स्वत:ची अशी कोणती जागा होती याची माहिती राजांनी मिळवलेली होती. प्रत्यक्ष खानावर हल्ला करण्याचे काम राजांनी स्वत:वर घेतले होते.

मध्यरात्रीनंतर लाल महालाचे मागील दार स्वयंपाक करायला येणाऱ्या आचाऱ्यांसाठी उघडण्यात येते ही माहिती राजांना आधीच मिळाली होती. तो रमझानचा महिना असल्याने पहाटेच स्वयंपाक तयार होत असे. याच मागील

दाराशी राजे आपल्या लोकांसह जमले. चंद्र केव्हाच मावळला होता. दार उघडेच होते. राजे आपल्या वीरांसह आत शिरले त्यांच्या साथीदारांपैकी ज्यांच्यावर भटारखान्यातील आचाऱ्यांची सोय लावण्याची जबाबदारी होती ते वीर भटारखान्याकडे धावले आणि तेथे खुडबूड करणाऱ्या आचाऱ्यांना त्यांनी कापून काढले.

राजांच्या लोकांनी मागील दार रोखून धरले होतेच. आतील एकही माणूस बाहेर जाता कामा नये हा त्यामागील उद्देश होता. राजांच्या बरोबरची इतर माणसे आपआपल्या नेमून दिलेल्या लक्ष्यांवर तुटून पडली तर राजे स्वत: खानाच्या दालनाकडे झेपावले. सारा लाल महाल क्षणार्धात आरोळ्या आणि किंकाळ्यांनी दणाणून उठला. काय होते याचा बोध होण्याच्या आतच आतील बरीच माणसे कापली गेली. काही जखमी होऊन विव्हळत पडली. राजांनी स्वत: खानावर हल्ला केला. खानाला वाचवण्यासाठी कोणी एक समोर आला, त्याला साफ करून, राजांनी खानावर झेप घेतली आणि त्याच्यावर वार केला-भेदरलेल्या खानाने दालनाच्या खिडकीतून उडी घेतली.

ठरलेल्या खुणेच्या शब्दाबरोबर सारे एकदम एकत्र होऊन बाहेर पडले आणि काळोखाच्या पांघरूणात नाहीसे झाले. तोपर्यंत महालातून आतील घडामाडींची बातमी बाहेर सांगण्यासाठी आतील एकहीजण बाहेर येऊ शकला नव्हता. महालाचे सर्व दरवाजे आधीच रोखून धरण्यात आले होते तेही संपर्क रेषा कापून काढण्यासाठीच. राजे बाहेर आल्यावर मात्र छावणीत बातमी पसरवून हलकल्लोळ उडाला.

राजे आपल्या साथीदारांसह बाहेर आले. बाहेर परतीची सगळी जय्यत तयारी होतीच. आपआपल्या घोड्यांवर स्वार होऊन राजे आणि त्यांचे साथीदार सिंहगडाच्या दिशेने झेपावले, तर इतर एक दोन टोळ्या वेगवेगळ्या दिशांनी पाठलाग झालाच तर त्यांची दिशाभूल करण्यासाठी धावले. शिवाय पाठलागावर निघालेल्यांची दिशाभूल व्हावी म्हणून कात्रज घाटाच्या वळणावर, छावणीच्या बाहेरून सहज दिसेल अशा ठिकाणी आधीच तयार ठेवलेल्या बैलांच्या शिंगाना बांधलेल्या मशाली, इशारा मिळताच पेटवून देण्यात आल्या आणि बैलांना वर घाटात पिटाळण्यात आले. याचा योग्य तोच परिणाम झाला. छावणीतील सरदारांना हल्लेखोर कात्रजच्या दिशेने पळत आहेत असाच भास होऊन. त्यांच्या तुकड्या पाठलागासाठी कात्रजच्या दिशेने धावल्या. राजे सुखरूप सिंहगडाकडे झेपावले.

अर्थात् याही बाबतीत राजांनी सावधगिरी बाळगली होती. जर सिंहगडाच्या

दिशेने पाठलाग झालाच तर, पाठलाग करणाऱ्यांना रोखून धरण्यासाठी आणि त्यांचा फडशा पाडण्यासाठी सिंहगडाच्या मार्गावर नेताजी पालकर आणि मोरोपंतांच्या टोळ्या अंधारात दबा धरून बसवल्या होत्या. पण सुदैवाने तशी वेळ आलीच नाही.

राजे गडावर सुखरूप पोहोचल्यानंतर आलेल्या बातमीनुसार, खानाच्या छाप्याच्या वेळी लाल महालात एकूण त्रेचाळीस जण मारले गेले होते. ज्यात खानाचा मुलगा आणि जावई दोघेही होते. राजांचीही सहा माणसे दगावली होती. खानाची बोटे तुटली होती.

या अतुलनीय हल्ल्याचा खानाच्या मनावर इतका परिणाम झाला की तो सहा एप्रिल, १६६३ ला झालेल्या हल्ल्यानंतर दोनच दिवसांनी म्हणजेच आठ एप्रिल, १६६३ ला पुणे सोडून निघाला. जाता जाता सिंहगडाच्या भागात दहा हजाराची फौज घेऊन छावणी ठोकून बसलेल्या जसवंतसिंगाने राजांना पळून जायला मदत केली असा दोष द्यायलाही तो विसरला नाही आणि त्यानेच आता शिवाजीचा बंदोबस्त करावा असा जाता जाता आदेशही देऊन गेला.

राजांनी जसवंतसिंगांच्या छावणीतील काही सरदारांशी संधान बांधून आपल्या कार्यात सहकार्य जरी नाही तरी आपल्या हालचालीकडे काणाडोळा करण्यासाठी तयार केले असण्याची शक्यता नाकारता येत नाही. अर्थात् या मोहिमेची कोणतीही बातमी शिवरायांच्या लोकांशिवाय इतर कोणालाही लागणे शक्य नव्हते.

शिवरायांच्या शाहिस्तेखानावरील धाडसी हल्ल्याची आणि शाहिस्तेखानाच्या झालेल्या फजितीची बातमी जेव्हा शहेनशहा औरंगजेबाच्या कानावर गेली तेव्हा तो अर्थात्च भयंकर संतापला, त्याने शाहिस्तेखानाला दोष देऊन त्याची बदली बंगलात केली आणि त्याच्या जागी दक्षिणेचा सुभेदार म्हणून आपला मुलगा शहजादा मुआजम याला धाडले.

शिवरायांना नेहमीप्रमाणे शाहिस्तेखानावरील हल्ल्यात जे यश मिळाले ते देवी भवानीच्या शुभाशीर्वादामुळे मिळाले हे जाहीर करून आपल्या साथीदारांना, स्वराज्यातील जनतेला एक प्रकारे पुन्हा जाणीव करून दिली, की आपल्यावर देवी भवानीचा नेहमीच वरदहस्त असतो. त्यामुळे आपल्या राजाला कधीही अपयश येणार नाही, कारण देवी भवानी त्याच्या पाठीशी आहे, ही त्यांच्या सर्व वीर साथीदारांच्या मनात रूजलेली भावना आणखी पक्की झाली.

युद्धशास्त्राच्या दृष्टीने शिवरायांसारख्या राजाने अशा प्रकारच्या मोहिमेची

संपूर्ण जबाबदारी आपल्या अंगावर घेऊन ती यशस्वीपणे पार पाडणे या घटनेला लष्करी इतिहासात फारच महत्व आहे. कोणत्याही लष्करी कारवाईतील मुख्य जोखमीची जबाबदारी स्वत: स्वीकारून ती यशस्वीपणे पार पाडण्याने, सैन्यातील इतर सर्वांचे मनोबल हजार पटींनी वाढते यात शंकाच नाही.

शिवरायांनी प्रतापगडाच्या युद्धाच्या वेळी हे केले, तसेच शाहिस्तेखानावरील हल्ल्याच्या वेळीही हेच केले. त्यानंतरही त्यांनी अशीच महत्त्वाची कामगिरी स्वत:वर घेऊन पार पाडली. म्हणूनच कित्येक परकीय इतिहासकारांनी देखील शिवरायांच्या युद्धतंत्रातील त्यांच्या वैयक्तिक जबाबदारी घेण्याच्या कृतीचे यथोचित कौतुक केले आहे. ते म्हणतात, ''राजांना स्वत:ला दोन्ही हातांत तलवारी घेऊन शत्रूवर तुटून पडताना पाहणारा प्रत्येक जण स्वत:ला अत्यंत भाग्यवान समजत असे आणि राजांना आपण तसे पाहिल्याचे तो सर्वांना अभिमानाने सांगत असे.

◆◆◆

सुरतेतील संपत्ती स्वराज्यात

इतक्या दिवसांच्या सततच्या लष्करी कारवायांमुळे स्वराज्याच्या खजिन्यावर ताण तर पडला होताच पण गेली तीन साडेतीन वर्षे स्वराज्यात ठाण मांडून बसलेल्या शाहिस्तेखानाच्या प्रचंड मोगली फौजेने स्वराज्यातील भाग साफ उद्ध्वस्त करून टाकला होता. शाहिस्तेखानाचे संकट आता टळले होते. पण स्वराज्यासाठी आरमाराची निर्मिती, तसेच इतर लष्करी साहित्य आणि जनतेच्या कल्याणाची कामे करण्यासाठी हवा होता पैसा-

ज्या मोगली फौजांमुळे पैशांची चणचण निर्माण झाली होती, ज्यांनी इतके दिवस आपला देश पायाखाली तुडवून सारी संपत्ती लुटून नेली होती आणि आपल्या गरीब देशबांधवांच्या संपत्तीवर ते राज्यकर्ते आणि त्यांचे लोभी व्यापारी हस्तक चैन करीत होते ती संपत्ती स्वराज्यासाठी, स्वदेशासाठी परत मिळवणे हाच त्यावर एक उपाय होता.

शिवरायांनी तो अंमलात आणला. त्या काळातील मोगली राजवटीखालील सर्वात श्रीमंत शहर सुरत त्यांच्या नजरेसमोर होते. आपल्या गुप्तहेर संघटनेमार्फत सुरत शहराची, तेथील लोभी आणि गबर व्यापाऱ्यांची, तेथील लष्करी ठाण्यांची संपूर्ण माहिती गोळा करून आणण्यासाठी त्यांनी आपल्या नजरबाजांच्या प्रमुखाला ऑक्टोबर १६६३ मध्ये सुरतेस धाडला—

त्यांनी सर्व आवश्यक माहिती हाती येताच- मोहिमेची आखणी करून अत्यंत गुप्ततेने ८ डिसेंबर, १६६३ ला राजगड सोडला-शत्रूला हूल देण्यासाठी कोकणात कारवाई सुरु केली-नाशिकला आल्यावर औरंगाबादेकडे जात असल्याची आवई उठवली-आणि सरळ सुरतेवर येऊन धडकले, ते नाशिक ते सुरत हा १३५ मैलांचा मार्ग केवळ पाच दिवसांत ओलांडूनच—

५ जानेवारी, १६६४ ते १० जानेवारी, १९६४ पर्यंत सुरतेतील गरीब

जनतेला पिळून गबर झालेल्या लोभी व्यापाऱ्यांची संपत्ती घेऊन ते ६ फेब्रुवारी, १६६४ ला राजगडावर परत आले—

वास्तविक शिवरायांनी सुरतेची संपत्ती आणली म्हणून त्यांना चोर किंवा लुटारू म्हणण्याचे काहीच कारण नाही. हजारो वर्षे पारतंत्र्यांत जखडून पडलेल्या आणि आधीच गरीब असलेल्या या महाराष्ट्रात संपत्ती नावाची चीज राहिलीच नव्हती. सैन्य काही केवळ राष्ट्रप्रेमावर जगू शकत नाही, लष्करी साहित्यही कोणी उधार अथवा मोफत देत नाही. स्वराज्यासाठी आता पश्चिम किनारा सुरक्षित करणे आवश्यक होते. त्यासाठी आरमाराची आवश्यकता होती. या सर्वांसाठी आवश्यक होती धनसंपत्ती.

ती मिळविण्याचा मार्ग एकच होता. ज्या शत्रूने इतके दिवस आपला देश पायाखाली तुडवून सारी संपत्ती लुटून नेली होती आणि ज्या आपल्याच गरीब बांधवांच्या संपत्तीवर ते परकीय राज्यकर्ते आणि त्यांचे लोभी व्यापारी हस्तक चैन करीत होते. ती संपत्ती परत मिळविणे-ती सारी स्वराज्याकरिता, स्वदेशाकरिता आणि म्हणूनच प्रत्येक अशा मोहिमेतून सर्व सैनिकांनी आणलेल्या एकूण एक वस्तूंची नोंद होऊन ती सरकार जमा होत असे. प्रत्येक नाणे नोंदीनंतर जमा केले जात असे. आणलेल्या संपत्तीपैकी एक कवडीही स्वतःजवळ ठेवण्याचा कोणाला अधिकार नसे-म्हणूनच शिवरायांच्या अशा मोहिमेला चोरी अथवा लूट म्हणण्याचे काहीच कारण नाही.

स्वराज्य निर्मितीचे महान कार्य हाती घेतलेल्या सर्वच महान् राष्ट्रपुरुषांना हे करावेच लागते-फ्रान्सच्या सम्राट नेपोलियनलाही हेच करावे लागले होते-पण त्याला कोणी चोर किंवा दरोडेखोर म्हणून संबोधले नाही, कारण स्वदेशासाठी, स्वराज्यासाठी अत्याचारी आक्रमक शत्रूच्या संपत्तीवर घातलेला घाला म्हणजे चोरी किंवा दरोडा नसून महान् कार्यासाठी केलेल्या कौतुकास्पद लष्करी कारवाईचाच तो एक भाग असतो.

मार्च १७९६ मध्ये नेपोलियनने वयाच्या सव्वीसाव्या वर्षी आणि तेही स्वतःचे लग्न झाल्यानंतर केवळ वीस दिवसांनी ऑस्ट्रियन फौजांशी वर्षानुवर्षे लढा देणाऱ्या फ्रान्सच्या इटालियन आर्मी म्हणून ओळखल्या जाणाऱ्या सेनेचा प्रमुख म्हणून सूत्रे हाती घेतली. त्यावेळी त्या फ्रेंच सैन्याची स्थिती अत्यंत हलाखीची होती. त्यांच्याजवळ पुरेसे कपडे नव्हते. पायात जोडे नव्हते, पुरेसे अन्न नव्हते की पुरेशी शस्त्रास्त्रे नव्हती. नेपोलियनने तेथील परिस्थितीचा आढावा घेऊन मग आपल्या अधिकाऱ्यांना आणि सैनिकांना एक आवाहन केले. तो

म्हणाला—

"सैनिकहो, तुम्ही उघडे नागडे आहात-तुमच्या अंगावर पुरेशी वस्त्रे नाहीत, पायात जोडे नाहीत-हे सगळे खरे आहे-आपला देश तुमचे बरेच देणे लागतो पण तुम्हाला काहीही देऊ शकत नाही-आपल्या राष्ट्राची भांडारे ओस पडली आहेत. तुम्ही गेले कित्येक दिवस आल्पस पर्वताच्या या दऱ्याखोऱ्यात शत्रूला अत्यंत धैर्याने आणि संयमाने तोंड देत आहात-पण ते पुरेसे पडत नाही-आज मी तुम्हाला सांगतो की तुम्हाला जे-जे पाहिजे ते सर्व शत्रूजवळ आहे. शस्त्रास्त्रे आहेत-त्यांची भांडारे पूर्ण भरलेली आहेत आणि ती आपल्यापुढेच आहेत. त्यांच्यामागे जगातील सर्वात सुपीक आणि समृध्द प्रदेश आहे. आपल्याला जे हवे ते शत्रूकडूनच मिळवू या-चला तर मग-करा निश्चय आणि तुटून पडा शत्रूवर—"

आणि त्यानंतर नेपोलियनच्या नेतृत्वाखाली त्याच्या सैन्याने ज्या अनेक एकापेक्षा एक भयंकर लढाया जिंकल्या त्याबद्दल नेपोलियनचे टीकाकारही कौतुकाने म्हणतात की "ती कृती म्हणजे एका वेड्या माणसाची कल्पना वेड्या माणसानेच प्रत्यक्षात उतरविण्याची ती कृती होती."

आपल्यापेक्षा कितीतरी पटीने सुसज्ज शक्तिशाली अशा ऑस्ट्रियन फौजेचा सतत पराभव करीत नेपोलियनने इटालीतील त्यावेळचे सर्वात श्रीमंत आणि वैभवशाली शहर मिलान गाठले आणि सर्रास लुटले-मिलानमध्ये त्याने इतकी प्रचंड लूट मिळविली की त्याच्या सैन्याला जे जे हवे होते ते सर्व त्यांना पुरवून देखील मिलानच्या लुटीतील अगणित संपत्ती त्याने मायदेशी रवाना केली. नेपोलियनने केलेली ही लूट परदेशातील शहराची होती म्हणून तिला खऱ्या अर्थाने लूट म्हणता येईल. पण नेपोलियनला कोणी चोर किंवा लुटारू म्हणत नाही. म्हणून आपल्याच देशात परकियांनी आणि त्यांच्या घरभेदी हस्तकांनी, स्वदेशी बांधवाना पिळून जमविलेल्या संपत्तीला स्वदेशबांधवांच्या कल्याणाकरिता, मिळवून परत आणणाऱ्या शिवरायांना चोर किंवा लुटारू म्हणण्याचा प्रयत्न फक्त विकृत मनोवृत्ती असणारेच करू शकतात. मालकाने चोरापासून आपली संपत्ती परत मिळविली तर मालकालाच चोर म्हणणे जितके चुकीचे आणि खोडसाळपणाचे होईल तितकेच शिवरायांना चोर ठरविण्याचा प्रयत्न करणेही चुकीचे होईल.

१० जानेवारीला सुरत सोडून सहा फेब्रुवारी, १६६४ ला शिवराय राजगडावर परत आले. परतीचा वेग कमी असण्याचे कारण अर्थातच स्वराज्यासाठी

सुरतेहून आणलेल्या संपत्तीचा ठेवा हेच होते. या परतीच्या प्रवासातच त्यांना २३ जानेवारी १६६४ ला झालेल्या आपल्या वडिलांच्या म्हणजेच शहाजी राजांच्या अपघाती मृत्यूची दु:खद वार्ता कळली. त्यांना अपार मानसिक दु:ख झाले.

शाहिस्तेखानाच्या आदेशानुसार सिंहगडाला वेढा घालून बसलेला जसवंतसिंग गडाच्या दिशेने एक पाऊलही पुढे टाकू शकत नव्हता-वर्षभर सिंहगडाच्या पायथ्याशी बसून त्याने १४ एप्रिल, १६६४ ला (६ एप्रिल, १६६३ मध्येच शिवरायांनी शाहिस्तेखानावर छापा घातला होता) सिंहगडावर जोरदार हल्ला करण्याचा प्रयत्न केला. पण त्याला यश मिळाले नाही-बिचारा मे महिन्यातच वेढा उठवून पुण्याला परतला. शिवरायांनी लगेच सिंहगडाला भेट देऊन तेथील वीरांचे यथोचित कौतुक केले.

१६६४ च्या जून महिन्यात राजांनी पुन्हा एकदा मोगलांच्या ताब्यातील अहमदनगरची लूट केली. मोगलांना डिवचले. आतापर्यंत काश्मीरच्या सफरीवर असलेल्या शहेनशहा औरंगजेबाला मामा शाहिस्तेखानाच्या दुर्दैवी पलायनानंतर, सुरत आणि नगरची शिवाने लूट केल्याच्या बातम्या मिळाल्या. इतकेच नव्हे तर त्यांचे चपळ घोडदळ मोगलांना सतत छळत होते. त्यामुळे मोगल सावधगिरीने कसेबसे दिवस काढीत होतेच पण इंग्रजही घाबरून एकमेकांना सावधगिरीचा इशारा देत होते.

ज्याप्रमाणे युरोपखंडात नेपोलियनच्या काळात एकटा नेपोलियन हा चाळीस चाळीस हजार सैनिकांच्या बरोबरीचा आहे असे बोलले जात असे त्याचप्रमाणे शिवरायांच्या अत्यंत गुप्त आणि चपळ हालचालींमुळे शत्रूला हूल देण्याच्या त्यांच्या प्रयत्नांमुळे, आणि त्यांनी मिळविलेल्या यशामुळे त्यांच्याबद्दलही शत्रूसैन्यात आणि जनतेत अशाच प्रकारे बोलले जात असे.

शिवाजी म्हणजे दैवी शक्ती असलेला एक भयंकर सेनानी आहे. त्याचा देह वायूने भरलेला आहे आणि त्याला पंखही आहेत. अशी भाषा तोंडी आणि लेखी वापरात येऊ लागली होती. अशा गोष्टी कोणत्याही कुशल सेनानीच्या युद्धनेतृत्वाची, त्याच्या यशस्वी युद्धतंत्राची साक्ष देऊन जातात. मग या अशा सेनानीचे नावच कोणत्याही युद्धप्रसंगी अर्धे यश खेचून आणण्यास पुरेसे ठरत असे.

शहेनशहा औरंगजेब आता मात्र खूपच डिवचला गेला होता, भयंकर चिडलेला होता. आता त्याने पंचावन्न वर्षाच्या मिर्झाराजा जयसिंगाला पुण्याला

जाऊन शिवरायांचा बंदोबस्त करण्याची आज्ञा दिली. मिर्झाराजा जयसिंग चौदा हजारांचे सैन्य घेऊन दक्षिणेत निघाला. संशयी औरंगजेबाला स्वस्थ बसवत नव्हते. "न जाणो हा हिंदू सरदार शिवाजीच्या भूलथापांना बळी पडला तर"...म्हणून त्याने आपला विश्वासू कडवा सरदार दिलेरखान यालाही पाच हजाराचे घोडदळ देऊन मिर्झा राजांबरोबर धाडले. *त्याला मिर्झाराजावर लक्ष ठेवण्याची गुप्त कामगिरी देण्यात आली होती.*

मिर्झाराजा जयसिंगाचा दक्षिणेचा प्रवास सुरु झाला. शहेनशहा औरंगजेबाने धाडलेला राजपूत सरदार प्रचंड फौजेनिशी शिवाजीचा बंदोबस्त करण्यासाठी दक्षिणेत येतो आहे ही बातमी शिवरायांप्रमाणे आदिलशहालाही लागलीच. शिवाजी आता निश्चितपणे अडचणीत सापडणार-त्याचा पराभव होणार, आणि त्याच्या ताब्यातील सगळा भाग मोगलांच्या ताब्यात जाणार अशी स्वप्ने पाहणाऱ्या आदिलशहाने या परिस्थितीचा लाभ उठविण्याचा आणि शिवाजीने जिंकून घेतलेला कोकणातील आपला मुलूख परत मिळविण्याचा प्रयत्न केला.

वास्तविक शिवरायांना कोकणातून पूर्णपणे हुसकावून लावण्याचे प्रयत्न आदिलशहाने या आधीच केले होते. पण त्यात त्याला फारसे यश आले नव्हते. आता मात्र शिवाजी चांगलाच अडचणीत आहे. तो आता उत्तरेतून येणाऱ्या प्रचंड मोगली फौजेला कसे तोंड द्यावयाचे, याच विचारात आणि प्रयत्नात गढलेला असेल या काल्पनिक विचारांनी, आदिलशहाने विजापुराहून खवासखानाला, कोकणात धाडले तो शिवाजीकडून कोकणातील आपला सगळा मुलूख परत मिळविण्यासाठी. खवासखान बऱ्याच मोठ्या लवाजम्यासह सरळ कोकणात उतरला आणि त्याने कुडाळला मुक्काम ठोकला. खवासखानाला सैन्याची आणि पैशाची मदत करण्याची जबाबदारी टाकली होती ती मुधोळच्या बाजी घोरपडे याच्यावर. म्हणजे शिवरायांच्या स्वराज्यावर आता दोन वादळे धडकणार होती.

खवासखानाचा पराभव

खवासखान बराच फौजफाटा घेऊन कोकणात उतरला आणि त्याने कुडाळला मुक्काम ठोकल्याची ताजी बातमी शिवरायांना मिळाली. त्याचबरोबर या खवासखानाला सैन्याची आणि पैशांची मदत करण्यासाठी आदेश मिळालेला मुधोळचा बाजी घोरपडे आपले सैन्य आणि खजिना तयार करून निघण्याच्या बेतात असल्याचेही शिवरायांना समजले.

शत्रू सैन्याच्या दोन तुकड्यांना आपल्याविरूद्ध एकत्र येऊ द्यावयाचे नाही हे तर शिवरायांच्या युद्धतंत्रातील महत्वाचे कलम होते. त्यांनी आपल्या युद्धतंत्रातील तत्त्वाप्रमाणेच पावले उचलली. ऑक्टोबर १६६४ मध्येच राजगड सोडून ते महाडमार्गाने चिपळूणला आणि तेथून राजापूरला आले. इथेच खवासखान डचांशीही संधान बांधीत असल्याच्या बातम्या त्यांना मिळाल्या. डचांनाही खवासखानाला मदत करण्याची संधी देणे हे आत्मघातकीपणाचे होईल हे राजे जाणत होतेच.

राजांनी आपल्या सैन्याचे दोन भाग केले. एक भाग राजापुराहून सरळ वेंगुर्ल्याला धाडला, या राजांच्या तुकडीने वेंगुर्ल्यावर हल्ला करून वेंगुर्ला बंदर उद्ध्वस्त केले. डचांना चांगली जरब बसविली आणि ही तुकडी खवासखानाच्या छावणीच्या दक्षिणेला जमा होऊ लागली. शिवरायांच्या विरूद्ध कारवाई करण्यासाठी खवासखान मुधोळहून सैन्य आणि खजिना घेऊन येणाऱ्या बाजी घोरपडेची वाट पहात होता.

मुधोळचा बाजी घोरपडे हा तोच बाजी होता ज्याने दहा-अकरा वर्षापूर्वी दगाबाजी करून महाबतखानाच्या मदतीने शहाजीराजांना कैद केले होते. हाच दगाबाज आता शिवरायांच्या विरुद्ध खवासखानाला मदत करण्यासाठी सैन्य, खजिना आणि रसद जमा करून कोकणात उतरण्याच्या तयारीत होता. शिवाजीराजे खवासखानाला तोंड देण्यासाठी कोकणात उतरल्याची बातमी त्याला लागली

असेलच. म्हणूनच तो निर्धास्त होता. तयारी चालू होती.

राजापुराहून आपल्या सैन्याची एक तुकडी डचांचा समाचार घेण्यासाठी वेंगुर्ल्याकडे धाडून राजे स्वत: आपले निवडक सैनिक घेऊन राजापुराहून सरळ मुधोळकडे झेपावले. अगदी अचानक आणि अनपेक्षितपणे त्यांनी शत्रूला मदत करायला निघण्याच्या तयारीत असलेल्या दगाबाज बाजी घोरपडेला गाठले. मुधोळमध्ये जमा झालेल्या सैन्यावर शिवरायांनी अकस्मात हल्ला केला आणि त्या सैन्याला उधळून लावले. त्यानंतर राजांनी आरामात निर्धास्तपणे आपल्या वाड्यातच निघण्याची तयारी करणाऱ्या बाजी घोरपडेला गाठले. त्याच्याशी स्वत: दोन हात करून त्याला ठार केले. सारा खजिना जप्त केला.

कोकणात कुडाळला बसून ज्या मुधोळच्या बाजी घोरपडेच्या मदतीची खवासखान वाट पहात होता तो बाजी घोरपडे ससैन्य मातीत मिळाला होता आणि त्याच्याजवळची रसद आणि खजिनाही शिवरायांच्या हातात पडला होता. जो आता कोकणातच निर्माण होत असलेल्या स्वराज्याच्या आरमारासाठी उपयुक्त ठरणार होता.

बाजी घोरपडेचा निकाल लावल्यावर ज्या मार्गाने बाजी घोरपडे खवासखानाच्या मदतीला कोकणात उतरणार होता त्याच मार्गाने शिवाजीराजे आपल्या घोडदळासह कोकणात उतरले. सह्याद्री उतरून येणारे मराठी घोडदळ हे बाजी घोरपडेचेच असावे या कल्पनेने खवासखान आणि त्याचे सहकारी नुसते खूशीतच नव्हते तर बेसावधही होते. शिवरायांच्या या घोडदळाने खवासखानाच्या सैन्याला घेरले तेव्हा कुठे तो खडबडून उठला. तोपर्यंत त्याला बाजी घोरपडेविरूद्ध आपण केलेल्या कारवाईची कोणतीही खबर लागू द्यावयाची नाही याची नेहमीप्रमाणेच शिवरायांनी दक्षता घेतली होती.

शिवरायांनी खवासखानाला घेरला खरा पण त्याच्यावर हल्ला मात्र केला नाही. त्यांनी खवासखानाला निरोप धाडला. "कोकण माझे आहे. माझ्या भानगडीत न पडता तू परत जा. मी तुला अडविणार नाही."

हल्ला न करण्याची दोन कारणे होती. एक म्हणजे बाजी घोरपडेचे काय झाले हे खवासखानाला कळून आता आपण घेरलो गेलो आहे हे लक्षात आल्यावर आणि आपण तशी त्याला संधी दिल्यावर तो शरण आला तर दोन्ही कडील सैनिकांचे प्राण वाचतील आणि दुसरे कारण म्हणजे त्यावेळी शिवरायांचा भाऊ व्यंकोजी हा खवासखानाच्या सैन्यात होता.

पण खवासखानाने राजांच्या निरोपांकडे दुर्लक्ष केले. आपण किती घेरलो

गेलो आहोत याची त्याला कल्पनाच आली नाही. राजांनी चारही बाजूंनी त्याच्यावर तुफानी हल्ला केला आणि त्याचा दणदणीत पराभव केला. खवासखान स्वत: विजापुरास पळून गेला.

यशाचा फायदा घेण्याच्या आपल्या नीतीप्रमाणे शिवरायांनी लगेच विजापुरी सरदाराकडून फोंड्याचा किल्लाही जिंकून घेतला.

शिवरायांनी एका पाठोपाठ एक दिलेल्या या हादऱ्यांमुळे आदिलशाही पार खिळखिळी झाली होती. पण राजांनी ती उद्वस्त होऊ दिली नव्हती. कारण ती, खिळखिळी कमजोर का होईना, दक्षिणेत अस्तित्वात असणे युद्धतंत्राच्या दृष्टीने अत्यंत आवश्यक होते. याचे मुख्य कारण असे होते की आदिलशाही ही शिया पंथीय राजवट मोगल आपली दुश्मन समजत होते. त्यामुळे आपल्या शत्रूची शत्रू असलेली राजवट स्वराज्याच्या शेजारी असणे शत्रूची शक्ती विभाजित करण्यासाठी आवश्यक होती. फक्त ती पुन्हा बलशाही होणार नाही याची राजांनी दक्षता घेतली होती.

सागरी युद्धशास्त्राचा अभ्यास

स्वराज्याला पश्चिमेकडून सुरक्षित करण्यासाठी राजांनी कोकण आपल्या ताब्यात आणले होते. पण कोकण हे तेव्हाच सुरक्षित होणार होते जेव्हा स्वराज्याच्या लष्कराला सागरावर प्रभुत्व प्राप्त झाले असते आणि शिवरायांच्या स्वतःच्या म्हणण्याप्रमाणे ज्याच्याजवळ प्रभावी आरमार तोच सागराचा स्वामी होऊ शकतो. म्हणूनच राजांनी कोकणाच्या किनाऱ्यावर सुरक्षित सागरी किल्ल्यांची मालिका निर्माण करून तेथील बंदरे सुरक्षित केली आणि प्रभावी आरमाराच्या निर्मितीस त्यांनी सुरवात केली.

खवासखानाचा दणदणीत पराभव करून त्यांनी लगेच फोंड्याचा किल्लाही काबीज केला. यावेळी उत्तरेतून मिर्झाराजा जयसिंग प्रचंड फौज घेऊन शिवरायांच्या बंदोस्तासाठी दक्षिणेत उतरत होता. त्याच्या हालचालींचा वेध घेतच ते कारवाया करीत होते.

फोंड्याच्या किल्ल्यानंतर त्यांनी लगेच मालवण गाठले. सतराव्या शतकात मालवण हे एक प्रसिद्ध व्यापारी बंदर होते. शिवरायांनी तेथील भौगोलिक परिस्थितीचा अभ्यास केला. त्यांच्या लक्षात आले की, मालवण कितीही प्रसिद्ध बंदर असले तरी ते सुरक्षित मात्र नाही. त्यासाठी त्याच्या जवळपास एखादा जबरदस्त सागरी किल्ला बांधणे अत्यंत आवश्यक आहे. या विचारानेच मालवणच्या जवळपास असलेल्या तीन बेटांपैकी एका योग्य अशा बेटाची निवड करून त्यावर भक्कम किल्ला बांधण्याच्या कामाला सुरुवात केली.

दोन मैलांचा घेर असणाऱ्या या किल्ल्यांचे तट तीस फूट उंच आणि बारा फूट रुंद असणार होते. या तटबंदीवर बत्तीस बुरूजांची योजनाही करण्यात आली होती. या किल्ल्याचे नाव त्यांनी सिंधुदुर्ग असे ठेवले. याच किल्ल्याजवळील बेटावर आणखी एक किल्ला बांधून त्याचे नाव पद्मगड असे ठेवले. या

किल्ल्यामुळे मालवण बंदराला चांगलीच सुरक्षितता आली.

शिवरायांनी लगेच कल्याण-भिवंडीची हजार वर्षापूर्वीची जुनी बंदरे ताब्यात घेतली. त्यांना सुरक्षितता आणण्यासाठी स्वत:चे प्रभावी आरमार असणे आवश्यक आहे हे त्यांच्या लक्षात होतेच. राजांनी त्याच भागातील सागाच्या जंगलांचा उपयोग करून सुरेख तारवे बांधून घेतले, त्यावर तोफा बसवल्या आणि त्यांना लढाऊ स्वरूप दिले. दोन वर्षाच्या तयारीनंतर त्यांची सागरी युद्धतंत्रात बरीच तयारी होऊन, दमणपासून चौलपर्यंतचा समुद्रकिनारा ताब्यात असणाऱ्या पोर्तुगिजांनाही त्यांच्याबद्दल शंका येऊ लागून भीती वाटू लागली.

सिंधुदुर्गाच्या बांधणीचे काम चालू असतानाच, राजापूर, विजयदुर्ग, देवगड आणि मालाडच्या खाड्यांमधे त्यांनी नवीन पन्नास तारवे बांधून काढले आणि त्याच बरोबर मालवणच्या उत्तरेला दोन मैलांवर असलेल्या नदीच्या मुखाचे रक्षण करणारा सर्जेकोटचा किल्लाही राजांनी बांधून काढला तसेच राजकोटचा किल्लाही दुरुस्त करून घेतला. अर्थात् या प्रचंड निर्मितीला पुन्हा पैसा हवा होताच आणि तो आक्रमक सुलतानांजवळ इथलाच लुटलेला असा अमाप होता. त्यांनी लगेच मालवणहून दीडशे मैलांवर असलेले विजापूरकरांचे हुबळी शहर लुटून तो पैसा आरमाराच्या निर्मितीस लावला. आपल्या सागरी किनाऱ्यावरील तडफदार कारवाईने त्यांनी पोर्तुगीज, डच, मोगल, हबशी, आदिलशहा आदी शत्रूंच्या मनात आपल्या भावी योजनांविषयी शंका निर्माण करून त्यांना संशयाच्या खाईत लोटून दिले.

कोकणच्या सागरी सुरक्षिततेच्या कार्याची पहाणी करीतच ते राजगडावर परतले. ६ जानेवारी, १६६५ ला त्यांनी आपल्या पूज्य मातेची महाबळेश्वरावर सुवर्णतुला केली.

हे सर्व करीत असताना, उत्तरेतून मिर्झाराजाच्या रूपाने उठलेल्या भीषण वादळाकडे त्यांचे लक्ष होतेच. ९ जानेवारी, १६६५ ला आपल्या तीस हजारांच्या घोडदळासह नर्मदा पार करणारी मिर्झाराजाची सेना, १९ जानेवारीच्या सुमारास बऱ्हाणपुरास तर फेब्रुवारीच्या दहा तारखेच्या सुमारास औरंगाबादेत दाखल झाली होती. या बातम्या त्यांना लगोलग मिळत होत्या. त्यावरूनच त्यांनी अंदाज बांधला की मोगलांचे संकट स्वराज्यापर्यंत पोहोचायला अजून वेळ आहे आणि म्हणूनच आपल्या सागरी युद्धशास्त्राच्या अभ्यासाकडे वळण्याचे ठरवून ते राजगडावरून पुन्हा मालवणला आले.

या ठिकाणी हे ध्यानात घेणे आवश्यक आहे की, शिवरायांसारख्या दूरदृष्टी असलेल्या सेनानीच्या मनात स्वराज्य निर्मितीबरोबरच स्वराज्य रक्षणाच्या

योजनाही आखल्या जात होत्या आणि सह्याद्रीच्या परिसरातील स्वराज्याच्या रक्षणासाठी जसा सह्याद्रीच्या पूर्वेचा भाग ते सुरक्षित करण्याच्या प्रयत्नात होते तसेच सह्याद्रीच्या पश्चिमेची कोकणपट्टी आणि त्या लगतचा सागर यावरही आपले प्रभुत्व असणे आवश्यक आहे हे त्यांनी ओळखले होते, पण आधी कोकणपट्टीच मुळी उत्तरेहून इंग्रज आणि दक्षिणेहून पोर्तुगीज अशा आधुनिक शस्त्रास्त्रांनी सज्ज असलेल्या शत्रूंच्या कैचीत सापडली होती आणि सागरातून अबोसिनीय हबशी कोकणाच्या पोटात खुपसण्यासाठी सुरा उपसून तयार होताच, पण शिवराय या परिस्थितीने डगमगून जाणारे नव्हते. १६५६ मधील आपल्या पहिल्या हल्ल्यातच त्यांनी दाभोळ ताब्यात घेऊन, हबशांच्या ताब्यातील जंजिरा किल्ल्याच्या नजरेखाली असलेल्या दंडाराजापुरीवर हल्ला करून तेथील बराचसा भाग जिंकून घेतला. त्यांचे हे साहस भयंकर होते. हबशांच्या प्रदेशात गडबड करण्याचा प्रयत्न करणाऱ्यांचे ते हबशी लोक ज्या प्रकाराने भीषण हाल करीत असत ते पाहून भले भले धास्तावले होते. पण त्याची फिकीर न करता त्या महान् सेनानीने आपल्या कुशल हालचालींनी सागराशी सह्याद्रीचे नाते जोडले आणि मग सावकाश पण खंबीरपणे सागरकिनारी अत्यंत योजनाबद्ध पद्धतीने संरक्षणासाठी सागरी किल्ल्यांचे जाळे निर्माण केले. त्यांचे हे साहस पाहून इंग्रज आणि पोर्तुगीज धास्तावले नसते तरच आश्चर्य होते.

सागरी किल्ल्यांच्या साखळीला प्रभावी आरमाराची जोड दिली नाही तर इंग्रज, फ्रेंच, हबशी यांच्यासारख्या सागरावर सतत हक्काने वावरणाऱ्या घातकी शत्रूंना नमविणे शक्य होणार नाही हे देखील ते जाणून होते आणि म्हणूनच त्यांनी मोठाल्या लढाऊ नौका, असंख्य गलबते तयार करवून घेतली होती आणि आता आपल्या सागरी सामर्थ्याच्या तयारीची चाचपणी त्यांना प्रत्यक्ष स्वत:ला करावयाची होती.

तोरणा किल्ल्यावर, किल्ल्यावरील अचानक हल्ल्याची जशी रंगीत तालीम त्यांनी सुरवातीलाच यशस्वीपणे केली होती-त्याचप्रमाणे आपल्या सागरी सामर्थ्याचा अंदाज ते आता घेणार होते-आणि याच मोहिमेसाठी त्यांनी १६६४ च्या पावसाळ्यानंतर लगेच ४ नवीन गलबते भटकळ बंदराकडे आपल्या आरमारी मोहिमेच्या पूर्वतयारीसाठी धाडली होती. याच भटकळच्या पूर्वेला पन्नास साठ मैलांवर शिवाप्पा नाईकचे बेदनूरचे राज्य भरभराटीला आलेले होते. १६६० मध्ये या शिवाप्पा नाईकाचा मृत्यू होताच आदिलशहाने बेदनूरहून सतत खंडणी वसूल करण्याचे तंत्र आरंभिले होते. पण १६६५ च्या सुरवातीला सगळे

बेदनूरचे राज्यच गिळंकृत करण्यासाठी, आदिलशहाने आपले दोन सरदार धाडण्याची बातमी शिवरायांनी मिळाली होती-या शिवाय मंगळूरच्या दक्षिणेकडील नायरराजांनी उठाव करून, तो भाग जिंकण्याचा प्रयत्न सुरु केल्याचीही बातमी राजांना लागली होती. तर पोर्तुगीजांनी या संधीचा फायदा घेऊन आपले गेलेले किल्ले बेदनूरकरांकडून परत मिळवण्याचा उद्योग केल्याची बातमी राजांच्या हेरांनी राजांना दिली होती-एकंदरीत बेदनूरचे राज्य अत्यंत गोंधळाच्या अवस्थेत होते.

असल्या गोंधळाच्या अवस्थेचा फायदा घेऊन त्या बेदनूर राज्यातील सर्वात मोठे आणि सर्वात श्रीमंत अशा बसरूसारख्या ठिकाणावर अचानक हल्ला करून तेथील संपत्ती स्वराज्याच्या कार्यासाठी आणण्याची संधी शिवरायांसारखा सेनानी सोडणे शक्यच नव्हते. त्या भागात पसरलेले शिवरायांचे गुप्तहेर सक्रीय होतेच त्यांच्याकडून बातम्या येत होत्या. त्या बातम्यांचा आढावा घेतला जात होता. योजना आखली जात होती.

बसरूरच्या महालिंगेश्वराची शिवरात्रीची प्रचंड यात्रा ३ फेब्रुवारीला होती. आधीच मोठ्या असलेल्या बाजारपेठेत या यात्रेनिमित्ताने प्रचंड आर्थिक उलाढाल होणार होती. यात्रेकरूंना खूपसा माल विकून श्रीमंत व्यापारी आणखी श्रीमंत होणार होते. यात्रेनंतर आठवडाभर तरी व्यापारी मुक्काम हलवीत नाहीत ही पक्की बातमी राजांना मिळाली होती. म्हणजे ३ फेब्रुवारीनंतर आठवड्याच्या आत बसरूरवर हल्ला करण्याचे निश्चित झाले.

आपल्या नवीन आरमाराच्या सामर्थ्याची परीक्षा घेतानाच आरमारी स्वारीचे तंत्र अभ्यासणे आणि त्यांचा प्रत्यक्ष अनुभव त्या सेनानायकाला घ्यावयाचा असल्याने बसरुरवरचा हल्ला हा सागरी मार्गानेच करण्याचे देखील निश्चित झाले-मग कोणत्या मार्गाने जावयाचे आहे-त्यातील अडचणी, शत्रूच्या मोक्याच्या जागा कोणत्या-याच्या येत असलेल्या बातम्यांचा आढावा घेणे सुरु झाले.

आपल्याला ज्या मार्गाने जावयाचे आहे त्या मार्गावरील पोर्तुगीजांचे प्रभावी स्थान गोवा हे ओलांडून जावे लागणार आहे. शिवाय आरमारी युद्धात प्रवीण असलेल्या इंग्रजांच्या युद्धनौकाही सागरात वावरत असण्याची शक्यता आहेच-त्याबरोबरच भीती होती ती अचानकपणे पाठीत सुरा भोसकण्याच्या तयारीत असलेल्या हबशी सिद्दीची. या सर्व माहितीबरोबरच एक महत्त्वाची बातमी हाती आली आणि शिवरायांचे डोळे चमकले.

"८ फेब्रुवारी, १६६५ ला गोवा परिसरात पोर्तुगीज आरमार असणार नाही तसेच इंग्रजांच्या युद्धनौकाही त्या भागातील सागरात येणार नाहीत. कारण

त्या सुमारास पोर्तुगीज हे इंग्रजांना मुंबई बेट अर्पण करण्यासाठी सर्व आरमारासह मुंबईला गेलेले असतील तर इंग्रज आरमार मुंबई बंदराचा ताबा घेण्यासाठी मुंबईभोवती जमलेले असेल.''

ही ती बातमी होती. म्हणजे ८ फेब्रुवारी ही नियोजित सागरी मोहिमेला निघण्यासाठी अत्यंत उपयुक्त तारीख होती-तारीख निश्चित झाली आणि नुकतेच बालवयात पदार्पण केलेले शिवरायांचे मराठी आरमार शिवरायांसह ८ फेब्रुवारीला त्या अत्यंत धाडशी मोहिमेसाठी मालवण बंदरातून निघाले-या आरमारात तीन मोठ्या लढाऊ नौका, ८५ गलबते तर सहा हजार निवडक लढाऊ सैनिक आणि अत्यंत शूर निधड्या छातीचे, तरबेज असे सहकारी होते.

शिवरायांचे हे आरमार अपेक्षेप्रमाणे कोणताही अडथळा न येता गोवा कारवार होनावर वरून १८० मैलांवरील गांगुळी बेटावर १३ फेब्रुवारी, १६६५ ला पोहचले-ती फाल्गुन शुद्ध अष्टमी होती. नवमीला पहाटे सकाळच्या वेळीच खाडीतून वर जाण्यासाठी भरतीचा फायदा होतो ही माहिती आधीच मिळविली असल्याने १४ फेब्रुवारीला पहाटे बसरूरच्या धनाढ्य बंदरात शिवरायांचे निवडक आरमार घुसले. उरलेल्यांना खाडीच्या तोंडाशी टेहळणी आणि संरक्षणासाठी ठेवले-बसरूर अजून जागे झाले नव्हते.

यात्रेनंतर गब्बर झालेले व्यापारी सुस्त आणि बेसावध होते. ते जागे होण्याच्या आत शिवरायांच्या सैनिकांनी बंदराची नाकेबंदी केली आणि मग आपल्या नेहमीच्या वेगवान हालचालींनी शिस्तबद्ध पद्धतीने बंदरातील व्यापाऱ्यांकडील सारी संपत्ती स्वराज्यासाठी गोळा केली-सूर्य पश्चिमेच्या सागराकडे झुकत असतानाच, असंख्य लखलखती तेजस्वी रत्ने, सोने, नाणे अशी अपार धनदौलत गोळा करून शिवरायांचे आरमार खाडीच्या तोंडाशी आले-आणि तिन्ही शत्रूंपैकी कोणालाही बातमी मिळून त्यांनी हालचाल करण्याच्या आत शिवरायांसारख्या अत्यंत मोलाच्या सेनानायकाला घेऊन ते आरमार परतीच्या मार्गाला लागले.

याच वेळी शिवरायांना गुप्तहेरांनी बातमी दिली की बहलोलखान आपल्या आईला मक्केला धाडण्यासाठी कारवारला आलेला आहे. त्याला आणि तेथील इंग्रज व्यापाऱ्यांना अचानक एक धक्का द्यावा म्हणून आपल्या आरमारातील बारा गलबते आणि चार हजार वीर घेऊन ते गोकर्णाला आले आणि बसरूरच्या धनसंपत्तीसह बाकी आरमार उत्तरेकडे धाडून दिले. गोकर्णहून ते सागरी मार्गानेच कारवारजवळच्या अंकोल्याला आले. अंकोल्याला येताच त्यांनी जमिनीमार्गाने कारवार गाठले. हा बहलोलखानाला आणि इंग्रजांना अगदीच अनपेक्षित धक्का

शिवरायांच्या सागरी मोहीमेच्या अभ्यासाचा मार्ग
फेब्रुवारी १६६५ (बसरुरवर)

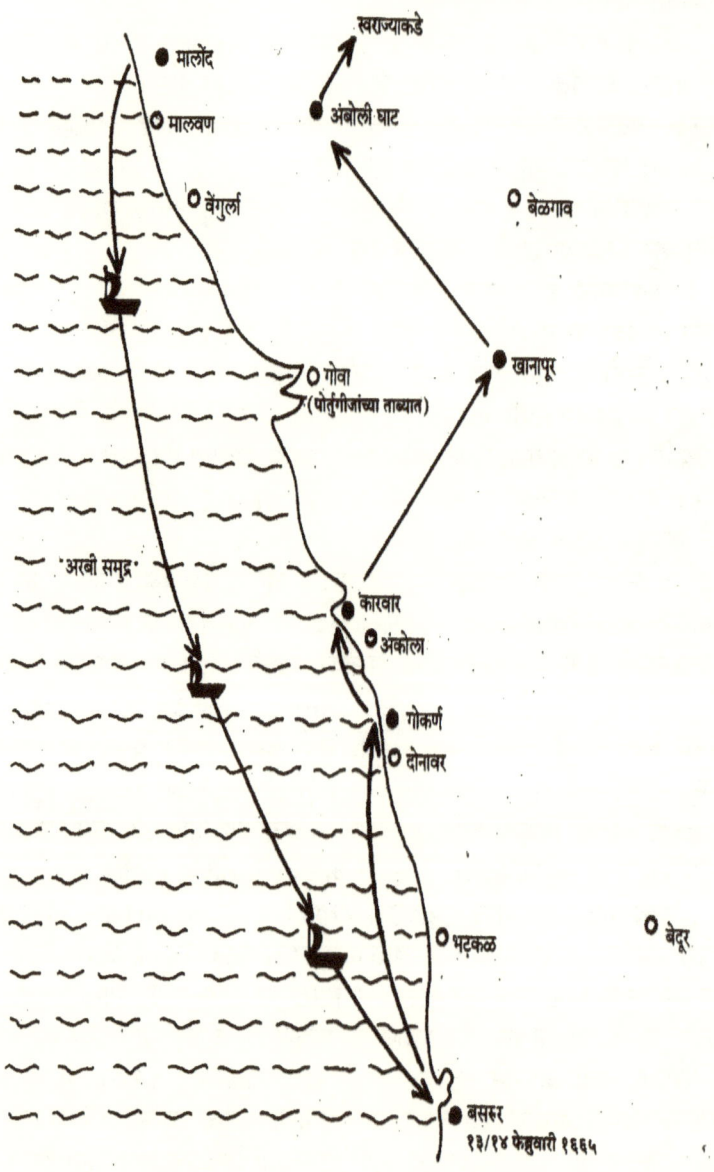

स्वराज्याकडे

● मालोंद

◌ मालवण

◌ वेंगुर्ला

◌ अंबोली घाट

◌ बेळगाव

◌ गोवा
(पोर्तुगीजांच्या ताब्यात)

● खानापूर

'अरबी समुद्र'

● कारवार

◌ अंकोळा

● गोकर्ण

◌ दोनावर

◌ भटकळ

◌ बेदूर

● बसरूर
१३/१४ फेब्रुवारी १६६५

होता. ते पूर्णपणे हादरून गेले. यावेळी बहलोलखानाचा नायब सरदार शेरखान याने प्रसंगाचे गांभीर्य ओळखून गावातील व्यापारी आणि इंग्रजांकडून पुरेशी खंडणी वसूल करून ती शिवरायांना नजराणा म्हणून भेट केली आणि राजांनीही प्रचंड फौजेसह पुण्याकडे सरकत असलेल्या मोगल सेनेचा सेनापती मिर्झाराजा जयसिंग याची पावले ओळखून हाती मिळालेली संपत्ती घेऊन राजगडाकडे झेप घेतली.

सागराचे आणि सागरातील प्रभुत्वासाठी सागरी किल्ले आणि प्रबळ आरमाराचे महत्त्व ओळखून, ते निर्माण करून यशस्वी सागरी मोहीम काढणारा आणि आपल्या नौसेनेचे मनोबल वाढविणारा शिवराय हा भारतीय इतिहासातील पहिला आणि अखेरचाच सेनापती होता. सागर आणि सह्याद्रीमधील दुवा आता पक्केपणाने साधला गेला होता.

याचवेळी मिर्झाराजा जयसिंगाच्या रूपाने उत्तरेतून घोंगावत आलेले एक भयंकर वादळ पुण्यापर्यंत येऊन पोहोचले होते.

पुरंदरचा तह एक अप्रतिम राजनैतिक चाल

मिर्झाराजा जयसिंग पुण्यात येऊन स्थिरावला तो शाहिस्तेखानासारखा आराम करण्यासाठी नव्हे तर दक्षिणेतील मोगली सत्तेला आव्हान देण्याचा प्रयत्न करणाऱ्या शिवाजीचा संपूर्ण बंदोबस्त करण्यासाठी. म्हणून पुण्यात येताच त्याने लष्करी दृष्टिकोनातून परिस्थितीचा आढावा घेण्यास सुरुवात केली.

सह्याद्रीच्या परिसरातील शिवाजीच्या ताब्यात असलेले प्रचंड किल्ले, सागरावर प्रभुत्व मिळविण्यासाठी शिवाजीने केलेले यशस्वी प्रयत्न, अत्यंत गुप्ततेने आणि चपळतेने हालचाली करण्याची शिवाजीची क्षमता, प्रभावी गुप्तहेर यंत्रणेद्वारा शत्रूची संपूर्ण माहिती मिळवून त्याच्या कमकुवत भागावर नेपोलियनप्रमाणे अचानक झडप घालण्याची आणि शत्रूला उधळून लावण्याची शिवाजीची वैशिष्ट्यपूर्ण युद्धपद्धती या सगळ्या महत्त्वपूर्ण गोष्टींचा सखोल विचार करून प्रचंड लष्करी सामर्थ्यानिशी आलेल्या मिर्झाराजाने हालचाल करण्यास सुरुवात केली. तो स्वतः एक गाजलेला कुशल सेनानी होता.

मिर्झाराजाने शिवरायांच्या प्रभावाखाली असलेल्या क्षेत्राभोवती एक भक्कम लष्करी साखळी निर्माण केली. उत्तरेला कुतुबुद्दीनखान ७००० घोडदळासहीत, तर पूर्वेला सुप्याकडे शार्जाखान असेच लष्कर घेऊन, आणि दक्षिणेला शिरवळला म्हणजे आदिलशहाच्या जुन्या सुभ्याच्या मुख्य ठिकाणी आणखी एका सरदाराला धाडून शिवाजीवर लष्करी दडपण आणून त्याला समोरासमोर युद्धासाठी खेचून ठेचायचा. शिवाजीने निसटून जायचे ठरवले तर त्याला कोकणपट्टीशिवाय जागाच ठेवली नव्हती. आणि कोकणपट्टीतही कल्याण-भिवंडी तशी मोगलांकडेच होती. शिवाय डिवचले गेलेले जंजिऱ्याचे हबशी सिद्दी शिवाजीवर सूड घेण्याच्या तयारीतच होते. त्यांनाही मिर्झाराजाने खास प्रतिनिधी धाडून शिवाजीविरुद्ध उठाव करण्याची सूचना देऊन ठेवली होती. याच्याच जोडीला उत्तर कोकणातील

इंग्रज तर दक्षिण कोकणातील पोर्तुगिजांना तसेच संदेश गेले होते. अर्थात् या बाबतीत पोर्तुगीज फारच सावधपणे वागत होते. आतून शिवाजीला गुप्तपणे मदत करण्याची त्यांची तयारीही होती - अर्थात् शिवरायांनीही परिस्थितीचा पूर्ण आढावा घेतला होताच.

या लष्करी वेढ्याच्या सोबतच आजूबाजूच्या स्वतंत्र देशमुख वतनदारांना, शिवाय रामनगर, पेट, आदी राजांकडेही, आपल्या सोबतच्या इटालियन निकोलाय मनुचीच्या मार्फत शिवाजीला कोणतीही मदत न करण्याविषयी धमकीवजा निरोप धाडले होते. याच्या जोडीलाच शिवाजीची कोणतीही गुप्त आणि वेगवान हालचाल टिपण्यासाठी जागोजाग भक्कम लष्करी चौक्या उभारण्यात आल्या होत्या. एकंदरीत दिल्लीहून आलेल्या या शिकाऱ्याने सह्याद्रीच्या शिवाजी नावाच्या वाघाभोवती रान पेटवून त्याला आपल्याला सोयीच्या अशा रणक्षेत्रात खेचून आणण्याची तयारी पूर्ण केली होती.

या लष्करी साखळीने निर्माण केलेल्या दडपणाला जोड म्हणूनच औरंगजेबाचा खास विश्वासू सरदार दिलेरखान याच्यामार्फत पुरंदरचा भरभक्कम किल्ला घेऊन स्वराज्याला खिंडार पाडण्याची कारवाई सुरू केली. दिलेरखानाच्या प्रचंड लष्करी दबावाखाली पाहता पाहता आपण पुरंदर जिंकून घेऊ अशी कल्पना मिर्झाराजांना होती. दिलेरखान तर तशी स्वप्नेच पहात होता. ३१ मार्च, १६६५ ला दिलेरखानाने पुरंदरचा वेढा पूर्ण केला. पण आतील मराठी वीर - मोरारबाजी देशपांडे यांच्या जाज्वल्य नेतृत्वाखाली दिलेरखानाच्या प्रचंड माऱ्याला तोंड देत होते. एप्रिलच्या मध्यात दिलेरखानाने थोडी प्रगती केली होती पण प्रत्यक्ष पुरंदर घेणे दूरच होते.

या प्रचंड किल्ल्याचे निसर्गत: दोन भाग पडलेले आहेत. ते म्हणजे मूळ पुरंदर आणि दुसरा रुद्रमाळ. हा रुद्रमाळचा किल्ला घेण्याचा प्रयत्न शत्रू आधी करतो. कारण हा भाग ताब्यात आला की त्याला मुख्य पुरंदर किल्यावर दबाव आणता येतो. साडेचार हजार फूट उंची असलेल्या मुख्य पुरंदर किल्ल्याच्या आणि रुद्रमाळेच्या मध्ये भैरव खिंड आहे. दिलेरखानाने संपूर्ण गडच वेढला होता- पण वरून त्यांच्यावर मराठे मिळेल त्या शस्त्रास्त्रांनी मारा करत होते. दिलेरखान आपल्या लोकांना पुढे रेटण्याचा प्रयत्न करीत होता. दिलेरखानाने वज्रगड अलग पाडला आणि अखेर तो घेतला.

अगदी सुरुवातीला दिलेरखान पुरंदरच्या पायथ्याशी पोहोचला होता तेव्हाच गडावरील मराठ्यांच्या एका तुकडीने अगदी अचानक त्यांच्यावर छापा घालून

त्याच्या सैन्याला आपल्या अस्तित्वाची जाणीव करून दिली होती आणि खानाने लगेच मिर्झाराजाकडून आणखी कुमक मागविली होती. आताही तसेच घडत होते. पुरंदरच्या वेढ्यात मारल्या गेलेल्या मोगल सैन्याची भरपाई मिर्झाराजांकडून नवीन कुमक येऊन केली जात होती. आणि नव्या दमाचे मोगल सैनिक गडात कोंडल्या गेलेल्या वीर मराठ्यांवर हल्ल्यावर हल्ले चढवीत होते. मराठेही त्यांना जागोजागी प्रखर प्रतिकार करून त्यांची आगेकूच रोखीत होते.

आता वज्रगडावरून तोफांची सरबती सुरू झाली होती. मोगल समोर समोर सरकत होते. दिलेरखानाने आता पुरंदर आणि रुद्रमाळ यांच्यामधे आपली छावणी उभारली. मागे रुद्रमाळेच्या बाजूने त्याला आता भीती नव्हती कारण वज्रगड त्याच्याच ताब्यात होता.

आता गडावरील मराठ्यांच्या भोवतालचे कडे भक्कम झाले होते. तरीही शिवाजीराजांनी आपल्या नेहमीच्या कौशल्याने आतील वीरांना गुप्तपणे रसद पोहोचविण्यात यश मिळविले. दिलेरखान पुरंदर जिंकण्यासाठी जिवाचा आटापिटा करीत असतानाच मिर्झाराजाने शिवरायांवर दबाव आणण्यासाठी सिंहगडालाच वेढण्याची तयारी सुरू केली. त्यावेळी सिंहगडावर जिजामाता आणि राजांचे इतर नातलग होते. याशिवाय मिर्झाराजाने सह्याद्रीच्या कुशीतील गावेच्या गावे जाळून खाक करण्याचा सपाटा सुरू केला. शिवरायांवरील दडपण वाढत होते. पुरंदरावरील वीर मराठे दिलेरखानाला स्वस्थता लाभू देत नव्हतेच.

रात्रीच्या अंधाराच्या पांघरुणात वीर मराठे गडाखाली उतरले, दिलेरखानाने उभारलेल्या तीन मोठ्या तोफांच्या तोंडात खिळे ठोकून त्यांनी त्या नाकाम करून टाकल्या. दिलेरखानाने तोफांना उंची देण्यासाठी बांधलेल्या माच्या मराठे जाळून टाकीत उद्ध्वस्त करीत. पण प्रचंड फौजेचे पाठबळ असल्याने दिलेरखान आपला हल्ला रेटतच होता. प्रखर प्रतिकार आणि आक्रमक हालचाली या शिवरायांच्या युद्धनीतीच्या तत्त्वाप्रमाणे मराठ्यांनी दिलेरखानाला अगदी सोपे वाटणारे लक्ष्य अवघड करून टाकले होते. पण दिलेरखान पुढे सरकत होताच. मेच्या अखेरीस तोही थकला होता. पण मिर्झाराजाने स्वराज्यात घातलेला धुमाकूळ भयंकर परिणाम करीत होता. स्वराज्य पूर्णपणे घेरले गेले होते. पुरंदर मात्र ताठ मानेने झुंजत होता.

एका पाठोपाठ एक किल्ले घेण्याची आपली योजना पहिल्याच किल्ल्यावर आदळून नामशेष होणार असे पाहताच चिडलेल्या दिलेरखानाने किल्ल्याच्या मुख्य दरवाजावर जोरदार हल्ला चढविला. किल्ल्यावरून लगेच वीर मुरारबाजी

देशपांडे यांच्या नेतृत्वाखाली सातशे मराठे दिलेरखानच्या सैन्यावर तुटून पडले. मोरारबाजी तर दिलेरखानावरच घसरला. समोर येईल त्याला कापून काढीत तो पुढे घुसत होता. दिलेरखान हादरला. अखेर समोर घुसणाऱ्या मुरारबाजीला त्याने बाण मारून पाडले.

मुरारबाजीचा पराक्रम पाहून थक्क झालेल्या दिलेरखानाने मुरारबाजी पडताच हल्ला आणखी तीव्र करण्याचा आदेश दिला. पण डिवचल्या गेलेल्या मराठ्यांनी मोगलांना मागे रेटले. गडाचा प्रतिकार आणखी प्रखर झाला.

शिवरायांच्या मनावरील दडपण वाढत होते. मोरारबाजी पडल्याची दु:खद वार्ता त्यांना मिळाली होतीच. मिर्झाराजाचा दूत आदिलशहाकडे रवाना झाला होता. दक्षिणेतील सर्व शहा सुलतानांनी एकत्र येऊन उद्ध्वस्त केलेल्या विजयनगरच्या रामरायाचे उदाहरण राजे विसरणे शक्य नव्हते. मोगल आणि आदिलशहाला एकत्र येऊ देण्याची चूक शहाजीराजांनी केली होती आणि त्यांचा पराभव झाला होता. हा इतिहासही ते विसरणे शक्य नव्हते. त्यामुळेच इतिहासाचे धडे गिरवून नवा इतिहास निर्माण करायला निघालेल्या या राजाने ताबडतोब निर्णय घेतला. मिर्झाराजाशी तह करण्याचा. आपली शूर वीर माणसे, यापुढे मरणाच्या दारात उगीचच लोटायला ते तयार नव्हते. आपला प्रदेश, उद्ध्वस्त होऊन निष्पाप जनतेची होणारी उपासमार आणि त्यांच्यावर होणारे अत्याचार त्यांना थांबवावयाचे होते. मोगल आणि आदिलशहा एकत्र येऊन स्वराज्याला उद्ध्वस्त करण्याआधीच मोगल आणि शिवाजी एकत्र येणे हे शिवरायांच्या राजनीतीच्या कोंदणात दडलेल्या युद्धनीतीला साजेसेच होते.

शिवरायांनी परिस्थितीचा पूर्ण आढाव घेऊनच निर्णय घेतला होता. मिर्झाराजा जयसिंग इतकी प्रचंड मोगली आणि राजपूत फौज घेऊन नेहमीसाठी दक्षिणेत राहणे अशक्यच होते - आसाम आराकानच्या लढायांत अडकलेला औरंगजेब, दक्षिणेत सतत रसद धाडणेही अशक्यच होते. मग या प्रचंड शक्तीसमोर डोकेफोड करून आपली शक्ती वाया घालविण्यापेक्षा ती शाबूत ठेवणे जास्त शहाणपणाचे आहे हे जाणण्याइतके चातुर्य शिवरायांमध्ये होते - म्हणूनच मोगलांच्या त्या हिंदू चाकराला मोठेपणा देऊन राजे मोगल आणि आदिलशहा यांच्या मध्ये उभे राहिले ते मोगलांचा हात धरून - आपल्या हातांचे बळ कायम राखण्यासाठी. -

११ जून, १६६५. शिवराय स्वत: मिर्झाराजांच्या छावणीत दाखल झाले - एक मराठा आणि एक राजपूत या दोन्ही हिंदू राजांनी तह केला आणि

हे दोघेही एकत्र येऊन दक्षिणेतील मुसलमानी आदिलशाहीशी टक्कर द्यायला सिद्ध झाले - शिवरायांची ही अप्रतिम राजनीती जगाला थक्क करून गेली. पुरंदरावरील शिबंदीची सहीसलामत सुटका झाली. स्वराज्यातील प्रजेचे जीवघेणे हाल थांबले - दिलेरखान दात - ओठ खात स्वस्थ बसला -

वडिलकीचा मान मिळताच मिर्झाराजाने तलवार म्यान केली होती - मिर्झाराजाने मागितले ते राजांनी त्यांना दिले - वीस लाखाचे उत्पन्न देणारा मुलूख आणि तेवीस किल्ले - ह्यापैकी काहीही तो औरंगजेबाच्या पायावर ठेवायला उत्तरेत नेऊ शकणार नव्हता. मात्र ज्या वीरांच्या साथीने राजांनी हे स्वराज्य निर्माण केले होते त्या असंख्य वीरांचे प्राण वाचले होते - ती शक्ती शाबूत होती - तहाच्या कागदावर दिलेले हे सर्व किल्ले परत मिळवण्याची धमक कायम राहिली होती.

राजांनी - शहेनशहाचा हुकूम येईल तेव्हा त्याच्या वतीने लढण्याचे मान्य केले. लहानग्या संभाजी राजास पाच हजाराची मनसब देऊन नेताजी पालकराबरोबर औरंगाबादेस ओलीस ठेवण्याचेही मान्य केले -

औरंगजेबाने, तहाच्या अटींमध्ये योग्य बदल करून मिर्झाराजाने आदिलशाही - विरुद्ध उघडलेल्या मोहिमेत शिवाजीने भाग घ्यावा, असे आदेश देताना जो आदिलशाही मुलूख शिवाजी मिर्झाराजाच्या आधी जिंकेल तो स्वत:कडे ठेवण्यास मुभा दिली. पण कोकणचा मुलूख जिंकून घेण्यास त्याला मनाई केली. या अटींनी राजांचे काहीच बिघडले नाही. राजांनी मोगलांना दिलेल्या तेवीस किल्ल्यांत प्रमुख किल्ले होते ते पुरंदर, वज्रगड जे दिलेरखानाने जिंकून घेतलेच होते. या शिवाय अगदी स्वराज्यात असलेला सिंहगड हा एकमेव किल्ला लष्करी दृष्टीने त्या वेळी थोडा महत्त्वाचा होता - पण त्यावर लक्ष ठेवता येणारा राजगड राजांनी आपल्याच ताब्यात ठेवला होता.

३० सप्टेंबर, १६६५ ला राजांनी स्वत:समोर जाऊन औरंगजेबाने धाडलेले तहाचे फर्मान स्वीकारण्याचे नाटक पूर्ण केले - याच वेळी आदिलशहाने ३६ लाखांची खंडणी देण्याचे मान्य करून तहाची बोलणी करण्याची तयारी दाखविली - तो हे पाऊल उचलणार हे राजांनी आधीच ओळखले होते. कारण त्यांनी इतिहासाचा चांगला अभ्यास केला होता - चाळीस वर्षापूर्वीच स्वतंत्र होऊ पाहणाऱ्या शहाजी राजांच्या विरोधात मोगल आणि आदिलशहा यांनी एकत्र येऊन असेच रान उठविले होते आणि त्यांच्यावर पराभूत होण्याची पाळी आली होती. या प्रसंगी मात्र त्यांच्या राजनीतीतज्ज्ञ शूर पुत्राने वेळीच योग्य पाऊल

उचलून मोगलांशी तह करून आदिलशहालाच कोंडीत पकडले होते.

अर्थात् आदिलशहाला फक्त कोंडीत धरले होते - पण राजे आदिलशाही नष्ट होऊ देणार नव्हते. कारण दक्षिणेत मोगलांना शह देणारी ती शक्ती कमकुवत का होईना पण जिवंत राहणे आवश्यक होते - अर्थात् एकदा तह केल्यानंतर काहीतरी करून दाखविणे आवश्यक होतेच. नेताही वावटळासारखा सुटला - त्याने फलटण, ताथवड्याचा किल्ला, खटाव आणि नंतर लगेच मंगळवेढ्याचा किल्लाही आदिलशहाकडून जिंकून घेतला. मिर्झाराजा खूश झाला.

आता शिवरायांना घेऊन मिर्झाराजा विजापूरावर हल्ला करण्यास निघाला - जानेवारी १६६५ मध्ये विजापूरकरांच्या सेनेशी पहिली झडप झाली. आदिलशाही सेना मराठी फौजेला फट पाडून त्यातून घुसली आणि तिने थेट मोगली सेनेवर हल्ला केला - केवढे आश्चर्य - ज्या आदिलशाही सेनेला एकट्या शिवरायांच्या सेनेने अनेकदा पराभूत केले होते तीच आदिलशाही सेना आज शिवरायांच्या सेनेला मोगलांची साथ असूनही त्यांना दाद देत नव्हती - हे देखील शिवरायांच्या युद्धनीतीतील एक नाट्यच होते - म्हणूनच या लढाईत विजापुरी सेनेचे कौतुक करायचे की, शिवरायाच्या रणनीतीची वाहवा करावयाची हे इतिहासच ठरविणार होता - मोगल मराठी सेनेला माघार घ्यावी लागली.

दिलेरखानाला शिवरायांचा भयंकर राग आलेला होता - तो तर त्यांचा जीव घ्यायला निघाला होता - परिंड्यापर्यंत माघार घेतलेल्या मोगली सेनेचे हाल चालू झाले होते- प्यायला पाणीही मिळेनासे झाले कारण विजापुरी सेनेने त्या परिसरातील विहिरींमध्ये विष कालवून ठेवले होते. याच वेळी शिवरायांनी सुचविलेल्या उपायाने मिर्झाराजाच्या डोक्यावरील एक ताण कमी झाला -

शिवरायांनी सुचविले मी पन्हाळ्याकडे चाल करून विजापुरी मुलूख घेतो - मिर्झाराजाला हायसे वाटले - त्याने लगेच होकार दिला. नेताजीला आपल्या मागे लगेचच येण्याचा आदेश देऊन ते तडक पन्हाळ्यावर घसरले - पन्हाळा किल्ला म्हणजे स्वराज्याचा जणू दक्षिण दरवाजाच होता - तो आदिलशहाच्या ताब्यातून जिंकून घेता आला असता तर औरंगजेबाच्या आदेशाप्रमाणे तो स्वराज्यात दाखल करून घेता आला असता - पण या प्रसंगी नेताजीची वेळेवर साथ न मिळाल्याने पन्हाळ्यावरील हल्ला एकतर्फी झाला आणि तो फसला - नेताजीच्या वेळेवर न येण्याने रागावलेले शिवराय पन्हाळ्याच्या खालून विशालगडाकडे व तेथून राजगडावर परतले. शिवरायांच्या योजनेतील हा एक फसलेला डाव होता.

२२ जानेवारी, १६६५ ला औरंगजेबाने कैदेत ठेवलेला त्याचा बाप

शहाजहाँ मृत्यू पावल्यावर १५ फेब्रुवारी, १६६६ ला औरंगजेबाने आपली राजधानी आग्र्याला हलवली आणि तो स्वत: आग्र्याला आला. या नंतरच त्याने शिवाजीला आग्र्याला धाडण्याबद्दल आपली संमती मिर्झाराजा जयसिंगाला कळवली.

◆◆◆

आग्र्याहून सुटका

आपला बंदोबस्त करण्यासाठी शहेनशहा औरंगजेबाने धाडलेल्या मिर्झाराजा जयसिंगाच्या प्रचंड फौजेची शक्ती आणि निर्धार पुरंदर किल्ल्यावर अजमावून, मराठी मुलखाची धुळधाण आणि मराठी जवानांचे प्राण वाचविण्यासाठी शिवरायांनी त्यांच्याशी तह केला आणि अत्यंत कौशल्याने आपल्या विरोधात एकत्र येऊ घातलेले दोन शत्रू अलग पाडले. मिर्झाराजा विजापूरकरांशी तह करण्याच्या बेतात असतानाच राजांनी आपला हात पुढे करून त्यांच्याशी तह केला.

मिर्झाराजांना वडीलकीचा मान देऊन त्यांनी सुचविल्याप्रमाणे त्यांच्याच संरक्षणाच्या आश्वासनाखाली, त्यांच्याच खर्चाने राजाच्याच रुबाबात शिवराय आग्र्याला गेले. सोमवार ता. ५ मार्च, १६६६ ला निघालेले राजे ११ मे, १६६६ ला आग्र्याला पोहोचले. १२ मे ला शहेनशहा औरंगजेबाचा वाढदिवस. मोठा दरबार भरलेला. पण मिर्झाराजा जयसिंग याचा पुत्र रामसिंग याला उशीर झाल्याने दरबारच्याऐवजी बादशहाच्या आज्ञेवरून असदखान बक्षी राजांना दिवाण-ई-खास मध्ये बादशहासमोर घेऊन गेला. राजांच्या संरक्षणाची जबाबदारी रामसिंगावर सोपविण्यात आली होती.

राजांची आणि बादशहाची नजरानजर झाली. पहिली आणि अखेरचीच. दोघांनीही एकमेकांच्या शक्तीचा अंदाज घेतला. दोघांच्याही अंत:करणाचा ठाव लागणे अवघड होते. संपूर्ण दक्षिण हिंदुस्थान आपल्या ताब्यात आणण्याच्या प्रयत्नांना बांध घालणारा शिवाजी आपल्या समोर आपल्या ताब्यात आलेला आहे - त्याचा निकाल लावला तर ? दक्षिण हिंदुस्थान आपल्या ताब्यात येईल की, दक्षिणेत मोकळा असलेला आणि शिवाजीच्या सुरक्षिततेच्या वचनात बांधला गेलेला कडवा आणि शूर राजपूत मिर्झाराजा चवताळून उठेल ? त्याला वीर नेताजीचीही साथ मिळेल - मिर्झाराजाचा मुलगा रामसिंगही बिथरेल - बिकानेरचा

राजा राव बिरेन्द्रसिंग हा देखील बिथरल्यासारखाच वागतो आहे. तो आणि त्याच्याबरोबर सारा राजस्थानही पेटून उठेल. आणि मग दक्षिण हिंदुस्थान ताब्यात येण्याऐवजी दक्षिणेत आहे तो भागही आपल्या ताब्यातून जाईल आणि राजस्थानही जाण्याची पाळी येईल.

शिवरायांच्या प्राणांच्या बदल्यात निर्माण होणारी परिस्थिती औरंगजेबाच्या नजरेसमोर उभी ठाकली असावी. शिवरायांनाही आपल्या पाठीशी असलेल्या शक्तीची जाणीव होतीच - बादशहाचा मनोमनी निर्णय झाला. याचा आता निकाल लावणे नको - पण याला सोडायचे नाही - दुखवायचे, डिवचायचे. त्याप्रमाणे पावले पडली. राजांचा त्या दरबारी अपमान झाला आणि तेथेच खळबळजनक नाट्य घडले - भयंकर चिडलेले राजे गरजले -

"मला बादशहाची खिल्लत नको. मनसबदारी नको. त्या भगोड्या जसवंतसिंगाच्या मागे मला उभे ठेवले आहे. कैद करा मला - मारून टाका - काय वाटेल ते केलेत तरी मी खिल्लत स्वीकारणार नाही. येवढे बोलून राजे तरातरा दरवाजातून निघून गेले - सारा दरबार अवाक् होऊन पहात राहिला - रामसिंग राजांच्या मागे निघाला - छोटे संभाजीराजे होतेच. बादशहाचे काम झाले होते - तसेच राजांचेही झाले होते. आग्र्यातील जनता राजांच्या बाणेदारपणाने प्रभावित झाली होती - त्यांच्या मनोधैर्याचे कौतुक सुरू झाले होते.

राजांना अटकाव करण्यासाठी पावले पडू लागली. शिवरायांना संकटाची चाहूल लागली होतीच. युद्धनीती आणि राजनीतीत पारंगत असलेल्या शिवरायांनी मानसशास्त्रीय युद्धनीतीचा आसरा घेतला. पत्राद्वारे क्षमायाचना, वजिरांची भेट, पैसे पेरणे, मोगल दरबारात आपल्याविषयी सहानुभूती निर्माण करणे पद्धतीशीरपणे सुरू झाले.

औरंगजेबही त्यांच्या या प्रयत्नांना न जुमानता आपली पावले टाकीत गेला. राजांच्या भोवती असलेल्या रामसिंगाच्या पहाऱ्याबाहेर फुलादखानाच्या पठाणांचा पहारा बसला -

"तुझे सर्व किल्ले आणि नेताजी माझ्या ताब्यात दे" असा बादशहाचा निरोप आला. "किल्ल्यांवर आता माझा ताबा नाही" असे राजांनी लगेच उत्तर धाडले. हे बुद्धीभेदाचे राजकारण चालूच होते.

काबुलच्या मोहिमेवर जाण्याच्या निमित्ताने रामसिंगाने आग्र्यात बोलाविलेल्या रजपूत मंडळींशी राजांनी नुसते संबंधच प्रस्थापित केले नव्हते, तर त्यांच्यावर चांगलीच छाप पाडली होती. खरं म्हणजे राजे आपल्या परतीची वाट सुरक्षित

करीत होते. महासिंग शेखावत सारखे राजपूत बोलू लागले.

"शिवाजी राजामध्ये खऱ्या रजपुतांचे सर्व गुण आहेत. ते उपयुक्त अशाच गोष्टी सांगतात."

आता राजांनी सोबतच्या लोकांना दक्षिणेत परत धाडण्याची परवानगी मागितली. औरंगजेबाने ती लगेच दिली, कारण बादशहाला फक्त शिवाजी हवा होता. अर्थात् सोबतच्या दक्षिणेत जाणाऱ्या लोकांचे परवाने राजांच्या हाती पडेपर्यंत अर्धा जुलै महिना संपलेला असतो - परतीचे परवाने घेऊन परतणारी ही माणसेच राजांच्या परतीच्या मार्गावर तयार राहणार होती.

पुन्हा बुद्धिभेद आणि वेळकाढूपणासाठी पावले उचलली जातात. शिवराय विनंती करतात, "सर्व किल्ले परत देतो पण त्यासाठी मला परत जाणे आवश्यक आहे."

औरंगजेब लगेच उत्तर देतो. "त्याबद्दल इथूनच काय ते आदेश धाड."

यानंतर मन:शांतीसाठी देवाला नैवेद्य आणि दानधर्मासाठी मेवामिठाईचे करंडे अमीर उमरावांना, मांडलिक राजांना धाडण्याची परवानगी राजे मागतात. ती लगेच मिळते. बादशहाचा अर्थमंत्री राहुल्लाखान याच्या मध्यस्थीने कोंडले गेलेल्या राजांचा बाहेरच्या जगाशी थोडा तरी संपर्क प्रस्थापित होतो. विनंती मान्य झाल्यावर मिठाई आणि देवधर्मासाठी आवश्यक म्हणून सहासष्ट हजार रुपये राजे रामसिंगाकडून घेतात.

जुलै १६६६ संपतो. राजांचे स्वास्थ्य बिघडते. आराम करणे ओघानेच आले. औषधपाण्यासाठी ये - जा वाढते. मेवामिठाईचे पेटारे आत बाहेर फिरू लागतात. राजे बादशहाची विचारमालिका भंग करण्यासाठी निरनिराळे कल्पक निरोप त्याला धाडू लागतात - ऑगस्ट १६६६ ची तेरा तारीख उजाडते - जन्माष्टमी साजरी होते. आग्र्याहून शहरात फिदाईखानाची नवीन हवेली बादशहाच्या मनाप्रमाणे तयार होत आलेली असते - फ्रेंच लेखक बर्नीयर म्हणतो, "फिदाईखानाच्या वाड्याची शोभा पूर्ण झाल्यावर दुसऱ्या दिवशी शिवाजीचा सन्मान करण्याच्या नावाने त्याला त्या हवेलीत न्यावे असा बादशहाने हुकूम केला. यात त्याचा हेतू असा होता की, तेथे गेल्यावर शिवाजीची गळचेपी करून त्याला तेथेच गाडून टाकावे."

या अति महत्त्वाच्या कार्यासाठी बादशहाने १८ ऑगस्ट, १६६६ हा मुहूर्त निश्चित केलेला असतो. याच वेळी "आता शिवाजीला दक्षिणेत धाडू नका" असा मिर्झाराजा जयसिंगाचा निरोपही आलेला असतोच. राजांना सर्व

बातम्या मिळत असतातच. परिस्थितीचा सखोल अभ्यास करून त्यांनीही निर्णय घेतलेला असतो. त्या पोलादी विळख्यातून स्वत:ची सुटका करून घेण्यासाठी त्यांनी १७ ऑगस्ट, १६६६ म्हणजेच श्रावण वद्य द्वादशीचा, म्हणजेच बादशहाच्या नियोजित कारवाईच्या आदल्या दिवशीचा मुहूर्त आपल्या सुटकेसाठी निवडलेला असतो. शुक्रवारच्या त्या दिवशी सांयकाळी पहारे बदलण्याच्या गोंधळाचा फायदा घेऊन राजांनी फुलादखानाचा कडक पहारा भेदून आपली सुटका करून घेतली. त्याच वेळी सायंकाळचा नमाज पढण्याची ही वेळ असते ही गोष्टही त्यांनी विचारात घेतली होतीच. अर्थात् त्या प्रसंगी शिवराय मिठाईच्या पेटाऱ्यात लपून बसून बाहेर पडले असावेत असे वाटत नाही. कारण एखाद्याच्या ते लक्षात आले असते तर हातपाय हालविण्याच्या आधीच हा जागतिक कीर्तीचा योद्धा असहाय्य माणसाप्रमाणे मारला गेला असता किंवा जखमी होऊन पकडला गेला असता.

श्री शिवराय हे वेश बदलून मेवामिठाईचा पेटारा खांद्यावर घेऊन बाहेर पडले असण्याचीच दाट शक्यता वाटते. शिवाजीला दुसऱ्याच दिवशी नव्या कोठीत हलविण्यात येणार असल्याची माहिती असल्याने आधीच बेफिकीर झालेले पहारेकरी पहारे बदलण्याच्या, नमाज पडण्याच्या गोंधळात असताना राजे पेटारे उचलणाऱ्या मराठी मावळ्याच्या वेशात बाहेर आले असणे जास्त संयुक्तिक वाटते. पहारेकऱ्यांचे लक्ष पेटाऱ्यातील मेवामिठाई तपासण्याकडे असणे स्वाभाविक आहे. त्यातून वेश बदलण्यात हातखंडा असलेले राजे आत्मविश्वासाने पहारेकऱ्यांच्या समोरून खांद्यावर पेटारा घेऊन जाणे अशक्य वाटत नाही. तत्कालीन कवी भूषण यांनी या प्रसंगाचे केलेले वर्णन फारच बोलके आहे. ते म्हणतात,

चारी चारी चौकी जहाँ । चकताकी चहूँ ओर ।
सांझ अरु भोर लगी । रही जिय लेवा की ।।
काँधे धरी कावर चलयो जब चावसेही ।
एक लिये जात, एक जात चले देवा की ।।
भेंस को उतारी डाऱ्यो, डंबर निवारी डाऱ्यो ।
करो भेस और चलो साथ मेवा की ।।
पौन हो कि पंछी हो, कि गुटका की गौन हो की ।
देखो कौन भाँती गयो, करामात सिवा का।।

म्हणजे "चारही बाजूंना औरंगजेबाने (चकताकी) सकाळ, संध्याकाळ

भारत –

(स्केलप्रमाणे नाही)

श्री शिवरायांच्या आग्र्याहून सुटकेनंतरचे
संभावित मार्ग दाखविणारा नकाशा :

सुटका : दि. १७ ऑगस्ट १६६६

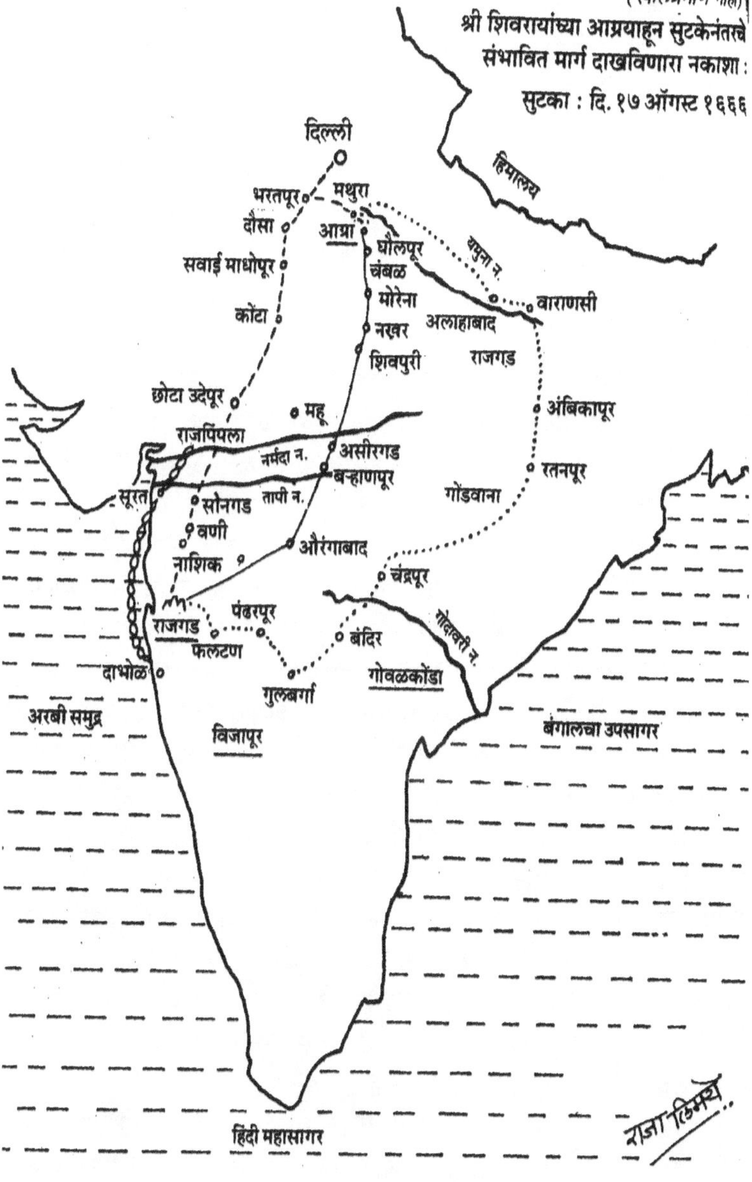

दिल्ली

भरतपूर — मथुरा
दौसा
सवाई माधोपूर
कोटा

आग्रा
घोलपूर
चंबळ
मोरेना
नखर
शिवपुरी

यमुना न.
वाराणसी
अलाहाबाद
राजगड

छोटा उदेपूर
राजपिपला
नर्मदा न.
महू
असीरगड
ब-हाणपूर
गोंडवाना

अंबिकापूर
रतनपूर

सूरत
सोनगड
तापी न.
वणी
नाशिक
औरंगाबाद

चंद्रपूर

राजगड
पंढरपूर
फलटण
बंदिर
गोवळकोंडा
दाभोळ
गुलबर्गा

गोदावरी न.

अरबी समुद्र

विजापूर

बंगालचा उपसागर

हिंदी महासागर

राजा छिमय

अशा जीवघेण्या चौक्या बसविल्या असताना, वेश बदलून शरीरावरील अवडंबर उतरवून, खांद्यावर कॉवर (पेटारा) घेऊन, मेवामिठाईच्या साथीत तो चालता झाला. कोणाला कळलेच नाही की तो कसा गेला. ते म्हणू लागले की हा हवेचे रूप धारण करून गेला, की एखादा पक्षी होऊन गेला की, एखाद्या जादुगाराप्रमाणे तोंडात गोळी ठेवून गायब झाला ? कोण जाणे !'' बघा ही शिवाची करामत बघा, कसा नाहीसा झाला तो.'' यावरूनही असे वाटते की, शिवराय चालतच पहाऱ्यातून नाहीसे झाले. बालराजे संभाजीच्या हालचालींवर तर मज्जाव नव्हताच, त्यांना पूर्वनियोजित ठिकाणी बोलावून घेणे सहज शक्य होते. दूर घनदाट जंगलात अंधाराच्या पांघरुणाखाली सज्ज असलेल्या घोड्यांवरून राजे संभाजीसह मथुरेच्या दिशेने नाहीसे झाले. या अनाकलनीय सत्याच्या मागील घटनांचे हेच जास्त संयुक्तिक स्पष्टीकरण वाटते. या बाबतीत असेही सांगितले जाते, की ते पेटारे पालथे करून त्याच्या आधाराने शिवाजी आणि बाळराजे संभाजी यांनी यमुना ओलांडली. शिवरायांच्या नजरेसमोर सतत बाळकृष्ण होता.

शिवरायांच्या सुटकेमागे खुद्द औरंगजेबाचा हात असावा अशीही एक शंका व्यक्त केली जाते. ही अर्थात्च पूर्णपणे अशक्यच अशी बाब आहे. रामसिंगाला केवळ दरबार बंद करून त्याची मनसब रद्द करण्यापलीकडे औरंगजेबाने काही केले नाही याचे कारण म्हणजे रामसिंगाचा घात करून मिर्झाराजासारख्या मातब्बर योद्ध्याचे शत्रुत्व, तेही शिवाजी मोकळा झाल्यानंतर त्याला परवडणारे नव्हते.

इंग्रज इतिहासकार लेन पूल आपल्या "औरंगजेब" या पुस्तकात म्हणतो "फ्रायरने म्हटल्याप्रमाणे औरंगजेबाने शिवाजीच्या सुटकेसाठी तो आपला मित्र व्हावा म्हणून दुर्लक्ष केल्याची जी अफवा आहे ती असंभवनीय कोटीतील आहे. शिवाजीच्या मैत्रीपेक्षा त्याच्या मृत्यूनेच आपला फायदा होणार आहे यावरच औरंगजेबाचा जास्त विश्वास होता."

स्वत: बादशहा औरंगजेबाने आपल्या मृत्यूपत्रात शिवरायांच्या सुटकेचा उल्लेख करून असे लिहिले आहे, "राज्यात जे जे घडते त्या सर्वांची बित्तंबातमी ठेवणे हाच राजाचा मोठा आधारस्तंभ असून त्यात एका क्षणाचा जरी निष्काळजीपणा झाला तरी तिचा परिणाम चिरकाल शरम उत्पन्न करणारा होतो. पहा, त्या अधम शिवाचे पलायन निष्काळजीपणामुळे घडू शकले. पण त्यामुळे माझ्या आयुष्यातील शेवटच्या दिवसापर्यंत माझ्या चित्ताला वेड लावून सोडणाऱ्या या साऱ्या स्वाऱ्या मोहिमांतच मी कसा गुरफटून गेलो आहे...''

शिवरायांना पळून जाण्यास औरंगजेबाने मदत केली असती तर त्यानेच असे उद्गार काढणे अशक्य होते. उलट त्याच्याकडून निष्काळजीपणा घडावा

असे वातावरण निर्माण करण्याची कर्तबगारी करून दाखवून शिवरायांनी त्याचा फायदा घेतला आणि अत्यंत कौशल्याने आपली सुटका करून घेतली... सारे आग्रा हादरले - तसेच सारे मोगल साम्राज्यही हादरले...

अंधार आणि पावसाच्या पांघरुणाखाली आग्र्याहून निसटल्यावर बादशहाच्या तपासकामात गोंधळ उडावा म्हणून राजांनी केलेली व्यवस्थाही अफलातून होती. बादशहाला...नरवर...चंबळ...बनारस... दिल्ली आदी बऱ्याच ठिकाणाहून शिवाजी दिसल्याच्या बातम्या मिळू लागल्या. या बातम्या आधीच बादशाही परवाने घेऊन परतलेल्या राजांच्या हुशार सैनिकांनी पसरविल्या असण्याची शक्यता नाकारता येत नाही. कारण नरवर चंबळ आदी ठिकाणाहून "शिवाजी" तेथून गेल्याच्या बातम्या खोट्या होत्या हे नंतर उघडकीस आले. २७ ऑगस्ट, १६६६ च्या राजस्थानी पत्र क्र. ३६, मध्ये हे नमूद केलेले आहे. अशा बातम्यांनी राजांच्या परतीच्या खऱ्या मार्गांवर पांघरुण पडून तपास यंत्रणेची पूर्णपणे दिशाभूल झाली होती यात शंकाच नाही.

शिवाजीला ओळखण्याची मुख्य खूण म्हणजे बालराजा संभाजीची सोबत ही असल्याने दोघांच्याही सुरक्षिततेसाठी राजांनी संभाजीला मथुरेलाच ठेवले. जर औरंगजेबाचा राजांच्या सुटकेत हात असता तर त्यांना ही खबरदारी घ्यावीच लागली नसती. एकदा सुटका करून घेतल्यानंतर 'वेग' ही अत्यंत महत्त्वाची बाब असल्याने ज्या मार्गाने त्यांना जलद हालचाल करता येईल असा कमी पावसाचा मार्गच त्यांनी निवडला असण्याची दाट शक्यता आहे. त्यांच्या परतीच्या संभाव्य मार्गाबद्दल जे अंदाज व्यक्त केले गेले आहेत. त्यापैकी एक मार्ग राजस्थानातून सुरत आणि पुढे सागरी मार्गाने दाभोळ - राजगड असा आहे. यात सुरतेच्या पुढे, इंग्रज, पोर्तुगीज, हबशी, सिद्दी यांच्या नजरेखालून जाण्याचा धोका ते पत्करण्याची शक्यता वाटत नाही.

दुसरा पर्याय जो माझ्या मते सर्वात सुरक्षित आणि वेगवान वाटतो तो मथुरा भरतपूर - दौसा (याच ठिकाणी शिवरायांनी आधीच धाडलेल्या कवीन्द्र परमानंद यांना नंतर मोगल सरदारांनीं अटक केली) सवाई माधोपूर कोटा - छोटा उदेपूर - राजपिपला - सोनगड - वणी - नाशिक - राजगड असा आहे. यात कमी पावसाचा भाग जास्तच आहे. नद्या कमी पण रुंद आहेत. त्या पार करण्यासाठी आधीच पुढे आलेल्या परवानाधारक मराठी मंडळींनी संधान बांधून सोय करून ठेवली असण्याची शक्यताही नाकारता येत नाही. शिवाय शिवाजी पळाला आहे त्याला पकडा, हे बादशहाचे आदेश, शिवराय निघून गेल्यानंतर

तेथे पोहोचत असल्याने तेथील रक्षकांना संशय येणेही शक्य नव्हते.

याशिवाय आग्र्याला जातानाच शिवाजीने पाच हजार घोडेस्वारांची एक तुकडी गुजरातच्या सीमेवर आणून ठेवली होती, या पाश्चात्य लेखक आर्मे याने केलेल्या उल्लेखाला अर्थ प्राप्त होतो. सुरतेजवळ येताच राजगडपर्यंतचा मार्ग त्यांना माहीत होता. कारण दोनच वर्षापूर्वी म्हणजे १६६४ साली त्यांनी सोनगडच्या मार्गानेच सुरतेवर छापा घातला होता. त्यामुळेच सुरतेपासून आपल्या घोडदळाच्या संरक्षणात ते अत्यंत वेगाने म्हणजे आग्रा सोडल्यापासून केवळ पंचवीस दिवसात (१२ सप्टेंबर १६६६) राजगडावर सुखरूप पोहोचले. (राजस्थानी पत्र क्र. ५७)

बालराजा संभाजीच्या प्रवासातील मृत्यूची अफवा त्यांनी संभाजीच्या परतीच्या प्रवासावर पांघरुण घालून, तपास यंत्रणेची दिशाभूल करण्यासाठी मुद्दामच पसरविली होती.

काही ठिकाणी उल्लेख असलेल्या तिसऱ्या मार्गाने म्हणजे नरवर - असीरगड भागातून त्यांचे पंचवीस दिवसात, त्या डोंगराळ आणि जंगलाने व्याप्त अशा प्रदेशातून, विशेषत: भयंकर पावसाच्या दिवसांत (जन्माष्टमी चार दिवसांपूर्वीच झालेली असते) पोहोचणे अशक्यच आहे. १८५७ मध्ये म्हणजे शिवरायांच्या आग्रा सुटकेनंतर जवळ जवळ दोनशे वर्षांनी क्रांतिकारकांनी राजमार्ग तोडू नये म्हणून त्याच्या रक्षणार्थ त्या भागात असीरगडाहून २२ जुलै, १८५७ ला निघालेल्या ब्रिगेडियर स्टुअर्टला जवळच असलेल्या महुला पोहोचावयास अकरा दिवस लागले होते. तर त्यानंतरही केवळ पावसामुळे तो महुला तीन महिने अडकून पडला होता. यावरूनच तो भाग किती पावसाचा आणि अडचणीचा आहे हे स्पष्ट होते.

याच उदाहरणावरून हिंदी साहित्यिक निरंजन जमीदार यांनी उल्लेख केलेला, मथुरा, कोटा, उज्जैन, इंदोर (महु याच्याजवळच आहे) निमाड, खानदेश, नाशिक हा मार्गही अशक्य वाटतो. श्री निरंजन म्हणतात की, शिवाजी महाराज शिवभक्त असल्याने कोट्याहून ते उज्जैनच्या महांकालेश्वराच्या दर्शनाला पूर्ण जोखीम पत्करून मोगलांचे सत्ताकेंद्र असलेल्या उज्जैनकडे वळले व नंतर उज्जैनजवळील कनकसुंदरी देवीच्या दर्शनालाही गेले. ही बाब अशक्य कोटीतील वाटते. जवळ जवळ युद्धसदृश परिस्थितीत वाटचाल करीत असताना स्वत:च्या सुरक्षिततेबद्दल सदा जागृत असणारे व स्वराज्य निर्मितीसाठी जबाबदारी घेऊन वावरणारे शिवराय त्या धोक्याच्या मुलखात केवळ देवदर्शनासाठी मोगलांच्या

सत्ताकेन्द्रात जाऊन जोखीम पत्करतील हे अशक्य वाटते.

श्री. विजयराव देशमुखांच्या अंदाजाप्रमाणे ते अलाहाबाद, वाराणशी, अंबिकापूर, रतनपूर, चंद्रपूर, बीदर, गुलबर्गा, गाणगापूर, पंढरपूर, फलटण, भोर - आणि मग राजगडावर आले. पण शक्य तितक्या लवकर राजगडावर सुरक्षित पोहोचण्याचे उद्दिष्ट नजरेसमोर ठेवून वेगाने निघालेले शिवराय निरनिराळ्या ठिकाणची यात्रा करीत तीन साडेतीन महिन्यांनी राजगडावर पोहोचण्याचा प्रयत्न करतील हे असंभव आहे.

या सर्व बाबींचा विचार केल्यानंतर राजे मथुरेहून निघाल्यावर भरतपूर, दौसा-कोटा, छोटा उदेपूर, सतलाम, सोनगड, वणी, नाशिक याच मार्गाने राजगडावर केवळ पंचवीस दिवसांत आले असावेत असे निश्चितपणे म्हणता येईल.

आपल्या जन्मदिवशी - जन्मवेळी आग्र्याच्या त्या पोलादी विळख्यातून श्री शिवरायांनी अत्यंत कुशलतेने करून घेतलेली स्वत:ची सुटका म्हणजे त्यांचा पुनर्जन्मच होता.

आग्र्याच्या बंदिवासात हिरोजींबरोबर महाराजांसाठी स्वत:चे प्राण तळहातावर घेणाऱ्या मदारी मेहतर या मुसलमान मुलाला राजे विसरणे शक्यच नव्हते. त्याच्याच विनंतीवरून पुढे राज्याभिषेकानंतर सिंहासनाची व्यवस्था पाहण्याचे काम राजांनी त्याला बहाल केले.

सैन्याची रचना

राजांनी आग्ऱ्याहून आपली सुटका करून घेताच औरंगजेबाने, मिर्झाराजांच्या ताब्यात असलेल्या नेताजीला कैद करून आग्र्याला आणवले, त्याला मुसलमान करून त्याचा मोहम्मद कुलीखान केला आणि तीन हजाराची मनसब देऊन त्याला काबूलला धाडून दिले.

मिर्झाराजा, आदिलशाही फौजेच्या छुप्या हल्ल्यांना तोंड देत भीमेच्या काठाकाठाने परिंड्याकडे निघून गेला. राजांनी स्वत: नामानिराळे राहून या दोन शक्ती झुंजत ठेवल्या होत्या. औरंगजेबाने मिर्झाराजाला परतण्याचे आदेश दिले आणि त्याच्या जागी शहजादा मुआजमला दक्षिणेचा सुभेदार म्हणून धाडले. १६६६ च्या अखेरीस संभाजीराजे सुखरूप परत येताच शिवराय शहजादा मुआजमशी दोस्ती करून मोकळे झाले आणि औरंगजेबाचीही या दोस्तीला मान्यता मिळाली. कारण औरंगजेब उत्तरेतील कटकटी निस्तरण्यात गुंतला असताना त्याला दक्षिणेत शिवाजीची डोकेदुखी नको होती. राजे हे ओळखून होते.

स्वराज्याचा खजिना मिर्झाराजाच्या वावटळीत रिकामा झाला होता. शहजादा मुआजम बरोबरीच्या दोस्तीने पाच हजार मराठी सैनिक संभाजी राजांबरोबर मोगलांच्या वतीने - मोगलांच्या खर्चाने वऱ्हाड प्रांताची जबाबदारी सांभाळण्यासाठी तिकडे गेले आणि स्वराज्यावरील खर्चाचा भार हलका झाला. ही राजांची राजनीती.

शिवरायांनी आता विजापुरकरांकडून आपला भाग मोकळा करून घेण्यास सुरुवात केली. पोर्तुगिजांच्या आश्रयाने स्वराज्यातील जनतेला छळणाऱ्या कुडाळ, पेडणे, दुचालीच्या देसायांना धडा शिकवला. रांगणा किल्ला जिंकण्यासाठी येणाऱ्या बहलोलखान आणि व्यंकोजी हे रांगण्याला वेढा घालण्यासाठी स्थिरावत

असतानाच अत्यंत वेगवान हालचाली करून बहलोलखानावर अचानक हल्ला करून त्याला पिटाळून लावले.

पोर्तुगीज प्रजेला त्रास देत असल्याचे पाहून नोव्हेंबर १६६७ मध्ये त्यांच्या बारदेश प्रदेशावर अचानक हल्ला करून पोर्तुगिजांना चांगलाच धडा शिकवला. अनेक पोर्तुगीज मारले गेले. त्यांनी लगेच तह केला.

एप्रिल १६६९ मध्ये जंजिऱ्याला वेढा घालून सिद्दीची चांगलीच नाकेबंदी केली. सिद्दी शरण येण्याच्याच बेतात होता पण याच सुमारास औरंगजेबाने धर्मवेडाने प्रेरित होऊन काशीचे काशीविश्वेश्वराचे, बिंदुमाधवाचे, मथुरेचे केशवदेवाचे, तर सोमनाथाचेही मंदिर उद्ध्वस्त करून सगळ्या भारताला हादरा दिला. तसा आदेश औरंगजेबाने ९ एप्रिल, १६६९ ला काढला होता. त्याचवेळी हिंदू प्रजेला छळण्यासाठी त्यांच्यावर ''जिझिया'' कर लादला आणि आगीत तेल पडले. राजांनी कोणाच्याही धार्मिक भावना दुखावल्या नव्हत्या, उलट त्यांचा आदरच केला होता. ते असा धार्मिक अत्याचार सहन करणेच शक्य नव्हते;

औरंगजेबाने जंजिऱ्याच्या सिद्दीला राजांच्या विरोधात मदत करून राजांना डिवचले होतेच. झाले - राजांनी भराभरा पावले टाकली. संभाजीराजे सैन्यासह परत आले आणि राजांनी परिस्थितीचा आढावा घेतला. इतके दिवस त्यांनी प्रजेच्या हिताकडे जसे लक्ष दिले होते तसेच आपल्या सैन्याचीही देखभाल केली होती. नौदलही अद्ययावत करण्यासाठी परिश्रम घेतले होते. ९ किंवा १२ पौंडी गोळा फेकणाऱ्या दोन दोन तोफा असणारे दोन तीनशे टनी गुराब तसेच दोन ते चार पौंडी गोळा फेकणाऱ्या आठ आठ तोफा असलेली सत्तर टनी गलबते बांधून तयार होतीच. सेनादलाची रचना एखाद्या मंदिराच्या आकाराची केली होती. दहा दहा सैनिकांच्या पथकावर नाईक, दहा पथकांवर हवालदार, अशा तीन तीन हवालदारांवर जुमलेदार, दहा जुमलेदारांवर हजारी अशा पाच ते सात हजारींवर सात हजारी आणि अशा पाच सात हजारींवर सरनौबत अशा सैन्याच्या रचनेप्रमाणेच २५ घोडेस्वारांवर एक हवालदार - मग जुमलेदार - हजारी अशा पद्धतीने घोडदळाचीही आखणी केली होती. दर पंचवीस घोडेस्वारांमागे एक पखाली आणि एक नालबंद असे.

राजांनी आपल्या सेनादलातून हत्तींना मुळीच स्थान दिलेले नव्हते. रणक्षेत्रावर हत्तीवर विसंबून राहिलेल्या भारतीय राजांच्या पराभवाचा इतिहास राजांनी अभ्यासला होता - आणि इतिहासातील चुकांची पुनरावृत्ती टाळण्याचे कसब या युद्धनेत्याच्या अंगी निश्चितच होते.

स्वराज्याच्या संरक्षण व्यवस्थेचे आधारस्तंभ म्हणूनच ते किल्ल्यांकडे बघत असत. त्यांच्याजवळील तोफा ते किल्ल्यांच्या रक्षणासाठी वापरत असत. किल्ले जिंकून घेण्यासाठी मात्र ते अंधाराच्या पांघरूणाचा योग्य तो उपयोग करून घेऊन कमीत कमी सैन्याच्या जोरावर किल्ले घेत असत.

राजांची गुप्तहेर यंत्रणा अत्यंत प्रभावी होती. बहिर्जी नाईक हा राजांचा गुप्तहेर प्रमुख होता. राजांचे गुप्तहेर हे नजरबाज म्हणून ओळखले जात असत आणि प्रत्येक मोहिमेच्या वेळी त्यांचे नजरबाज शत्रूकडील बित्तंबातमी तर आणून देत असतच पण त्याचवेळी इतर भागातील घडामोडींवर त्यांचे बारकाईने लक्ष असे. ''शत क्रोश भवां वार्ता, हरे देक दिनेनवे' या शुक्रनीतीतील उक्तीप्रमाणे शंभर कोसांवर घडत असलेल्या घटनांच्या वार्ताही त्यांना रोजच्या रोज मिळत असत, त्यासाठी गुप्तहेरांची साखळी सदैव तयार रहात असे.

आपल्या सैन्यरचनेची, आरमाराची, गुप्तहेर यंत्रणेची पूर्ण सत्यता अजमावून पाहिल्यानंतर लगेच त्यांनी औरंगजेबाने सुरू केलेल्या नव्या उद्वेगजनक कारवायांबद्दल मोगलांना धडा शिकवण्यासाठी जोरदार हालचाली सुरू केल्या. त्याआधी नेहमीप्रमाणे त्यांनी औरंगजेबाची परिस्थिती काय आहे याचा अभ्यास केला.

भारताच्या वायव्येला अफगाणांनी बंडाचा भडका उडवला होता, तर मथुरेच्या परिसरात शूर जाटांनी उठाव केला होता. औरंगजेब त्यात गुरफटला होता, तर दक्षिणेतील शहजादा मुआजम लढाईला फारसा उत्सुक नव्हता. परिस्थिती खूपच अनुकूल होती. राजांनी सारासार विचार करून पावले उचलली आणि मोगलांना पाहिला तडाखा दिला.

या ठिकाणी हे नमूद करणे आवश्यक आहे की प्रत्येक मोहिमेवर निघताना हा महान् युद्धनेता आपल्या सेनाप्रमुखांना त्या मोहिमेचे उद्दिष्ट, अपेक्षित रणक्षेत्र, शत्रूविषयी मिळालेला एकूण एक तपशील, आपल्या स्वतःच्या सैन्याची, त्यांच्या तयारीची, तसेच या मोहिमेत वापरली जाणार असलेली युद्धपद्धती, वेळप्रसंगी आवश्यकता भासल्यास त्यातील लवचिकपणा, युद्ध प्रसंगाची प्रशासन व्यवस्था आणि युद्ध प्रसंगी एकमेकांशी संपर्क साधण्याच्या पद्धती या सर्व बाबी तपशिलाने सांगत असे. त्यांच्याशी चर्चा करीत असे.

युद्धप्रसंगानंतर मृत सैनिकांच्या आप्तेष्टांचे सांत्वन, जखमींची देखभाल, शूरांचे यथोचित कौतुक आणि पुरस्कार या गोष्टींकडे ते अगत्याने लक्ष पुरवीत असत. म्हणूनच नेत्रदीपक विजयश्री नेहमीच त्यांना साथ देत असे.

सिंहगड आणि इतर किल्ले

पुरंदरच्या तहाप्रमाणे सिंहगड आणि इतर किल्ले या मधील राजगडाला जवळ असलेला आणि लष्करी हालचालींच्या दृष्टीने महत्त्व असलेला कोंडाणा हातात येणे महत्त्वाचे होते, म्हणूनच पहिला घाला घातला तो कोंडाण्यावर. निसर्गाच्या आणि अंधाराच्या पांघरुणात राजांचे वीर मराठे, तानाजी मालुसरेच्या नेतृत्वाखाली ४-५ फेब्रुवारी, १६७० च्या रात्री कोंडाणा गडाखाली जमले.

दोन चिवट मावळे रात्रीच्या अंधारात गडाचा अत्यंत अवघड कडा ज्या ज्या ठिकाणी पहाऱ्याची व्यवस्था अगदीच नगण्य होती, असा चढून गेले. वर पोहोचताच, कमरेला बांधून आणलेले दोर त्यांनी वर पहारी खोल खोचून त्यांना बांधले आणि दोराला झटका देऊन खाली इशारा केला.

याच दोरांवरून तानाजी मालुसरे आणि दोनशे निवडक मावळे कडा चढून वर गेले. यांच्यातील एक तुकडी ठरल्याप्रमाणे कल्याण दरवाजाकडे निघाली - वाटेतील चौक्या मारीत त्यांनी कल्याण दरवाजा गाठला आणि तेथील पहारेकऱ्यांना मारून त्यांनी कल्याण दरवाजा उघडला. आधीच तेथे येऊन तयार असलेले सूर्याजी, शेलारमामा आणि मावळे सैनिक गडात घुसले. सारा कोंडाणा ''हर हर महादेव'' या रणगर्जनेने दुमदुमून गेला.

आतापर्यंत गडात उडालेल्या गोंधळाने जागा झालेला किल्लेदार उदयभानू हा तयार होऊन ढाल तलवार घेऊन आपल्या सैनिकांना हाकारे देत मराठ्यांवर धावला. तानाजी मालुसरे त्याच्याच शोधात होते. त्यांनी उदयभानूला रोखले. दोन महान् योद्ध्यांचे युद्ध सुरू झाले. हातघाईची लढाई झाली आणि त्यात दोघांनीही एकमेकांना प्राणांतिक जखमा केल्या. दोघेही घायाळ होऊन पडले. गोंधळात भर पडली. तो पर्यंत सूर्याजी आणि शेलारमामाची नवीन कुमक येऊन पोहोचली आणि मराठ्यांचे मनोधैर्य वाढले.

१२०० राजपुतांच्या रक्षणात असलेला कोंडाणा तासाभराच्या लढाईतच मराठ्यांच्या ताब्यात आला. आधीच ठरल्याप्रमाणे पेटवलेल्या गवताच्या गंजीने - राजगडावर आतुरतेने वाट पाहणाऱ्या शिवरायांना यशाचा इशारा मिळाला आणि ते कोंडाण्यावर आले. त्यांचा सिंहासारखा साथीदार मात्र त्यांनी गमावला होता. या भावनेनेच त्यांनी कोंडाण्याचे नाव सिंहगड ठेवले. अचानक हल्ला करून गड घेण्याच्या तोरण्यावरील रंगीत तालमीचे हे प्रत्यक्ष यश होते.

यानंतर मात्र राजांनी आपल्या शूरवीर साथीदारांच्या मदतीने, आलेल्या संधीचा फायदा घेऊन, जलद आणि गुप्त हालचाली करून प्रचंड पराक्रम

गाजविला. मोरोपंत पेशवे, निळोजीपंत, अण्णाजी आदींनी १६७० सालच्या चार महिन्यातच, पुरंदराच्या तहाने मोगलांकडे गेलेले सर्व तेवीस किल्ले जिंकून घेतले. माहुलीवरील हल्ला फसला तर कल्याण - भिवंडी जिंकून घेतली हा त्यांच्या युद्धयोजनेतील लवचिकपणा लक्षात ठेवण्याजोगा आहे.

८ मार्च, १६७० ला अशाच एका अचानक घातलेल्या छाप्यात निळोपंत मुझुमदारांनी पुरंदरच हस्तगत केला आणि किल्लेदार शेख राजीउद्दीन याला अटक केली. राजांचे मोगलांच्या प्रदेशात चौफेर हल्ले चालू होते. मोगल आणि मराठे यांच्या तलवारींच्या खणखणाटाने सारा दक्षिण भारत हादरून गेला होता.

शिवरायांच्या युद्धनीतीने त्यांच्या वेगवान आणि गुप्त हालचालींनी मोगलांचे धाबे दणाणले होते. शिवरायांच्या युद्धनीतीतील वातावरण निर्मितीने योग्य तोच परिणाम साधला होता. केवळ "शिवाजी" या नावानेच मोगली फौजांची पांगापांग होत होती. तो केव्हा कोठून कसा घाला घालील हा नेमच राहिला नव्हता. तेव्हाच्या पाश्चात्य अधिकाऱ्यांनी लिहिलेल्या पत्रात शिवाजीचा देह वायुरूप आहे अशी शंका येते असा उल्लेख आढळतो.

शिवाजी आपल्या बाजूला येतो आहे हे ऐकताच मोगल सरदार पळून जात असत. अहमदनगरपासून १८० मैल पूर्वेला असलेल्या नांदेडचा फौजदार फतेजंग असाच पळून गेला तेव्हा औरंगजेबाने त्याची जंग ही पदवी काढून टाकली आणि त्याचा फत्तेखान करून टाकला.

ज्या माहुलीच्या किल्लेदाराने शिवरायांच्या पहिल्या हल्ल्याला एखाद्या वीराप्रमाणे तोंड देऊन तो हल्ला परतवून लावला होता तोच माहुलीचा शूर किल्लेदार मनोहरदास आता शिवाजी या नावानेच इतका हादरला होता की आता त्याला औरंगजेबाकडून दाऊदखानासारख्या सरदाराबरोबर नवीन कुमक येऊनही, किल्ला दाऊदखानाच्या ताब्यात देऊन तो पळून गेला. पावसाळा आता सुरू झाला होता. तीस तीस हजाराची फौज घेऊन वेगवान हालचाली करणारा शिवाजी आता तरी गप्प बसेल अशी मोगल सरदारांना आशा वाटत होती. पण इतके दिवस सह्याद्रीची आणि अंधाराची साथ घेऊन हालचाली करणाऱ्या शिवरायाला आता तुफान पावसाचीही साथ मिळत होती. त्यांनी मोगलांच्या आशा धुळीला मिळविण्यासाठी पहिला दणका दिला, १५ जून, १६७० ला हिंडोळ्याचा किल्ला घेऊनच. आणि लगेच दुसऱ्याच दिवशी हल्ला केला तो अवघड अशा माहुलीच्या किल्ल्यावर आणि एका झटक्यात तो ताब्यात घेतला. इतक्या पावसात शिवाजीचे सैनिक आपल्या किल्ल्यावर हल्ला करतील हे मोगलांना स्वप्नातही

वाटले नव्हते. दाऊदखान तर केव्हाच किल्ला सोडून गेला होता.

संपूर्ण दक्षिण भारत हेच मुळी राजांचे एक प्रचंड रणक्षेत्र झालेले होते आणि एके काळी मोगलांच्या ताब्यात असलेल्या त्या रणक्षेत्रावर हा रणराज एखाद्या महान् जेत्याप्रमाणे अनिर्बंधपणे विजयी पताका घेऊन वावरत होता. म्हणूनच त्या काळच्या महान युद्धनेत्यांमध्ये त्याची गणना केली जात होती. नंतरच्या पाश्चात्य इतिहासकारांनी तर त्याची तुलना नेपोलियन आणि अलेक्झांडर यांच्याशी केली होती. दुर्दैवाने त्यांनी जिंकलेला भूप्रदेश त्यांच्या हयातीतच त्यांच्या हातून निघून गेला होता, पण शिवरायांनी जिंकलेल्या भूप्रदेशावर त्यांनी लावलेल्या स्वराज्याच्या रोपट्याचा प्रचंड वृक्ष निर्माण झाला होता. इतकी त्या रोपाची पाळेमुळे पक्की होती. प्रतापी बाजीरावाने याचे रुपांतर साम्राज्यात केले.

१६६० मध्ये स्वराज्यात आलेल्या शाहिस्तेखानाने जशी स्वराज्यातील प्रदेशाची राखरांगोळी करून राजांसमोर आर्थिक संकट उभे केले होते आणि त्यावर मात करण्यासाठी शिवरायाने मोगलांच्या ताब्यातील प्रसिद्ध व्यापारी शहर "सुरत" एका हल्ल्यातच धुऊन साफ केले होते आणि स्वराज्याची आर्थिक घडी पुन्हा बसविली होती त्याचप्रमाणे मिर्झाराजानेही १६६५ मधे स्वराज्याच्या भूमीला असेच ओरबाडून सारा प्रदेश उद्‌ध्वस्त केला होता. आग्र्याहून आल्यानंतर ३-४ वर्षांत परिस्थितीचा पूर्ण आढावा घेऊन १६७० पासून शिवरायांनी मोगलांना चांगलेच झोडपून काढले होते पण स्वराज्याची विस्कटलेली आर्थिक घडी काही अजून नीट बसलेली नव्हती. ती बसवणे आवश्यक होते. राजांनी त्या दिशेने विचार सुरू केला. पैसा शत्रूकडूनच मिळवला पाहिजे हे सर्वच गाजलेल्या युद्धनेतृत्त्वाचे महत्त्वाचे लक्ष्य असते. राजांनी पुन्हा मोगलांचा प्रदेश न्याहाळला. मोगलांच्या ताब्यातील पुन्हा अत्यंत भरभराटीला आलेले प्रसिद्ध व्यापारी बंदर सुरत १६७० च्या नवरात्रातील चांदण्यात वैभवाने चमचमत होते. "सुरत" स्वराज्यासाठीच जणू मोगलांनी जपून ठेवलेला खजिना - सुरत.

सुरतेतील लक्ष्मीपूजन

१६७० च्या नवरात्रातील चांदण्यात चमचमणारी मोगलांच्या ताब्यात असलेली लक्ष्मी जणू शिवरायांना आवाहनच करीत होती. माझा स्वराज्यासाठी उपयोग करा. भारतीय मालावर परकियांशी व्यापार करणाऱ्या सुरतेच्या व्यापाऱ्यांनी अमाप संपत्ती गोळा केली होती आणि सुरतेच्या मोगली सरदारालाही धडा शिकवणे अगत्याचे होते. कारण राजे जंजिऱ्याच्या भोवतालचा फास आवळीत

असतानाच सुरतेच्या सरदाराने औरंगजेबाच्या आदेशावरून जंजिऱ्याच्या सिद्दीला रसद आणि सैनिक सागरी मार्गाने धाडले होते. राजांच्या लष्करी जमाखर्चात याची नोंद तेव्हाच झाली होती.

अत्यंत गुप्तपणे आणि वेगवान हालचाली करणारे शिवराय २ ऑक्टोबर, १६७० ला दहा हजारांचे घोडदळ घेऊन प्रतापराव गुर्जरासह सुरतेपासून केवळ वीस मैलांवर अचानकपणे दाखल झाले तरी कोणालाही त्याचा पत्ता लागला नाही. मोरोपंत पेशवे पाच हजार पायदळासह तेथे आधीच पोहोचले होते. सारी सुरत दुसऱ्या दिवशीच्या लक्ष्मीपूजनाच्या तयारीत दंग होती, तर स्वत: लक्ष्मी स्वराज्याच्या सेवेला जाण्याच्या तयारीत होती.

३ ऑक्टोबर, १६७० ला ऐन लक्ष्मीपूजनाच्या दिवशी मराठ्यांच्या घोडदळाने सुरतेची वेस ओलांडली. सुरतेच्या किल्ल्यावरून काही तोफा कडाडल्या त्या जणू मराठी राजाच्या स्वागतासाठीच आणि त्या तोफांचा गडगडाट ऐकून मराठे स्वार थबकण्याऐवजी, सुरतेतील मोगल सैनिक मात्र सुरत शहर राजांच्या ताब्यात देऊन पळून गेले. शिवाजी या नावाचा असा प्रचंड दरारा त्या भागातील मोगली साम्राज्यावर पसरला होता.

तीन - चार आणि पाच ऑक्टोबर १६६० पर्यंत भारतीय जनतेला लुटून गबर झालेल्या व्यापाऱ्यांकडील संपत्ती ताब्यात घेऊन आणि फ्रेंच, डच, इंग्रज या व्यापारी सत्तांकडील नजराणे स्वीकारून हा मराठी रणराज जितक्या अचानकपणे आला होता तितक्याच अचानकपणे, स्वराज्यातील भगिनींना भाऊबीजेची ओवाळणी घालायला परतला. सोने - चांदी, हिरे, माणके वगैरे मिळून ती ओवाळणी सहासष्ट लाखांची होती. पाच वर्षापूर्वी मोगलांनी स्वराज्यातील नेलेली लक्ष्मी स्वराज्यात परतत होती. आपण ही संपत्ती का नेत आहोत याचा उद्देश स्पष्ट करणारे जे पत्र शिवरायांनी सुरतेच्या मोगली सरदाराला आणि तेथील गबर व्यापाऱ्यांना लिहिले होते ते खूपच बोलके आहे. ते म्हणतात,

"सुरतेच्या सरदाराच्या एकूण महसुलाच्या चौथ्या हिश्श्याची मी तिसऱ्यांदा पण निश्चितपणे अखेरची मागणी करीत आहे. तुमच्या शहेनशहाने मला माझ्या देशाच्या आणि जनतेच्या रक्षणाकरिता मोठे सैन्य ठेवणे भाग पाडले आहे. त्यामुळे माझ्या सैन्याचा पगार त्याच्या प्रजेनेच द्यावयास हवा. जर तुम्ही ताबडतोब रक्कम धाडणार नसाल तर माझ्यासाठी एक भले मोठे घर तयार ठेवा जेथे मी प्रत्यक्ष बसून ती रक्कम वसूल करीन. कारण आता कोणीही माझा मार्ग अडवू शकणार नाही."

स्वराज्यातील जनतेची आर्थिक परिस्थिती स्वराज्यातील उत्पादनातून भागत असताना, अवाढव्य सैन्याचा खर्च मात्र, ज्याच्यामुळे ते सैन्य ठेवावे लागत आहे त्याच्याकडूनच वसूल करण्याचे धोरण राजनीतीला धरूनच होते आणि शिवराय ते आपल्या युद्धतंत्राच्या कौशल्याने यशस्वी करीत असत. याही वेळी पूर्ण यश मिळवूनच ते परत फिरले होते...

१६७० चे लक्ष्मीपूजन रणराजांनी स्वत: सुरतेत जाऊन केले आणि तेथील परकीय आणि त्यांच्या भरवशावर गबर झालेले व्यापारी यांच्या विळख्यात सापडलेली लक्ष्मी त्यांच्या तावडीतून मुक्त होताच शिवरायांवर प्रसन्न झाली - आणि तिने स्वराज्य संस्थापनेच्या शुभ कार्याला हातभार लावला.

◆◆◆

कंचनमंचनची मैदानी लढाई

शिवरायांनी सुरतेवर छापा घालून ती लुटल्याची बातमी शहजादा मुआजम याला मिळताच त्याला धक्काच बसला. पण अजूनही उशीर झाला नव्हता. त्याने दाऊदखान कुरेशीला सुरतेची संपत्ती घेऊन परत निघालेल्या शिवरायांचा मार्ग रोखण्यासाठी ताबडतोब निघण्याचा आदेश दिला. दाऊदखानही लगेच पूर्ण तयारीनिशी अहोरात्र चाली करीत बऱ्हाणपुराहून चांदवडला पोहोचला. त्याच्या हेरांनी त्याला बातमी दिली की शिवाजी चांदवडच्या पश्चिमेला दहा मैलांवर असलेली कंचनमंचनची खिंड ओलांडण्याच्या बेतात आहे. त्याने लगेच आपल्या सैन्याचे दोन भाग करून एक भाग इखलासखानाबरोबर समोर धाडला आणि आपण मागाहून निघाला.

५ ऑक्टोबर, १६७० ला सुरतेची प्रचंड संपत्ती असंख्य बैलांच्या पाठीवर लादून सुरतेहून निघालेले राजे, पेठ मार्गाने येऊन त्यावेळी कंचनमंचनच्या डोंगरामधील खिंडीजवळ पोहोचले होते. राजे लूट घेऊन मोहीम यशस्वी करून परतत असले तरीही सदा सावध असलेल्या त्या रणराजाचे गुप्तहेर चारही बाजूला वावरत होते. त्यांचा प्रवास शत्रूच्या प्रदेशातून चाललेला होता. शत्रूच्या मुलखातील प्रत्येक पाऊल हे रणक्षेत्रावरील पाऊल असते तर प्रत्येक क्षण हा युद्धाचा असतो हे त्याच्या युद्धनीतीतील महत्त्वाचे सूत्र होते. ते सावध होते. संपूर्ण मार्गावर सावधपणे वावरत असलेल्या त्यांच्या नजरबाजांनी इखलासखानाच्या हालचाली टिपल्या नसत्या तरच नवल होते.

रणक्षेत्रातील प्रत्येक योजना बदलत्या परिस्थितीनुसार बदलता येऊ शकेल अशी लवचिक असावी लागते हे पारंपरिक युद्धतंत्रातील महत्त्वाचे सूत्र राजांच्याही युद्धतंत्रात महत्त्वाचे स्थान घेऊन बसले होते. ती युद्धजन्य परिस्थितीच होती. राजांनी परिस्थितीचा पूर्ण आढावा घेतला आणि लगेच निर्णय घेतला. राजांनी

सोबतची सारी संपत्ती पाच हजार पायदळाच्या संरक्षणात रातोरात नाशिककडे धाडून दिली, ती पुढे राजगडावर पोच होण्यासाठी.

राजे एका जबाबदारीतून मोकळे होताच कंचनमंचनच्या दिशेने येणाऱ्या इखलास - खानाच्या स्वागताच्या तयारीला लागले. राजांनी आपल्या घोडदळाचे चार भाग केले. खिंडीच्या पलीकडे पोहोचलेल्या इखलासखानाने आपल्या समोरच्या मार्गाच्या डावीकडील पठारावर, समोरून येणाऱ्या मराठी सैन्यावर मारा करण्यासाठी तोफखाना सिद्ध करण्याची तयारी सुरू केली. ऑक्टोबर १६७० ची सतरा तारीख उजाडली होती.

आपल्या मार्गाच्या उजव्या हाताच्या पठारावर मोगलांचा तोफखाना आपल्यावर मारा करण्यासाठी तयार होत असल्याचे राजांच्या लक्षात यायला वेळ लागला नाही. राजांनी मोगलांच्या त्या तोफखान्यावर तो सज्ज होण्याच्या आधीच हल्ला करून तो उद्ध्वस्त करून टाकला. राजांच्या मुख्य तळावर आता मोठमोठ्याने वाद्ये वाजत होती. इखलासखानाच्या सैन्यातील मोगल सैनिकांचा असा समज झाला की मराठे सैनिक आता लढाईची तयारी करीत आहेत. खरे म्हणजे यावेळी राजांच्या घोडदळाची एक तुकडी इखलासखानाच्या सैन्याला वळसा घालून डोंगरातून त्याच्यामागे उतरत होती तर दोन तुकड्या त्याच्या सैन्याला उजव्या डाव्या बगलेकडून घेरण्यासाठी निघाल्या होत्या.

राजांच्या मुख्य तळावर वाजणाऱ्या वाद्यांच्या आवाजाने मराठे लढाईची तयारी करीत आहेत हा त्याचा अंदाज साफ चुकला होता. डोंगरात घुमणाऱ्या त्या आवाजात इखलासखान स्वत: चारही बाजूने केव्हा घेरला गेला हे त्याला कळलेच नाही. उझबेगी युद्धपद्धतीतल्या "तुलुघ्मे" छापाच्या या युद्धतंत्राने अलेक्झांडरने पोरसचा, बाबराने राणासंगाचा पराभव केला होता. या प्रसंगी राजांनी त्याच पद्धतीने घोडदळाच्या वेगवान हालचाली करून इखलासखानाला घेरला आणि चारही बाजूने त्याच्यावर हल्ला केला. कंचनमंचन खिंडीच्या खालील हा तसा मैदानी भागच होता.

तोफखान्याची मदत मिळेल म्हणून वाट पाहणाऱ्या इखलासखानाचे अर्धे अधिक सैन्य कापले गेले. तो स्वत: जखमी होऊन घोड्यावरून खाली पडला. मागाहून येणारा दाऊदखान कुरेशी येथे पोहोचला तेव्हा इखलासखानाच्या सैन्याचा पार धुव्वा उडाला होता आणि पाहता पाहता दाऊदखानही त्याच्या सैन्यासकट असाच घेरला गेला. मराठी स्वार दाऊदखानाच्या सैन्यावरही चारी बाजूने फिरून हल्ले चढवीत होते. त्यांचे मनोबल आता खूपच वाढले होते. दाऊदखानाने

पराभव ओळखून पळ काढला. या हल्ल्याचे नेतृत्व खुद्द शिवराय करीत होते. या युद्धात मोगल सेनेचे बरेचसे सामान, शस्त्रास्त्रे, तोफा, हजारो घोडे राजांच्या ताब्यात आले. एकूण सुरतेच्या संपत्तीच्या पाठोपाठ मोगलांनी आपण होऊन एक मोठी साधन संपत्ती राजांच्या स्वाधीन केली होती. या लढाईमुळे सर्वात मोठा फायदा झाला होता तो असा की, त्यावेळी असलेल्या मोगल सरदारांपैकी एकमेव कणखर आणि लढाऊ वृत्तीचा दाऊदखानच पराभूत झाल्याने राजांचा मार्ग प्रभावीपणे रोखू शकेल असा मोगली सरदार दिसत नव्हता आणि राजे ही परिस्थिती ओळखून होते. राजांच्या पराक्रमाने दिपून जाऊन दिंडोरीचा मोगल सुभेदार सिद्दी हिलाल, राजांना सामील झाला.

युद्धनीतीतील आपल्या नेहमीच्या तत्त्वाप्रमाणे वणी - दिंडोरीच्या या विजयाचा राजांनी लगेच फायदा घेतला. प्रतापगडाच्या विजयानंतर ज्याप्रमाणे राजांनी नेताजी आणि स्वत: असे सैन्याचे दोन भाग करून आदिलशाही प्रदेशावर आक्रमण केले होते, त्याप्रमाणेच याही वेळी मोगली प्रदेशात उडालेल्या गोंधळाचा संपूर्ण फायदा घेण्यासाठी आपल्या फौजा दोन बाजूंनी मोगली प्रदेशात घुसवल्या.

मोरोपंत पेशवे त्र्यंबकगडाकडे घुसले आणि त्यांनी २५ ऑक्टोबर १६७० ला त्र्यंबकगड ताब्यात घेऊन स्वराज्याच्या सीमा गोदावरीपर्यंत नेऊन भिडवल्या; आणि नाशिक-बागलाण भागातील मोगलांचे किल्ले एकापाठोपाठ एक घेण्यास आरंभ केला.

राजे स्वत: राजगडावर आले. परिस्थितीचा आढावा घेतला आणि पाहता पाहता विजेच्या लोळाप्रमाणे ते बऱ्हाणपूरच्या वेशीवर येऊन धडकले. तेथे छावणी टाकून बसलेल्या जसवंतसिंगाची तर पाचावर धारण बसली. राजांना रोखायच्याऐवजी जसवंतसिंगाने स्वत:च्या संरक्षणाची तयारी सुरू केली. राजांना त्याच्यात मुळीच रस नव्हता. बऱ्हाणपुरास लागून असलेले बहादुरपुरा हे मोगली ठाणे लुटून राजांनी वऱ्हाडातील त्यावेळचे सगळ्यात सधन शहर कारंजा गाठले. ते श्रीमंत शहर मोगलांच्या सहाय्याने आणखी श्रीमंत होत होते. स्वराज्यासाठी अत्यंत आवश्यक अशी एक कोटीच्या घरात जाईल इतकी संपत्ती ४००० बैलांवर आणि खेचरांवर लादून संपूर्ण संरक्षणात राजांनी ती राजगडाकडे धाडून दिली.

या प्रसंगी अचलपूर येथे असलेला मोगली सुभेदार खान-इ-जामा पूर्णपणे भांबावून गेला होता. राजे कारंजाहून जाताच त्याने तिकडे धाव घेण्याचे नाटक केले आणि औरंगजेबाला कळवून टाकले की ''मी तिथे पोहोचपर्यंत शिवाजी

निघून गेला होता'' शाबास रे पठ्ठे.

बऱ्हाणपूरकडे जातांनाच राजांनी अहिवंतगड, खळा, जावळा, मारकंडा आदी किल्ले ताब्यात घेतले होते. कारंजाहून ते नाशिकला परतले तेव्हा खानदेशातील मुलूख घेऊन परतलेले मोरोपंत पिंगळे त्यांना भेटले. या प्रसंगी रणराज शिवरायांचे घोडेस्वार पूर्वेला वऱ्हाडातील उंबरखेड्यापासून खानदेशातील नंदूरबारपर्यंत स्वैर संचार करू लागले होते. एकाही मोगल सरदाराला त्यांना अटकाव करता आला नाही.

नाशिकहून मराठ्यांनी मुल्हेरवर घाला घातला आणि लगेच साल्हेरचा किल्लाही जिंकून घेतला. साल्हेरचा किल्ला घेतांनाही रात्रीच्या पांघरूणात दोरांच्या सहाय्याने किल्ल्यावर गुपचूप चढून आतील मोगल सैनिक त्यांनी कापून काढले त्यात किल्लेदार फतेउल्लाखानही मारला गेला. साल्हेरच्या किल्ल्याच्या स्वरूपात राजांना गुजराथच्या मार्गावर एक जबरदस्त पहारेकरी मिळाला.

इतके करून हा विजयी रणराज राजगडावर परतला.

◆◆◆

साल्हेरचे पलटीचे युद्धतंत्र

शिवरायांनी केलेली सुरतेची लूट आणि एकापाठोपाठ एक जिंकून घेतलेले किल्ले पाहून औरंगजेबाचे माथे भडकले असल्यास नवल नाही. त्याने ४० हजार सैनिकांची फौज घेऊन महाबतखानाला दक्षिणेत धाडले. या पठ्ठ्याने महालात मजा मारण्याशिवाय काहीही केले नाही. एक काम मात्र केले ते म्हणजे राजांना शक्य तितक्या ठिकाणी रोखण्यासाठी फिरणाऱ्या दाऊदखानाला मात्र उत्तरेत परत धाडून दिले. महाबतखानाने चालविलेल्या गोंधळाची बातमी औरंगजेबाला मिळताच त्याने महाबतखानाला तडक काबूलला रवाना केले आणि त्याच्या जागी आपला दूधभाऊ गुजरातेचा सुभेदार बहादूरखान याला दक्षिणेला धाडले. या बहादूरखानाने दिलेरखानाला बरोबर घेतले आणि दक्षिणेतील सारी मोगल फौज एकत्र केली. आता सगळी शक्ती एकवटून त्याने शिवरायाच्या विरूद्ध जोरदार मोहीम उघडली.

सुरुवातीलाच त्याने राजांनी नुकत्याच घेतलेल्या साल्हेरच्या किल्ल्यात प्रचंड फौजनिशी वेढा दिला. या वेढ्याची जबाबदारी इखलासखान, अमरसिंग चंद्रावत अशा मातब्बर सरदारांवर सोडून बहादूरखान, दिलेरखानाला घेऊन राजांच्या मुलूखात घुसला. १६७१ साल संपत आले होते.

अहमदनगरहून बहादूरखान सुप्याच्या बाजूने स्वराज्यात घुसला तर दिलेरखान सरळ पुण्यावरच घसरला. शिवराय यावेळी राजगडावर बसून या नवीन संकटावर विचार करीत होते. दिलेरखान पुणे परिसरात वावरलेला होता. शिवाजीला घेरायचे तर राजगडाकडे सह्याद्रीच्या कुशीत जाणे आवश्यक आहे आणि ते करणे म्हणजे सिंहाच्या गुहेत जाण्यासारखे आहे हे दिलेरखान जाणून होता. शिवाय आग्र्याहून सुटून आल्यानंतर शिवाजीचे सामर्थ्य खूपच वाढलेले आहे हे त्याला ठाऊक होतेच. कसेही करून शिवाजीला राजगडाच्या बाहेर खेचला

पाहिजे या विचारात असतांनाच त्याला ती भयंकर कल्पना सुचली. तो प्रचंड फौजेनिशी सरळ पुण्यात घुसला आणि त्याने पुण्यातील नऊ वर्षे वयाच्या वरील प्रत्येक माणसाची कत्तल केली. त्याचा समज होता की ही बातमी ऐकून शिवाजी एक तर शरण तरी येईल किंवा आपल्यावर चालून तरी येईल; आणि मग बहादूरखान आणि मी त्याला पुणे परिसरात चिरडून टाकू. तो या विचारात असताना भलतेच घडले.

दिलेरखान आणि बहादूरखान साल्हेरच्या वेढ्याची व्यवस्था करून स्वराज्यात घुसले असल्याच्या खबरा शिवरायांना ताबडतोब मिळाल्या. त्यांनी लगेच परिस्थितीचा आढावा घेऊन आपण स्वत: राजगडावर राहून आपल्यावर चालून येत असलेल्या त्या अजस्त्र अजगराच्या तोंडावर लक्ष ठेवण्याचा निर्णय घेतला आणि आपल्या घोडदळ प्रमुख प्रतापराव गुजरांना जे नगर, औरंगाबाद भागात मोगली फौजांचे लचके तोडीत होते. त्यांना आणि कोकणात बंदोबस्तासाठी गेलेल्या पायदळ प्रमुख मोरोपंत पेशव्यांना नाशिक बाजूने साल्हेरच्या किल्ल्याखालील मोगली सेनेवर दोन बाजूंनी हल्ला करण्याचे आदेश दिले. त्यांचे हे आदेश त्या अजस्त्र मोगली अजगराच्या शेपटीवर आघात करण्यासाठी दिले गेले होते हे उघड आहे. त्यांच्या या कल्पकतेस तोड नाही. त्यांच्या या युद्धतंत्राने आता शिवाजी पुरता अडकला असे म्हणून त्याच्या शेवटाची वाट पहात बसलेले पाश्चात्य अधिकारी आणि आदिलशाहीतील सरदार आश्चर्याने थक्कच झाले.

शिवरायांनी मोरोपंत पिंगळे आणि प्रतापराव गुजर यांना साल्हेरच्या परिस्थितीची नुसती कल्पनाच दिली होती असे नाही. तर, तेथील मोगली सैन्यावर कशा प्रकारे घाला घालता येईल त्याच्या सूचनाही दिल्या होत्या. ते दोघेही त्या प्रदेशात वावरलेले असल्याने त्यांनी अत्यंत कौशल्याने आपली कामगिरी पार पाडली आणि दिलेरखानाला पुण्याहून पळापळ करायला भाग पाडले.

पुणे, नगर परिसरातील मराठी सैन्य आता बहादूरखान, दिलेरखानाला तोंड देऊन खलास होत असेल अशा विचारात साल्हेरच्या किल्ल्याला वेढा देऊन बसलेला इखलासखान तसा बेफिकीरच होता. १६७२ च्या फेब्रुवारी महिन्याचा पहिलाच आठवडा होता तो. त्यावेळी नाशिकच्या बाजूने मराठी पायदळाने इखलासखानाच्या सैन्यावर एकदम हल्ला केला. त्याचवेळी नगरच्या बाजूने पुढे घुसलेल्या प्रतापरावांच्या घोडदळाने दुसऱ्या बाजूने साल्हेरला वेढा घालून बसलेल्या पठाणी फौजेवर हल्ला चढविला.

किल्ल्याखालील पठाणी घोडदळ तेवढ्या हल्ल्यातही सावरले, तयार झाले आणि त्यांनी लगेच प्रतापरावांच्या घोडदळावर हल्ला चढवला. पठाणांचा हल्ला सुरू होताच प्रतापरावाने माघार घेतली. त्याचे मराठी घोडदळ मागे वळले आणि पळत सुटले. झाले, पठाणांना वाटले की, जिंकली आपण ही लढाई आणि ते पळपुट्या मराठी घोडदळाचा पाठलाग करू लागले.

साल्हेरच्या किल्ल्याला वेढा देऊन बसलेल्या सेनेपैकी बरेचसे घोडदळ आता ''मारो काफरको'' अशा गर्जना देत प्रतापरावाच्या घोडदळामागे धावले. त्यांची जागा आता मोरोपंत पेशव्यांच्या पायदळाने घेतली. मोरोपंत पेशवे आणि प्रतापरावांनी ही योजना आधीच ठरविलेली असावी असे दिसते. म्हणूनच प्रतापरावाने वेढ्यातील पठाणी घोडदळ आपल्यामागे ओढताच मोरोपंतांच्या पायदळाने तेथे घुसून वेढ्यातील उरलेल्या मोगली सैनिकांची कापाकापी सुरू केली.

प्रतापराव गुजराच्या घोडदळाने पाठलागावर असलेल्या मोगली घोडदळाला बरेच दूर खेचत नेले आणि मग एका ठरावीक ठिकाणी ठरलेल्या इशाऱ्याबरोबर सगळे मराठी घोडदळ एकदम पलटले. पाठलागावर असलेले घोडदळ सर्वसाधारणपणे विस्कळीत अवस्थेत असते. त्यांच्यात विजयाचा उन्माद असतो. सावधगिरी कमी असते. याही वेळी तसेच झाले - निर्धाराने पळणाऱ्या मराठी घोडदळाचा बेफामपणे पाठलाग करणाऱ्या विस्कळीत मोगली घोडदळाला काय होते आहे हे कळण्याच्या आधीच पलटी घेऊन परत फिरलेल्या मराठी घोडेस्वारांनी तुफानी हल्ला चढवला.

आता ''मारो काफरको'' च्या ऐवजी ''हर हर महाऽऽदेऽऽव'' च्या रणगर्जना ऐकू येऊ लागल्या. त्या माऱ्याने मोगल घोडदळ गोंधळले. मराठ्यांनी बरीच कापाकापी केली. अर्धे अधिक पळून परत आले तो ते आता किल्ल्याखालची जागा अडवून बसलेल्या मोरोपंत पेशव्यांच्या पायदळाच्या तावडीत सापडले आणि मारले गेले. किल्ल्याखालचा प्रदेश डोंगराळ होता - वेढ्यासाठी म्हणून आणलेल्या तोफांचा त्यांना अगदी जवळ येऊन भिडलेल्या मराठ्यांवर मारा करण्यासाठी उपयोगच करता आला नाही. या हातघाईच्या लढाईत मोगल, पठाण, राजपूत, रोहिले यांच्याबरोबरच त्याचे हत्ती आणि उंटही सापडले - मारले गेले. खुद्द इखलासखान मियाना आणि रजपूत सरदार मुखमसिंग हे जखमी होऊन मराठ्यांच्या तावडीत सापडले. मुखमसिंगाचा बाप राव अमरसिंग मारला गेला. त्याच्या बरोबरच मोठेमोठे बावीस सरदारही मारले गेले. मारले गेलेल्या सैनिकांची संख्या तर पाच हजाराच्या वर होती. मराठ्यांचे दीड एक

साल्हेरचे पलटीचे युद्धतंत्र

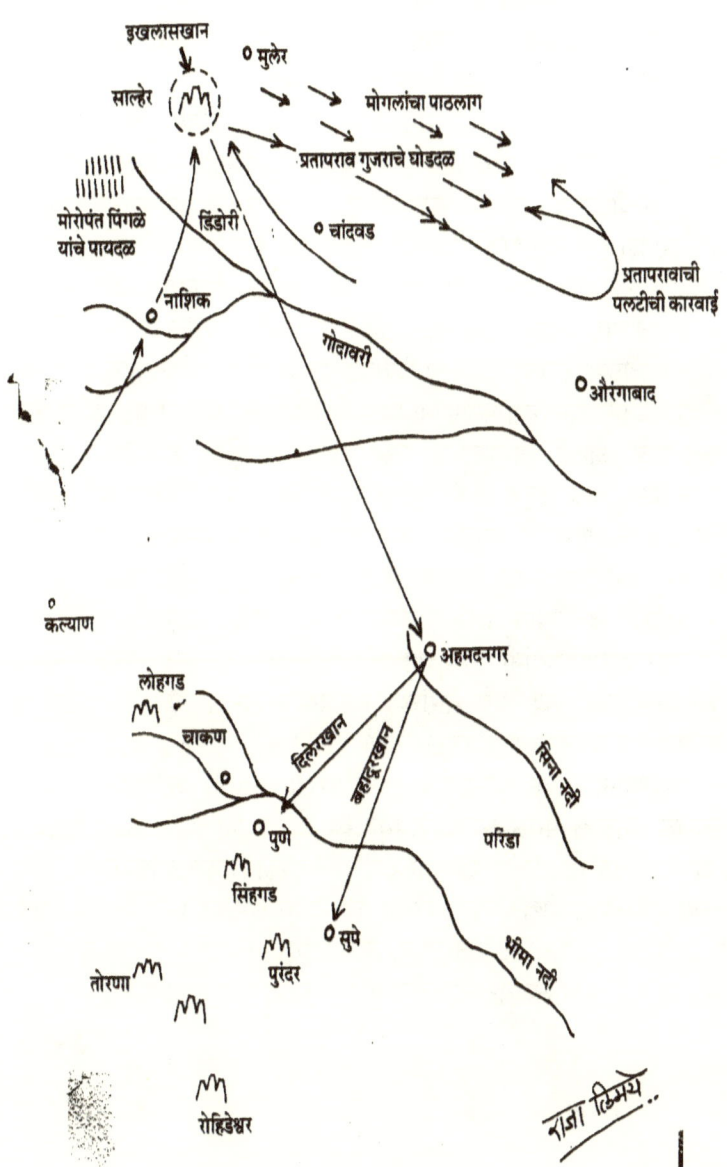

हजार सैनिक मारले गेले. मोगलांचा सपशेल पराभव झाला. अडीच हजार वर्षापूर्वी चेंगीझखानाने याच पलटीच्या युद्धपद्धतीने अफगाणिस्तानात पठाणांना दणका दिल्याची इतिहासाने नोंद केली आहे.

या युद्धात राजांना १२५ हत्ती, उंट ७००, ६००० घोडे, शेकडो बैल, खूप शस्त्रास्त्रे आणि जडजवाहीर मिळाले.

शिवरायांच्या अपेक्षेप्रमाणे मोगली अजगराच्या शेपटीवर तडाखा बसताच समोर घुसू पाहणारे अजगराचे तोंड मागे फिरले, दिलेरखान लगोलग पुण्याहून निघाला. त्याची काय व्यवस्था करायची हे राजांच्या आदेशावरून मोरोपंतानी आधीच ठरविले होते. साल्हेरकडे दौडत निघालेल्या दिलेरखानाला चांदवडनजिकच्या कणरेगडाजवळ, राजांच्या तालमीत तयार झालेल्या रामाजी पांगेरा याने आपल्या केवळ एक हजार वीरांसह अडविले आणि तो यांच्यावर तुटून पडला.

रामाजीच्या वीरांचा हा हल्ला जितका अचानक, अनपेक्षित होता तितकाच प्रखर होता. दिलेरखानाच्या पठाणांना घोडे सोडून खाली उतरून मराठ्यांना तोंड देण्याची पाळी आली. तो मुलुखही तसाच निवडला होता. रामाजीच्या वीरांनी फक्त कमरेला वस्त्र ठेवून बाकी अंगावरचे कपडे काढून टाकले होते आणि होळीत नाचतात त्याप्रमाणे नाचत नाचत ते पठाणांवर तुटून पडत होते. त्यांच्यापैकी प्रत्येकाच्या शरीरावर प्रचंड जखमा झाल्या होत्या पण त्यांनी बाराशे पठाण कापून काढले. दिलेरखान घाबरून कसाबसा जीव घेऊन पळाला.

रणराज शिवरायांनी पुण्याच्या कत्तलीचा चांगलाच सूड उगवला होता. त्यांच्या अलौकिक युद्धतंत्राचे वीरांच्या मनोधैर्याचे इतिहासाने नोंद केलेले हे जिवंत उदाहरणच म्हणायला हरकत नाही.

मराठ्यांना आता कोणाचीच भीती उरली नव्हती. आदिलशहा आणि मोगलांच्या सेनेतील मराठे आता शिवरायांच्या सेनेत येत होते. आता १६७२ च्या पावसाळ्यात मोरोपंतांनी रामनगर आणि जव्हारही जिंकून स्वराज्याच्या सीमा सुरतेच्या जवळपास पोहोचविल्या होत्या. तेथून सुरत फक्त ५० मैलांवर आहे. जुलै ७२ मध्ये भर पावसाळ्यात त्यांनी वणी - दिंडोरी आणि नाशिक हे देखील जिंकून घेतले - स्वराज्य बळकट होत होते - रणराज राजा होणार होता.

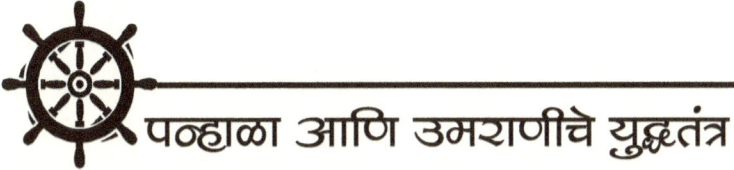

पन्हाळा आणि उमराणीचे युद्धतंत्र

स्वराज्याला बळकटी येत असतानाच शिवराय ज्याला दक्षिणेचा दरवाजा म्हणत असत तो पन्हाळा अजूनही विजापुरकरांच्याच ताब्यात होता. नोव्हेंबर १६७२ मध्ये विजापूरचा अली आदिलशहा मरण पावला तेव्हा त्याचा पाच वर्षांचा मुलगा सिकंदर याच्या नावाने वजीर खवासखानाने कारभार पाहण्यास सुरुवात केली होती. शिवरायांनी लगेच विजापुराहून आपला वकील बोलावून घेतला आणि विजापुरकरांशी सरळ युद्ध पुकारले - राजांनी पहिला दणका दिला तो पन्हाळा ताब्यात घेऊनच.

राजांनी आण्णाजी दत्तो आणि कोंडाजी फर्जंद यांना पन्हाळा घेण्यासाठी धाडले. ६-७ मार्च, १६७३ च्या रात्री कोंडाजी फर्जंद याने, सिंहगडावर तानाजीने तर साल्हेरच्या किल्ल्यावर खुद्द शिवरायांच्या नेतृत्वाखाली जसे निवडक मावळे वर चढले होते तसेच, दोन मावळे पन्हाळ्याच्या अत्यंत अवघड अशा कड्यावर चढवले. या अत्यंत अवघड अशा दरीच्या बाजूला पहारा तसा शिथिल असतो याची बातमी आधीच काढण्यात आली होती. मावळ्यांनी वर पोहोचताच दगडांच्या कपारीत पहारी खोचून कमरेला बांधून आणलेले दोर त्या कपारींना बांधले. दोरानेच खाली इशारा केला आणि खाली तयार उभे असलेले कोंडाजी फर्जंद आणि त्यांचे साथीदार जे सगळे मिळून केवळ साठ होते, सरसर त्या दोरांवरून कडा चढून आले. त्यांच्याबरोबर मराठ्यांची पारंपरिक रणवाद्ये होती. कोंडाजी फर्जंद यांनी वर येताच एक तुकडी गडाच्या मुख्य दरवाजाकडे धाडली आणि उरलेल्यांना पन्हाळ्याच्या तटाच्या काठाकाठाने चारही दिशेला पांगविले. त्यानंतर एका ठरावीक इशाऱ्याने गडाच्या सर्व बाजूने रणवाद्यांचा कर्णकटू आवाज घुमू लागला आणि त्याबरोबर "हर-हर-महादेव" च्या रणगर्जना चहुबाजूंनी अस्मानाला भिडू लागल्या.

गडावरील सैनिक भेदरले - गड चारही बाजूंनी मराठ्यांनी घेरल्याचा इशारा त्यांना मिळत होता. त्यांच्यात गोंधळ उडाला - पांगापांग झाली - याचवेळी मुख्य दरवाजाकडे गेलेल्या तुकडीने मुख्य दरवाजावरील पहारे कापून काढले आणि दरवाजा उघडून अण्णाजी दत्तो यांना आत घेतले. अण्णाजी दत्तो आपल्या दीड हजार मावळ्यांसह कोंडाजी फर्जंद उभे होते त्या ठिकाणी आले लगेच दोघे मिळून किल्लेदार बाबूखानाच्या निवासस्थानावर आले. पहिल्याच हल्ल्यात त्यांनी निवासस्थानांवरील पहारे कापून काढले आणि समोर आलेल्या किल्लेदार बाबूखानालाही कंठस्नान घातले. मग पाहता पाहता किल्ला सर झाला - विजापुरकरांनी किल्ल्यावर जमवून ठेवलेली बरीच संपत्ती स्वराज्याच्या कार्यासाठी हातात आली.

राजांना राजगडावर ही सुवार्ता कळताच ९ मार्च, १६७३ रोजी गुढीपाडव्याच्या सुमुहूर्तावर राजे पन्हाळ्यावर आले. नेहमीप्रमाणेच सर्व वीरांचे यथोचित कौतुक झाले.

१६७० च्या सुरुवातीलाच सिंहगड, मग १६७१ च्या सुरुवातीला साल्हेर आणि १६७३ च्या सुरुवातीला त्याच पद्धतीने पन्हाळा स्वराज्यात दाखल झाला. किल्ला घेताना एकही तोफा डागली गेली नाही किंवा फारसे सैनिकही कामी आले नाहीत. हे होते रणराज शिवरायांच्या तालमीत तयार झालेल्या वीरांचे रणतंत्र.

मराठ्यांनी पन्हाळा घेतल्याचे समजताच आदिलशाही सरदार खवासखानाने मीरज पन्हाळ्याचा सुभेदार बहलोलखानाला खूप तयारीनिशी पन्हाळा परत घेण्यासाठी धाडले. इतर विजापुरी सरदारांनाही त्याच्या मदतीला जाण्याचे आदेशही काढले. बहलोलखन पूर्ण तयारीनिशी निघाला. तो विजापुराच्या पश्चिमेला ३६ मैलांवर उमराणी येथे इतर सरदारांची वाट पहात आपल्या सैन्याची जमवाजमव करीत असतानाच राजांच्या आज्ञेने सरनौबत प्रतापराव गुजरांनी त्याच्यावर जोरदार हल्ला केला - त्याला घेरले - त्याचे पाणी तोडले - हवालदिल झालेला बहलोलखान शरण आला.

आक्रमण हे प्रतिकारात्मक युद्धाचे महत्त्वाचे सूत्र राजे नेहमीच उपयोगात आणीत असत. बहलोलखान पूर्ण तयारीनिशी समोर येण्याच्या आधीच तो बेसावध असताना त्याच्यावर अकस्मात हल्ला करून राजांच्या सेनेने त्याला शरण आणले. या जागी सरनौबत यांनी एक चूक केली.

त्यांनी शरण आलेल्या बहलोलखानाला मोकळा सोडला.शिवरायांना हे

मुळीच आवडले नाही - त्यांनी सरनौबत प्रतापराव गुजरांना खरमरीत पत्र लिहिले. रागावलेले सरनौबत प्रतापराव कर्नाटकात घुसले आणि त्यांनी हुबळी हे व्यापारी शहर लुटले - इकडे राजांनी एप्रिल १६७३ मध्ये परळीचा किल्ला घेतला आणि भर पावसाळ्यात जुलै २७ ला साताऱ्याचा किल्ला जिंकून, विजापुरी बालघाट म्हणून ओळखला जाणारा पन्हाळा - सातारा - परळीचा पट्टा स्वराज्याला जोडला. हाच परळीचा किल्ला समर्थ रामदासांना देऊन त्याचे नाव 'सज्जनगड' ठेवले. यानंतर त्यांनी कर्नाटकातील बंकापूर शहरातूनही स्वराज्यासाठी संपत्ती मिळवली.

शरण येऊन पळालेल्या बहलोलखानाने पुन्हा सैन्याची जमवाजमव सुरू केली आणि तो आपला गेलेला भाग परत घेण्याच्या तयारीला लागला. चिडलेले प्रतापराव गुजर डोळ्यात तेल घालून त्याच्या हालचालींवर लक्ष ठेवून होते. शिवरायांच्या नाराजीने ते डिवचले गेले होते. बहलोलखान गडहिंग्लजपासून ९ मैलांवर असलेल्या नेसरीच्या खिंडीजवळ असल्याचे समजाच आपल्या सैन्याला मागोमाग येण्याचे आदेश देऊन प्रतापराव केवळ सहा रक्षकांसह बहलोलखानाच्या सैन्यात घुसले. त्यांना बहलोलखानालाच ठार करावयाचे होते. अर्थात् बहलोलच्या प्रचंड सेनेपुढे सात जणांचा निभाव लागणे शक्यच नव्हते. प्रतापरावसह सर्वजण मारले गेले. हेच ते 'वेडात मराठे वीर दौडले सात' होते. शरण आलेल्या शत्रूला नको तेव्हा जीवदान देण्याची कृती आत्मघातकी होती.

शिवरायांना या घटनेने अत्यंत दुःख होणे साहजिकच होते. राजांनी प्रतापरावांच्या कन्येचे आपल्या धाकट्या मुलाबरोबर म्हणजेच राजारामाबरोबर लग्न लावून दिले. राजांच्या शब्दांना त्यांचे साथीदार प्राणापेक्षा जास्त किंमत देत असत. याचे हे जिवंत उदाहरण होते - पण रणक्षेत्रावरील चुका राजांच्या युद्धतंत्रात बसत नव्हत्या हेही तितकेच खरे, आणि म्हणूनच त्यांना क्षमा नव्हती.

यानंतर आनंदराव ऊर्फ हंसाजी मोहिते या वीर सरदाराला प्रतापरावांच्या जागी सरनौबत म्हणून नेमला आणि त्यांना हंबीरराव हा किताब दिला - एप्रिल १६७४.

नाशिकच्या बाजूला दिलेरखानाने हालचाल करताच त्याचे हजार पठाण कापून काढून मराठ्यांनी त्याला पळवून लावला, तर कोकणात उतरू पाहणाऱ्या बहादूदूरखानाला कोकणचे सर्व रस्ते रोखून धरून त्याला मागे पिटाळला. इंग्रजांनी तहाचा हात पुढे करताच त्यांनाही तंबी देऊन मगच तह केला. स्वराज्याच्या सर्व सीमा सुरक्षित झाल्यावर राजांच्या राज्यारोहणाची जोरदार तयारी सुरू झाली

ती रायगडावर. अभेद्य अशा या रायगडाची शिवरायांनी स्वराज्याची राजधानी म्हणून निवड केली होती.

◆◆◆

राज्याभिषेक आणि बहादूरखान

आनंद नाम संवत्सरे, शालिवाहन शके १५९६, ज्येष्ठ शुद्ध त्रयोदशी, शनिवार ता. ६ जून, १६७४ उष:काली पहाटे पाच वाजता शिवराय रायगडावर सिंहासनाधीश्वर झाले.

शहाजीराजांच्या मृत्यूपासूनच रणराज शिवराय स्वत:ला राजे म्हणवीत असत. तरीही ते अभिषिक्त राजे नसल्याने त्यांना सामाजिक आणि धार्मिक क्षेत्रात सत्ता नव्हती. वर्णाश्रमाच्या आचारसंहितेमुळे अडचणी सोसाव्या लागत होत्या. रूढीचा दंडक राज्यकारभारातही आडवा येत होता. याच रूढीच्या बंधनामुळे ब्राह्मण गुन्हेगारांना शासन करण्याचा निर्णय घेण्याची मान्यता नव्हती. त्यासाठी प्रतिष्ठित ब्रह्मवृंदास जमवून किंवा काशीच्या ब्राह्मणांकडून ब्राह्मणांचे तंटे सोडविण्याची व्यवस्था करावी लागे. या आणि अशा अनेक कारणांनी त्या रणराजाने राज्याभिषेक करवून घेण्याची तयारी केली आणि त्यांची कीर्ती ऐकून प्रभावीत होऊन त्यांना भेटावयास आलेल्या गागाभट्टाच्या सूचनेला मान देऊन राष्ट्रहितासाठी त्यांनी राज्याभिषेक करवून घेतला. राज्याभिषेकाचा विधी गागाभट आणि अनंतभट यांच्या मार्गदर्शनाखाली राजांचे पुरोहित प्रभाकर भट यांनी पार पाडला.

राज्याभिषेक समारंभाला २९ मे, १६७४ शुक्रवार, या दिवशी सुरुवात झाली. त्या दिवशी राजांची मुंज झाली. त्यानंतर प्रायश्चित विधी म्हणजे तुला पुरुषदान, सुवर्णादी तुला दान झाले. या विधीत राजांचे वजन १६० पौंड तर तुला पुरुषदानासाठी तयार करविलेल्या सुवर्णमूर्तीचे वजन ३२.३३ पौंड झाले.

३० मे, १६७४ शनिवार समंत्रक विवाह - या विधीमुळे राजांना सपत्नीक सर्व विधींची सांगता करता आली. यानंतर शुक्रवार ता. ५ जून, १६७४ पर्यंत विविध प्रकारचे विधी चालले होते.

५ जून, १६७४ ला सायंकाळपासून सुरू झालेले, राज्याभिषेक,

सिंहासनारोहण आणि राजदर्शन हे विधी ६ जूनच्या पहाटेपर्यंत चालले होते. या प्रसंगी लाभलेल्या काशीच्या पंडितांच्या आशीर्वादाने या विधीला अखिल भारतीय स्वरूप आणि महत्त्व प्राप्त झाले. शनिवार ता. ६ जूनला सकाळी छत्रपती शिवरायांनी पहिला दरबार भरवून पुन्हा सिंहासनारोहण करून सर्वांस दर्शन दिले.

राजमाता जिजाऊने आपल्या लाडक्या आणि कर्तबगार लेकाचा हा राज्याभिषेक सोहळा डोळे भरून पाहिला आणि त्या तृप्त झाल्या. उपजतच रणकौशल्य अंगी बाणलेल्या त्या रणराजाचे व्यक्तित्व घडविण्यात त्या कर्तव्यदक्ष मातेचा सिंहाचा वाटा होता. याचसाठी केला होता अट्टाहास असे म्हणत सर्वार्थाने तृप्त झालेल्या त्या राजमातेने त्यानंतर केवळ ११ दिवसांनीच म्हणजे १७ जून, १६७४ ला आपला देह ठेवला.

मातोश्रींचे निधन झाले पण त्या तृप्त मनाने गेल्या. राजांना अतीव दुःख झाले यात शंकाच नाही. राजांनी निर्माण केलेल्या हिंदवी स्वराज्याला त्यांच्या राज्याभिषेकाने, सांस्कृतिक, सामाजिक, नैतिक आणि राजकीय श्रेष्ठ दर्जा प्राप्त करून दिला. स्थैर्य प्राप्त करून दिले. सभासदांच्या शब्दात "मऱ्हाटा पातशहा येव्हढा छत्रपती झाला ही गोष्ट काही सामान्य नाही" हेच राज्याभिषेकाचे थोडक्यात पण खरे मूल्यमापन, आणि हाच त्याचा खरा उद्देश होता जो पूर्णपणे सफल झाला.

या समारंभासाठी राजांनी दीड कोटी होन खर्च केले आणि याच प्रसंगी 'शिवराई' या नावाने एक पैशाचे तांब्याचे आणि सोन्याचा 'होन' अशी दोन नाणी चालू केली. याआधी स्वराज्यातील सर्व किल्ल्यांची डागडुजी त्यांनी अमाप पैसा खर्च करून करवून घेतली होतीच.

महाराजांच्या राज्याभिषेकासाठी म्हणून इंग्रजांनी धाडलेल्या ऑक्सेंडन या त्यांच्या प्रतिनिधीला महाराजांसमोर येण्याचीही संधी मिळाली होती. या पठ्ठ्याने तेवढ्या वेळात राजांच्या सिंहासनाभोवतालच्या सजावटीचे भव्य दिव्य स्वरूप मनात साठवून ठेवून नंतर ते लिहून ठेवले - तो म्हणतो "राजांच्या सिंहासनाच्या उजव्या अंगाला शिवरायांचे सागरावरील प्रभुत्व दाखवणारी थोरल्या मोठ्या माशांची मुंडकी स्पष्ट दिसत होती, तर सिंहासनाच्या डाव्या अंगाला सोन्याच्या भाल्यांना बांधलेल्या असंख्य घोड्यांच्या शेपट्या राजांचे घोडदळावरील पूर्ण अधिपत्याचे दर्शन घडवीत होत्या. वेगवान घोडदळाला चिवट मराठ्यांची साथ देऊन राजांनी आपले घोडदळ अजिंक्य करून दाखविले होते. तो त्यांच्या

रणनीतीचा आधारस्तंभ होता.''

भारताला छत्रपती राजा मिळाला होता. त्याच्या छत्राखाली स्वराज्याच्या बलवान वृक्षाची मुळे खोल जाऊन पक्की होत होती. शिवराय छत्रपती झाला तरी रक्ताने रणराजच होता. स्वराज्याच्या सीमेवर, पुण्यापासून पूर्वेला केवळ पन्नास मैलांवर पेडगाव येथे भरभक्कम छावणी उभारून किलकिल्या डोळ्यांनी राजांच्या राज्याभिषेकाच्या सोहळ्यानिमित्त चाललेली हालचाल टिपणारा आणि कानांनी त्या सोहळ्याचा इत्थंभूत वृत्तांत ऐकण्यासाठी अधीर झालेला शहेनशहा औरंगजेबाचा दूधभाऊ, दक्षिणेचा सुभेदार बहादूरखान कोकलताश त्या सदा सावध असलेल्या रणराज शिवरायाच्या नजरेतून निसटणे शक्यच नव्हते.

राज्याभिषेकाचा दैदिप्यमान भव्यदिव्य सोहळा नुकताच आटोपला होता. त्यानंतर राजमाता जिजाऊने अतीव समाधानाने या जगाचा निरोप घेतला होता - यातच जून महिना संपला होता. या अवस्थेला शिवाजी रायगडावरून हलण्याची कमीत कमी बहादूरखानाच्या मनाला तरी शक्यता वाटत नव्हती - त्याच्या छावणीतील व्यवहार नित्याप्रमाणे सुरळीत सावकाश चालले होते.

राज्याभिषेक सोहळा पूर्ण होऊन नुकताच एक महिना होत आला होता - आणि जुलै १६७४ च्या एका दिवशी सकाळच्या प्रहरी बहादूरखानाच्या प्रचंड छावणीच्या पुण्याच्या दिशेला ''हर हर महादेव'' ची रणगर्जना ऐकू आली आणि दोन हजार मराठी घोडेस्वारांच्या तुकडीने छावणीवर अकस्मात हल्ला केला.

बहादूरखानाची छावणी सावरली - लढायला तयार झाली - त्यांनी शत्रूचा अंदाज घेतला - फक्त दोन हजारांच्या आसपास मराठे - ''मारो काफरको'' म्हणत मोगली घोडदळ त्या दोन हजार मराठी वीरांवर धावले - कापाकाप सुरू होण्याच्या आधीच मराठी घोडदळाने माघार घेतली. मोगली सैन्याला पाठीवर घेऊन ते पळत सुटले.

बहादूरखान ओरडत होता ''जाने मत दो - पिछा करो - मारो'' आणि मोगल सैन्याने मराठ्यांची पाठ धरली - मराठे पळत होते - बहादूरखानाच्या प्रचंड छावणीत मोजक्या रक्षकांचे दल सोडले तर छावणी रिकामी झाली होती.

सकाळी दोन हजार मराठी स्वारांनी छावणीवर हल्ला केला तेव्हा सात हजार मराठी स्वारांची तुकडी पेडगावच्या बहादूरखानाच्या प्रचंड छावणीला खूप लांबून वळसा घालून छावणीच्या मागे दूर अंतरावर पोहोचली होती आणि छावणीत सुरू झालेला गोंधळ आरामात पहात होती - ''मारो काफरको'' म्हणत मराठ्यांच्या लहान तुकडीच्या मागे लागून छावणी रिकामी होताच या सात हजारी

मराठी स्वारांनी बहादूरखानाच्या छावणीचा ताबा घेतला आणि छावणी अक्षरश: साफ केली.

लाखो रुपयांची संपत्ती आणि बहादूरखानाने खास शहेनशहा औरंगजेबाला नजर करण्यासाठी म्हणून जमवलेले २०० जातिवंत घोडे मराठ्यांनी रायगडावर नेले ते त्या रणराजाला राज्याभिषेकाची भेट म्हणून देण्यासाठी.

पळालेले मराठी स्वार हाती लागले नाहीत म्हणून हिरमुसलेला बहादूरखान छावणीत परतला तो छावणी साफ झालेली पहायलाच.

ऑक्टोबर १६७४ मध्ये या रणराजाने स्वत: खानदेशापर्यंत चाल करून बऱ्हाणपूर - औरंगाबाद परिसरातील चौथाई वसुलीच्या कामाची पाहणी केली. बहादूरखान हात चोळीत गप्प बसला होता. राजांना आता कोकणची मोहीम हाती घ्यावयाची होती. पण डिवचला गेलेला बहादूरखान सीमेवर बसला असताना आपण लांब जाऊन त्याला संधी देण्याची चूक राजांसारखा मुरलेला सेनानी करणे शक्य नव्हते. त्यांनी लगेच बहादूरखानाकडे वकील धाडून - मागील घटनेबद्दल खेद व्यक्त केला आणि शहेनशहाशी तह करण्याची इच्छा व्यक्त केली. ते जाणून होते की आपल्या अटींना औरंगजेबाची मान्यता यायला तीन महिने तरी लागतील. तेवढ्यात त्यांनी कोकण मोहीम हाती घेऊन सागरी सामर्थ्याला आणखी जोड दिली. कोल्हापूरची मोहिमही संपविली.

आता औरंगजेबाने तहाच्या अटी मान्य केल्याचा निरोप अपेक्षेप्रमाणे आला. पण तह हवा होता कोणाला ? राजांनी उलट बहलोलखानला साथ देऊन बहादूरखानाला नगरला पिटाळले आणि दक्षिणेतील आदिलशाही वाचविली.

दक्षिण दिग्विजय

रणराज शिवरायांच्या जीवनातील त्यांची दक्षिणेतील मोहीम म्हणजे त्यांची रणनीती, राजनीती आणि त्यांच्या दूरदृष्टीचे दर्शन घडविणारी अत्यंत यशस्वी मोहीम होती. या मोहिमेमागील एक अंतस्थ हेतू असा होता की पूर्वी दक्षिणेतील चार सुलतानांनी येऊन नष्ट केलेल्या विजयनगरच्या हिंदू साम्राज्याचे पुनरुज्जीवन करण्याचा यशस्वी प्रयत्न करून दक्षिणेतील सर्व हिंदूंमध्ये तसा आत्मविश्वास निर्माण करावा, म्हणजे भविष्यात त्याचा उपयोग उत्तरेकडून होणाऱ्या मोगली आक्रमणाच्या वेळी करता येईल. आणि झालेही तसेच - शिवरायांनी या मोहिमेत जिंकून घेतलेल्या जिंजीच्या किल्ल्याचा उपयोग, खुद्द शहेनशहा औरंगजेब दक्षिणेत सर्व शक्तीनिशी येऊन स्वराज्यातील एका पाठोपाठ एक किल्ले घेत सुटला असताना, दुय्यम राजधानी म्हणून छत्रपती राजाराम महाराजांना अत्यंत प्रभावीपणे करता येऊन स्वराज्य औरंगजेबाच्या वावटळीपासून राखता आले.

गेली अनेक वर्षे मुसलमानांचे मांडलिकत्व मान्य केलेले दक्षिणेतील लहान लहान राजे, दक्षिणेतील मुसलमानी राजवट खिळखिळी होताच, शिवरायांच्या खंबीर, झुंजार आणि प्रभावी नेतृत्वाचे स्वागत करतील ही खात्रीलायक बातमी बंगलोरची शहाजीराजांची जहागीर शिवरायांचा सावत्र भाऊ व्यंकोजी याच्या वतीने सांभाळणारे मुत्सद्दी रघुनाथ हणमंते यांनी समक्ष येऊन शिवरायांना दिली होती. ती माहिती लक्षात ठेवूनच आपले विश्वासू सहकारी येसाजी कंक, सूर्याजी मालुसरे आणि सरनौबत हंबीरराव मोहिते यांच्या नेतृत्वाखाली २५००० स्वार, किल्ले जिंकण्यासाठी निवडक सैनिक बरोबर घेऊन ते निघाले होते. वाटेत जंगले तोडणे, दगड फोडणे, सुरुंग पेरणे या कामातील वाकबगार कामगारांनाही सोबत घेतले होते. संपूर्ण स्वारीचा सरंजाम एखाद्या छत्रपतीला साजेसा ठेवून दक्षिणेतील संबंधितांवर छाप पडेल असा ठेवला असला तरी अनावश्यक

चैनीच्या वस्तू आणि स्त्रिया, त्यांच्या स्वारी बरोबर नव्हत्या. शिवाय भागानगरला पोहोचेपर्यंत तोफाही त्यांनी जवळ ठेवल्या नव्हत्या; कारण तो प्रवास शत्रूच्या भागातून होणार असल्याने वेग आणि गुप्त हालचालींना जास्त महत्त्व होते.

आपण दक्षिणेत असताना स्वराज्याच्या संरक्षणाची त्यांनी चोख व्यवस्था करून ठेवली होती. उत्तरेला साल्हेरपर्यंतच्या मुलखाची जबाबदारी मोरोपंत पेशव्यांवर, तर रायगड - पन्हाळ्यापर्यंतचा मुलूख अण्णाजी दत्तो आणि पन्हाळ्यापासून कारवारपर्यंत दत्ताजी त्र्यंबक यांना देखरेखीसाठी नेमून दिला होता. खुद्द रायगड रावजी सोमनाथाच्या ताब्यात दिला होता. दक्षिणेतील या स्वारीच्या खर्चाची सोय गोवळकोंड्याचा सुलतान तानाशहा यांच्याकडून परस्पर करवून घेतली होती.

६ ऑक्टोबर, १६७६ ला विजयादशमीच्या दिवशी राजांनी रायगड सोडला आणि सह्याद्रीच्या आडोशाने ते पटगावपर्यंत आले. तेथे आपल्या सैन्याचे दोन भाग करून एक भाग सरनौबत हंबीरराव मोहित्यांच्या नेतृत्वाखाली विजापूरच्या दक्षिणेकडून धाडला. याचा हेतू असा होता विजापुरी सैन्याला शिवरायाची मोठी मोहीम विजापूरच्या दक्षिणेकडून जात असल्याचे समजून त्यांचे सारे लक्ष त्या सैन्यावर केन्द्रीत होईल आणि विजापूरच्या उत्तरेकडून, विजापूरच्याच प्रदेशातून गोवळकोंड्याकडे वेगाने निघालेल्या खुद्द शिवरायांना सुखरूप निघून जाता यावे आणि झालेही तसेच. हंबीरराव मोहित्यांच्या मराठी फौजेची बातमी विजापुरास कळताच विजापुरी सरदार हुसेनखान मियाना याने धाव घेऊन त्यांना गदग जिल्ह्यातील येलबर्गा येथे रोखण्याचा प्रयत्न केला. पण हंबीरराव यांनी शिवरायांच्या युद्धनीतीप्रमाणे आपणच हुसनेखानावर जोराचा हल्ला केला. विजापूर सैन्याचे खूप नुकसान केले. खुद्द हुसेनखान मराठ्यांचा कैदी झाला. हंबीररावाने या लढाईत दोन हजार घोडे आणि काही हत्तीही मिळवले. १६७७ च्या जानेवारीत ही लढाई झाली. हंबीररावाच्या या हालचालींमुळे विजापूरच्या उत्तरेकडून गोवळकोंड्याकडे विजापुरकरांच्या हद्दीतून जात असलेल्या शिवरायांकडे त्यांचे लक्षच गेले नाही. शिवराय पाच फेब्रुवारीला भागानगरला सुखरूप पोहोचले. प्रत्येक हालचालीतील ही सावधगिरी हे शिवरायांच्या युद्धनीतीतील वैशिष्ट्य होते.

भागानगरच्या काही अंतर आधीच हंबीरराव मोहिते त्यांना येऊन मिळाले. राजे भागानगरला पोहोचले तेव्हा गोवळकोंड्याचा सुलतान तानाशहा याने स्वत: त्यांचे स्वागत केले. संपूर्ण भागानगर मराठ्यांच्या त्या छत्रपतीच्या स्वागतासाठी

सजले होते. राजांची आणि तानाशहाची अधिकृत भेट भागानगरच्या किल्ल्यात झाली. तहाची बोलणी झाली. महाराज भागानगरमध्ये जवळ जवळ महिनाभर होते. तानाशहा राजांची ही दक्षिणेची मोहीम चालू असेपर्यंत, राजांना मोहिमेचा खर्च म्हणून रोज ३००० होन देणार होता. आणि याच्या बदल्यात महाराजांनी विजापुराकडून जिंकून घेतलेला शहाजीराजांच्या जहागिरीचा प्रदेश सोडून बाकीचा तानाशहास देण्याचे कबूल केले होते. तानाशहाने मोहिमेसाठी आपले एक हजाराचे घोडदळ, चार हजार पायदळ आणि काही तोफा देण्याचेही कबूल केले होते.

राजांनी तानाशहाची फौजही आपल्या सोबत घेऊन १० मार्च, १६७० ला गोवळकोंडा सोडले. त्यांचे १६००० चे घोडदळ आणि ३२००० पायदळ त्यांच्या सोबत होतेच. दक्षिणेतील प्रदेश जिंकल्याबरोबर तेथील राज्यकारभार ज्यांच्या हाती सोपविता येईल असे बिनलष्करी अधिकारीही त्यांनी सोबत घेतले होते. आपण दक्षिणेत आणखी खाली जात असताना विजापुरी बहलोलखानाने येऊन त्रास देऊ नये म्हणून गोवळकोंड्याचा कारभारी मादण्णा आणि सेनापती इब्राहिमखान यांना २००० घोडेस्वार आणि खूप मोठे पायदळ घेऊन विजापुरी हद्दीकडे धाडावयास राजे विसरले नाहीत. हे त्यांच्या नेहमीच्या सावधगिरीच्या उपायांप्रमाणेच केले होते.

भागानगर सोडल्यावर महाराज कृष्णा आणि तुंगभद्रा ओलांडून कर्नुलला पोहचले. तेथून काही मोजके लोक बरोबर घेऊन ते श्री शैलेश्वराचे दर्शन घेण्यासाठी श्री शैलमला आले. तोपर्यंत त्यांची सेना आत्माकूरला येऊन पोहचली होती. त्यानंतर तिरुपतीला जाऊन त्यांनी बालाजीचे दर्शन घेतले आणि मग मे महिन्याच्या सुरुवातीला ते मद्रासला पोहोचले, आणि तेथून त्यांनी लगेच जिंजी गाठली.

जिंजीचा किल्लेदार त्यावेळी बहलोलखानाने ज्या खवासखानाचा वध केला होता, त्याचाच भाऊ होता. तो बहलोलखानाला घाबरूनच होता. राजांनी त्याला ५०,००० होन नगद आणि एक लाख होनाची जहागीर देऊ करताच त्याने जिंजीचा किल्ला राजांच्या ताब्यात दिला. राजांनी रायाजी नलगे याला जिंजीचा किल्लेदार नेमले.

यानंतर या भागातील महत्त्वाचा किल्ला होता वेल्लोरचा. या भक्कम भुईकोट किल्ल्याचा किल्लेदार होता अबीसीनीयन अब्दुल्लाखान. किल्ला नुसता भक्कम होता असे नव्हे तर एकाभोवती एक तटबंदीच्या अनेक रांगा त्या

सभोवती होत्या. मध्ये अनेक खोल आणि पाण्याने तुडुंब भरलेले खंदक होते. त्यात सुसरींचा सुळसुळाट होता. किल्लेदार अब्दुल्लाखानाने एक वर्षाहून जास्त काळ किल्ला लढवला. शिवरायांना किल्ल्यावरील युद्धपद्धतीची चांगलीच माहिती होती. त्यांनी भोवतालच्या प्रदेशाची नेहमीप्रमाणे भौगोलिक पाहणी करून या भुईकोट किल्ल्यावर मारा करण्यास सोयीचे असे दोन डोंगर ताब्यात घेतले आणि तेथून मारगिरी करण्याची आपल्या सेनेला सोय करून दिली. या दोन डोंगरांना त्यांनी साजरा आणि गोजरा ही मराठी नावेही दिलीत व त्यावरूनच गोवळकोंड्याहून आणलेल्या तोफांचा किल्ल्यावर मारा केला पण किल्ला हाती येत नाही हे पाहून किल्ल्याच्या भोवती नरहरी रुद्र याच्या हाताखाली २००० घोडदळ आणि ५००० पायदळ ठेऊन राजे वलीगंडापुरमचा सरदार शेरखान लोदीला गाठण्यासाठी तिरुवदीला पोहोचले. वेल्लूरचा वेढा मात्र कडक केला होता.

शेरखान हा मूळचा मुलकी अधिकारी होता. त्याच्याजवळ ९००० घोडदळ आणि ३००० पायदळ होते. पण मराठे समोर येऊन उभे राहिलेले पाहताच त्याच्या सैन्याने पळ काढला. राजांनी त्याचा पाठलाग केला आणि अखेर ५ जुलै, १६७७ ला शेरखान शरण आला. त्यांच्याकडून राजांनी २० हजार होनाची खंडणी वसूल केली.

१६ जुलै, १६७७ ला राजे तंजावरच्या १० मैल उत्तरेला असलेल्या तिरुमला वाडा येथे पोहोचले. तेथेच सावत्र भाऊ व्यंकोजी त्यांना भेटला पण काही निर्णायक बोलणी न करताच तो एक दिवस तसाच निघून गेला.

२२ सप्टेंबरला राजांनी मद्रासच्या गव्हनर्रला पत्र लिहून त्यांच्याकडून काही तंत्रज्ञ मागविले. पण त्या पठ्ठ्याने तंत्रज्ञ नाही म्हणून कळविताच राजांनी स्वत:च जिंजीच्या किल्ल्यातील निरूपयोगी वाटणाऱ्या भिंती पाडून किल्ला लष्करी दृष्टीने अजिंक्य ठरेल अशी त्यांची नवीन रचना केली. नवे काम पाश्चात्यांनाही तोंडात बोटे घालायला लावील असे झाल्याची कबुली तत्कालीन ख्रिस्ती पाद्री देतात. इतकेच नव्हे तर इंग्रजांच्या म्हणण्याप्रमाणे भारतातील सगळ्या मोगल शक्ती एकत्र आल्या असत्या तरीही तो त्यांना घेता आला नसता. राजांनी असे अनेक किल्ले बांधून त्यात तलाव खणले, इमारती बांधल्या आणि भविष्यात कोणत्याही युद्धाच्या प्रसंगी उपयोगात येतील अशा सर्व सोयी करून ठेवल्या. रणराजाच्या या दूरदृष्टीचा फायदा भविष्यात कसा झाला याची इतिहासाने नोंद केलेली आहे.

दक्षिण दिग्वीजय

भीमा नदी
सीना नदी
राजांचा मार्ग
सातारा
गोवळकोंडा
विजापूर
कोल्हापूर
कृष्णा नदी
प्रतापराव
गदग
श्री शैलम
तुंगभद्रा
कर्नुल
आत्माकूर
पेन्नार नदी
तिरुपती
बंगलोर
राजांचा परतीचा मार्ग
अर्काट
मद्रास
वेलोर
अर्णी
जिंजी
तिरुवेदी
पाँडिचरी
वृद्धाचलम
चिंदंबरम
तिरुमल वाडा
१६ जुलै १६७७
तंजावर
राजा लिमये

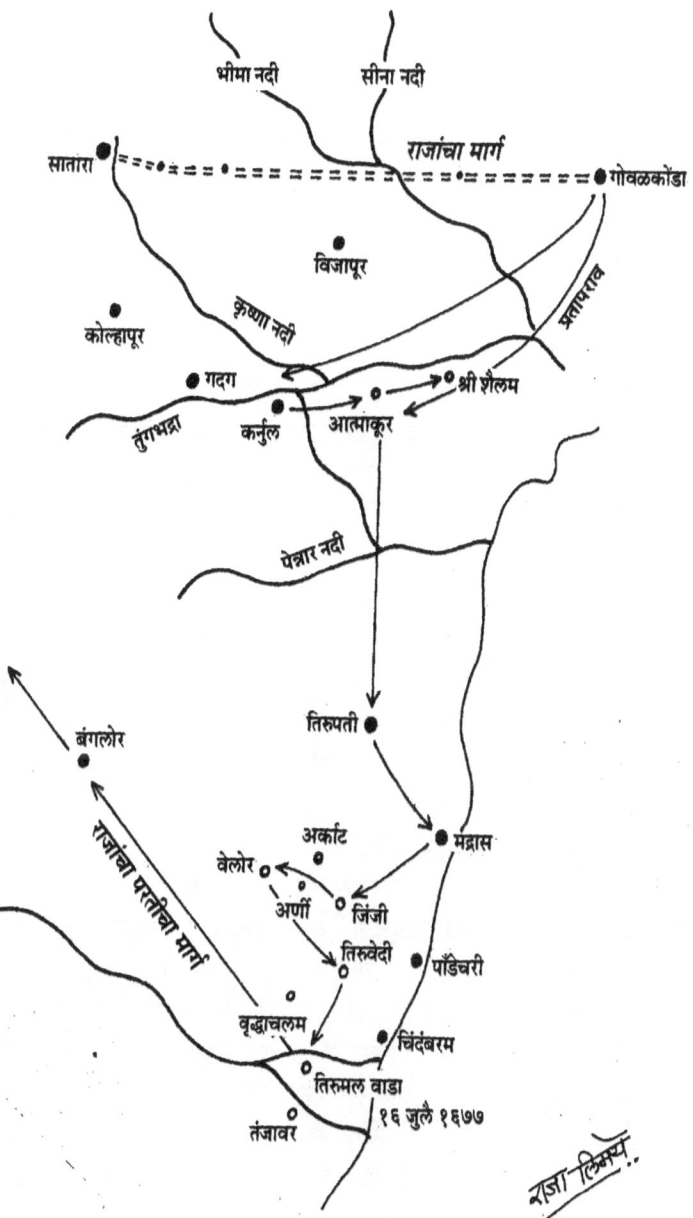

शेवटी महाराज बंगलोरला आले आणि त्यांनी म्हैसूर आणि कोलार जिंकले आणि १६७७ च्या ऑगस्ट मधे आरणीचा किल्ला घेतला. तिरुमल वाड्याच्या मुक्कामी व्यंकोजीचा एकेकाळचा कारभारी रघुनाथपंत हणमंते हा ४०० घोडेस्वारांसह त्यांना येऊन मिळाला होता. तो भोसल्यांचा पिढीजाद नोकर त्या भागात राहिलेला होता. शिवाय तो विद्वान आणि व्यवहारदक्षही होता. कानडी, तेलगू आणि तामीळ भाषांवर त्याचे प्रभुत्व होते. त्याला त्या सबंध भागाचा सुभेदार नेमून महाराजांनी आपल्या दूरदृष्टीचा आणि सावधानतेचा परिचय करून दिला.

ऑगस्ट १६७७ पर्यंतच्या सहा महिन्यांच्या काळात राजांनी कावेरीच्या उत्तरेकडील विजापूरचा २० लाख होनांचा महसूल देणारा १०,००० चौरस मैलांचा संपूर्ण प्रदेश काबीज करून एक महान् विक्रम करून दाखविला. या कारवाईतील त्यांचे युद्धनेतृत्व आणि युद्धनीती अप्रतिम होती. परदेशी लेखक या मोहिमेवरूनच त्यांची तुलना अलेक्झांडर, हानीबाल, नेपोलियनशी करतात, पण या कोणालाच त्यांनी जिंकलेला प्रदेश ताब्यात ठेवता आला नव्हता.

जिंजी सोडताना राजांनी आपले सरनौबत हंबीरराव मोहित यांना मागे सोडले होते कारण वेल्लूरचा किल्ला हातात न आल्याने जिंकलेला मुलूख निष्कंटक झाला आहे असे ते समजत नव्हते. शिवाय सावत्रभाऊ व्यंकोजीबद्दलही ते सांशक होतेच. आणि झालेही तसेच. शिवराय परत फिरताच व्यंकोजीने नोव्हेंबर १६७७ ला अंबोरियाजवळ मराठी सेनेवर हल्ला केला. पण राजांचाच एक जवळचा नातेवाईक संताजी भोसले याने आधी पराभव झाला, तरी नंतर लगेच व्यंकोजीवर जोरदार हल्ला करून त्याचा दणदणीत पराभव केला. या बातम्या राजांना मिळत होत्याच. त्यांनी व्यंकोजीला एक खरमरीत पत्र लिहून ''असले उद्योग ताबडतोब थांबविण्याचा'' संदेश दिला.

राजे बेळगाव जिल्ह्यात तोरगळजवळ मुक्काम करून असतांना संपगावाजवळील बेलवडी येथील मजबूत गढीच्या मालकिणीने मराठ्यांना छेडण्याचा प्रयत्न केला. राजांजवळ तोफा नव्हत्या. अशा मातीच्या गढीवर हल्ला चढविण्यासाठी तोफांचा चांगला उपयोग होतो. तरीही राजांनी त्या गढीच्या मालकिणीला म्हणजेच मलवाई देसाईणीला शासन करण्यासाठी एका पथकाला धाडले. त्या बाईने शिक्षेच्या भीतीने - मराठ्यांच्या वेढ्याला सत्तावीस दिवस धैर्याने तोंड दिले अर्थात् अखेरीस ती गढी मराठ्यांनी जिंकलीच पण शिवरायांचे उणे पाहण्यास टपलेल्या इंग्रज व्यापाऱ्यांनी तिखट-मीठ लावून खोटी बातमी फैलावण्यातच

आनंद मानून घेतला - ते लिहितात "अनेक राज्ये जिंकणाऱ्या या जगज्जेत्याला एक य:किंचित बाईने खाली पहावयास लावले."

या बातमीमुळे तरी त्यांना शिवरायांना जगज्जेता म्हणावे लागले यातच सारे काही आले आहे. आपला दक्षिण दिग्विजय पूर्ण करून आणि स्वराज्याला भरभक्कम आधार म्हणून दक्षिणेत पर्यायी राजधानी जिंजीच्या रूपाने उभी करून राजे स्वराज्यात परतले. राजे स्वराज्यात परतल्यानंतर २१ जुलै १६७८ ला किल्ल्यातील धनधान्य संपून पाणीही संपल्याने, वेलूरच्या किल्लेदाराने किल्ला मराठ्यांच्या ताब्यात दिला.

महाराज पन्हाळ्यावर येऊन विजापुरातील घडामोडींकडे बारकाईने पहात असतानाच डिसेंबर १६७८ मध्ये युवराज संभाजी सपत्नीक दिलेरखानाला जाऊन मिळाल्याची कटू बातमी त्यांच्या कानावर आली.

संभाजीला घेऊन १७ एप्रिल, १६७९ ला दिलेरखानाने साताऱ्याजवळील भूपाळगड घेतला. खरे म्हणजे संभाजीराजाला पाहूनच मराठ्यांनी किल्ला दिलेरखानाच्या ताब्यात दिला. त्यानंतर मात्र राजांनी सर्व किल्लेदारांना संभाजीकडे दुर्लक्ष करून किल्ला खंबीरपणे लढवला गेला पाहिजे असे आदेश धाडले. स्वराज्यासाठी होणाऱ्या युद्धात नात्यागोत्यांना प्राधान्य देणे त्या रणराजाच्या रणनीतीत बसत नव्हते.

ऑगस्ट १६७९ च्या सुमारास दिलेरखानाने मंगळवेढे घेऊन खुद्द विजापूरच्या किल्ल्यालाच वेढा घातला. आदिलशाही उद्ध्वस्त होण्याची चिन्हे दिसू लागली. पण मोगलांना नेहमीच अडचणीची वाटणारी दक्षिणेतील ही मुसलमानी ताकद नेस्तनाबूत होऊ देणे शिवरायांच्या दृष्टीने घातक ठरणारे होते. त्यांनी आपला वकील आश्वासन देऊन विजापुरास धाडला आणि विजापूर वाचविण्याची कारवाई सुरू केली.

मागे दिलेरखान पुण्यावर चालून आला असताना ज्याप्रमाणे शिवरायांनी त्या मोगली अजगराच्या शेपटीला तडाखा देऊन स्वराज्यावरील त्याचा विळखा सोडविला होता त्याचप्रमाणे याही वेळी राजांनी भीमा नदी ओलांडून दिलेरखानाच्या जालना शहरावरच हल्ला केला आणि ते लुटून फस्त केले. तेथून अमाप संपत्ती घेऊन ते नाशिकजवळील पट्टा येथे आले. या मोहीमेत त्यांना खूप संकटांना तोंड द्यावे लागले.

मार्गात आलेल्या मोगल सरदारांना त्यांनी ठोकून काढले आणि मग कासावीस झालेल्या अलीशहाने महाराजांना पुन्हा विनंती केल्यावर आपले सारे

सरदार एकत्र आणून दिलेरखानावर हल्ले सुरू करून त्याची दमछाक केली. याचा अपेक्षेप्रमाणेच परिणाम झाला. औरंगजेब दिलेरखानावर संतापला. राजांनी मोगली मुलखात जे अतोनात नुकसान केले त्याच्यासाठी औरंगजेबाने दिलेरखानालाच जबाबदार धरले. दिलेरखानालाही परिस्थितीची जाणीव होऊन त्याने विजापूरचा वेढा उठवला आणि तो परत फिरला.

इतके दिवस दिलेरखानाचा आणि मोगलांचाही अनुभव घेतलेले संभाजीराजे एक दिवस दिलेरखानाच्या छावणीतून अचानक निघून गेले. त्यांचे डोळे उघडले होते. आपली मोहीम आटपून रायगडावर पोहोचलेल्या शिवरायांना आपला मुलगा परत आल्याची सुवार्ता तेथेच कळली. ते तडक संभाजीला भेटायला पन्हाळ्याला आले. तेथेच या वीर पितापुत्राची भेट झाली; आणि शिवरायांच्या मनावरचा ताण कमी झाला.

पुत्रभेटीनंतर १६८० च्या मार्च महिन्याच्या पहिल्या आठवड्यात मोकळ्या मनानं रणराज शिवराय रायगडावर परतले. राजे रायगडावर परतल्यानंतर मार्चच्या १५ तारखेला राजारामाचे लग्नही व्यवस्थित पार पाडले. त्यानंतर आठवड्याभरानीच तो महापुरुष आजारी पडला. याच आजारात एप्रिल १६८० च्या तीन तारखेला दुपारच्या सुमारास या महान् योद्धयाचे रायगडावरच देहावसान झाले. त्या महामानवाने करून ठेवलेल्या प्रचंड कार्यामुळेच या राष्ट्राला स्वातंत्र्याचे सुखाचे दिवस पाहता आले.

शिवरायांच्या अतुलनीय कार्याचे बीज त्यांच्या राजनीतींच्या कोंदणात चपखल बसविलेल्या युद्धनीतीत होते यात शंकाच नाही आणि म्हणूनच रणांचा राजा म्हणून सारा देश त्या महान् योद्ध्याला यावच्चंद्रदिवाकरौ मानाचा मुजरा करीत राहील.

◆◆◆

रणराज : सदैव अभ्यासनीय, अनुकरणीय

रणराज शिवरायांच्या युद्धनीतीचा, राजनीतीचा आणि राष्ट्रीय एकात्मतेच्या तत्त्वांचा सखोल अभ्यास करण्याची आणि तो जनतेसमोर मांडण्याची कधी नव्हती इतकी गरज आज आहे. अडीच हजार वर्षांपूर्वी चीनमध्ये होऊन गेलेला प्रसिद्ध सेनानी सन झू याच्या युद्धनीतीतील सूत्रांच्या अभ्यासाची आवश्यकता आजही आहे असे विसाव्या शतकातील गाजलेला सेनानी लिडेल हार्ट ठामपणे सांगतो. शिवरायांच्या अष्टपैलू युद्धतंत्रातील बारकावे तर सन झू च्या युद्धनीतीच्या तत्वांपेक्षा काही बाबतीत सरस ठरतात. म्हणूनच हे सहजपणे लक्षात येते की, रणराज शिवरायांच्या युद्धनीतीचे महत्त्वही कधीच कमी होणार नाही.

सन झू याने युद्धनीतीवर लिहिलेल्या लेखांचे सॅम्युअल ग्रिफिथ याने इंग्रजीत भाषांतर केले असून, या भाषांतरित पुस्तकाला विसाव्या शतकातील प्रसिद्ध सेनानी लिडेल हार्ट याने प्रस्तावना लिहिलेली आहे.

या लिडेल हार्टकडे येणाऱ्या चीनच्या युद्धशास्त्राच्या तरुण अभ्यासकांना तो विचारीत असे, "तुम्ही सन झू चे निबंध वाचले आहेत का ?" तर ती तरुण मुले म्हणत असत, "सन झू च्या निबंधांना आता अडीच हजार वर्षे होऊन गेली आहेत. त्यातील तत्त्वं जुनाट आहेत. आता त्यांचा काही उपयोग नाही." तेव्हा लिडेल हार्ट त्यांना सांगत असे-

"माझ्या तरुण मित्रांनो, तुम्ही चीनला परत जा आणि सन झू च्या युद्धशास्त्राचा अभ्यास करा. तसे केलेत तर निश्चितपणे तुम्ही चांगले सेनानी व्हाल."

शेकडो वर्षे पराभवाच्या परंपरेच्या साखळीने ग्रासलेल्या आपल्या देशात, सह्याद्रीच्या कुशीत जन्मलेला एक सेनानी अत्यंत भयानक परिस्थितीत आपल्या मोजक्या साथीदारांना घेऊन ताठ मानेने उभा राहतो आणि परकीय आक्रमकांना

नुसते थोपवून धरीत नाही, तर रणांगणावर त्यांचे पराभव करून त्यांना मागे रेटतो आणि अक्षरश: "शून्यातून स्वराज्य" निर्माण करतो. त्या महान् सेनानीने आपल्या ज्या अष्टपैलू युद्धनीतीचा अत्यंत कौशल्याने वापर करून हे महान् कार्य करून दाखविले त्या त्याच्या युद्धनीतीचा सखोल अभ्यास आजही का महत्त्वाचा आहे हे लिडेल हार्टने चीनच्या तरुण अभ्यासकांना केलेल्या उपदेशावरून सहज लक्षात येण्याजोगे आहे.

युद्धाशास्त्राचा आधुनिक पाश्चिमात्य मीमांसक कार्लफोन क्लाऊटझोविच याने युद्धविषयी एक छानसे तत्त्व मांडले आहे. तो म्हणतो, "राजकीय वादविवादातील अखेरचा मुद्दा म्हणजे युद्ध." त्याच्या या स्पष्टीकरणाबद्दल दुमत होण्याचे कारण नाही. पण तो पुढे म्हणतो, की युद्ध एकदा सुरू झाले, की मग मात्र ते सर्वंकष युद्ध असले पाहिजे आणि त्यात शत्रूचा संपूर्ण विनाश झाला पाहिजे; मग ते युद्ध कितीही काळ चालले तरी हरकत नाही. त्याच्या या तत्त्वानेच पहिल्या आणि दुसऱ्या महायुद्धात जगाचा विनाश होण्याची पाळी आली होती.

सन झू चे म्हणणे याच्या अगदी उलट आहे. तो म्हणतो, "लांबत चाललेल्या युद्धात कोणत्याही पक्षाला विजयाचा लाभ मिळत नाही." दुसऱ्या महायुद्धाने हे सिद्ध केलेच आहे. इंग्लंड विजयी झाले खरे, पण त्यांचे साम्राज्य नष्ट झाले. रशिया, इंग्लंड, फ्रान्स, आदी सर्वच राष्ट्रांना सावरण्यासाठी कितीतरी वर्षे तपश्चर्या करावी लागली. तेरा वर्षाहून अधिक काळ व्हिएतनाममधील युद्धात अडकलेल्या अमेरिकेलाही खाडी युद्धाची अखेर लवकरात लवकर करण्यासाठी पावले टाकावी लागली.

सन झू च्या मतप्रमाणे विजेत्याला पुढील प्रकारचीच युद्धे फायदेशीर ठरतात. कमीतकमी वेळात संपते, त्याचे कमीतकमी सैनिक कामी येतात. शत्रूपक्षातीलही शक्य तितक्या कमी जवानांचे रक्त सांडते. हे साध्य करण्यासाठी कुशल सेनानीने काय करावे हेदेखील त्याने सांगितले आहे. शिवरायांनी हेच केले होते.

सन झू च्या युद्धनीतीच्या तत्त्वांपेशा रणराज शिवरायांच्या युद्ध तंत्रातील बारकावे कसे सरस ठरतात हे आपण त्यांच्या निरनिराळ्या युद्धकथांद्वारे पाहिले आहेच. शिवरायांनी जनतेच्या कल्याणासाठी किती कार्य केले आहे, हे नव्याने सांगण्याची आवश्यकता नाही. त्यांच्या या कार्यामुळेच ते "जनकल्याण राजा' म्हणून ओळखले जात. त्याच्या या कार्यात, सर्वधर्मसमभावाच्या कल्पनेला प्राधान्य होते, तसेच जातीपातींवरून निर्माण होणाऱ्या भेदांना त्यांनी कधीच थारा

दिला नव्हता.

पुण्यासारख्या लहानशा जहागिरीपासून सुरुवात करून आपल्या कल्पक आणि धाडसी योजनांना मूर्त स्वरूप देत या रणराजाने उत्कृष्ट लष्करी कारवायांनी, पद्धतशीरपणे सुस्थित अशा स्वराज्याची स्थापना केली. राज्याचा विस्तार केला तो लोकांची मने जिंकून घेऊन. माणसाची अचूक पारख हा त्यांच्यातील उपजत गुण होता. योग्य माणसाची निवड करताना त्याची जात, त्याचा धर्म, शिवरायांनी कधीही विचारात घेतला नाही. जबाबदारीच्या जागी नेमणूक करतानाही त्यांनी हिंदू वा मुसलमान असा भेद कधी केला नाही. कोणत्याही व्यक्तीची स्वराज्याशी एकनिष्ठता व त्या व्यक्तीची कुवत आणि गुणवत्ता याच गोष्टी ते ध्यानात घेत असत. याच त्यांच्या कसोट्या असत.

वर्षानुवर्षे या भागात राहिलेल्या लोकांना त्यांनी आपल्या प्रभावी पण नि:पक्षपाती वर्तणुकीने आपलेसे करून घेतले होते. त्याचे परिणाम त्यांच्या प्रत्येक मोहिमेच्या वेळी स्पष्टपणे दिसून आले. ते स्वत: निष्ठावंत हिंदू असले तरी सर्व धर्मांना समान लेखीत असत. कोणाच्याही धार्मिक भावनांचा अनादर होणार नाही याची ते दक्षता बाळगीत असत. त्यांच्या उदार धोरणावरून त्यांच्या दूरदृष्टीची सहजच प्रचिती येते.

शिवरायांनी जवळ केलेल्या परधर्मीय अधिकाऱ्यांनी कधीही त्यांना दगा दिला नाही, यावरून त्यांची निवड किती अचूक होती हे सिद्ध होते. मदारी मेहतरसारखा त्यांचा एकनिष्ठ सेवक, शहेनशहा औरंगजेबाच्या भयानक कैदेतून शिवरायांची सुटका व्हावी म्हणून स्वत:च्या प्राणाची बाजी लावीत असताना 'शिवराय हिंदू आणि मी मुसलमान आहे,' हा विचारही त्याच्या मनाला शिवत नव्हता.

शिवरायांच्या आरमाराचे नेतृत्व मायनाक भंडाऱ्याबरोबरच दर्यासारंग दौलतखान, सिद्दी संबूळ, सिद्दी मिस्त्री, इब्राहिमखान तर करीत होतेच, पण त्याबरोबरच ख्रिस्ती अधिकारीही आरमारात होते.

साल्हेरच्या युद्धानंतर शिवरायांशी सख्य जोडावे म्हणून मोगलांनी एक हिंदू वकील शिवरायांकडे धाडला होता. तर शिवरायांनी आपला प्रतिनिधी म्हणून काजी हैदर याला मोगलांकडे धाडले होते.

अफजलखानाच्या पूर्ण पराभवानंतर कोल्हापूरजवळील रायबागेच्या मैदानी लढाईत शिवरायांनी आदिलशहाच्या प्रचंड फौजेचा पराभव केला, त्यावेळी सिद्दी हिलाल हा शिवरायांचा प्रमुख सरदारांमध्ये होता. इतकेच नव्हे तर प्रतापगडावर

शिवराय अफजलखानाच्या भेटीसाठी गेले त्यावेळीही जे दहा निवडक लढवय्ये आपल्या सोबत घेतले होते त्यात सिद्दी इब्राहिम खान हाही होता.

नूरखान बेग हा शिवरायांच्या पायदळात सरनौबत होता, तर शिवरायांनी फोंडा किल्ला जिंकून घेतल्यानंतर तेथे ज्या किल्लेदाराची नेमणूक केली तो होता इब्राहिम खान. शिवरायांचा फारसी पत्रव्यवहार पाहणाराही मुल्ला हैदर नावाचा मुसलमानच होता.

शिवछत्रपतींच्या सैन्यातील हे मुसलमान सरदार त्यांच्याशी किती एकनिष्ठ होते याचे उदाहरण म्हणून प्रसिद्ध लेखक ख्वाजा अहमद अब्बास आपल्या एका लेखात म्हणतात, ''शिवाजीच्या एक मुसलमान अधिकाऱ्याला औरंगजेब बादशहाने धर्माच्या नावाखाली आपल्याकडे ओढण्याचा प्रयत्न केला. त्याला मोठमोठ्या पदांची व हजारो अशरफियांची लाच देऊ केली. परंतु तो अधिकारी फितूर तर झाला नाहीच, पण शिवरायांच्या झेंड्याखाली लढता लढता अखेर स्वराज्यासाठी कामास आला.'' अशी कोणत्याही धर्मातील निष्ठावान माणसे, धार्मिकतेबद्दल अत्यंत उदार धोरण ठेवणारा असतो, त्याच्याच भोवती जमा होतात.

औरंगजेबाच्या काळातील त्याच्या अत्यंत जवळचा असा समजल्या जाणाऱ्या खाफीखान या इतिहासकाराने शिवरायांच्या या गुणांचे कौतुक करतांना सादर केलेले पुरावे पुरेसे बोलके आहेत. त्यांच्या लोककल्याणकारी आणि लोकांमध्ये देशभक्तीची जाणीव निर्माण करण्याच्या यशस्वी प्रयत्नांमुळेच संपूर्ण भारतावर चिरस्थायी परिणाम करू शकेल अशा प्रकारचे सामर्थ्य सतराव्या शतकात शिवराय दक्षिणेत निर्माण करू शकले. त्यांनी लावलेल्या लहानशा स्वराज्याच्या रोपट्याची वाढ होत होत मृत्यूनंतरही तो नाहीसे न होता उलट त्यातून एक प्रचंड वटवृक्ष निर्माण झाला. स्वराज्याचे साम्राज्य झाले.

याचे अगदी उलट दर्शन घडविणारे शहेनशहा औरंगजेबाचे धर्मवेडाने भारलेले राजकारण उत्तरेत थैमान घालील होते. जबरदस्तीच्या धर्मपरिवर्तनाला धरबंद राहिला नव्हता. जिझिया करासारख्या अन्यायी करांनी हिंदूची छळवणूक होऊन त्यात ते भरडले जात होते आणि एक धर्मयुद्धाची आपत्ती येथील जनतेवर कोसळू पाहत होती. मंदिरे भ्रष्ट आणि जमीनदोस्त करून तेथे मशिदी बांधल्या जात होत्या. त्यावेळी दक्षिणेत स्वराज्याच्या भरभक्कम पायाभरणीच्या कार्यात मग्न असलेल्या शिवरायांनी जुलमी सुलतानशाही गाजवणाऱ्या शहेनशहा औरंगजेबाला खरमरीत पत्र लिहून त्याला सावध करण्याचा प्रयत्न केला होता. त्याला इशारा देताना शिवराय म्हणतात, ''धर्मवडाने राज्य मोठे होत नसते. सर्व धर्माप्रत

सहिष्णू भावना ठेवल्यानेच ते मोठे होते. शहेनशहा अकबराची लोककल्याणी वृत्ती आणि सर्वधर्मीयांच्या बाबतीत त्यांचा दयाळूपणा यामुळेच त्याची संपत्ती व साम्राज्य वाढले. शहाजहान व जहाँगीर यांनीही धर्मवेडाला अंत:करणात स्थान दिले नव्हते. धर्मवेडामुळे तुमचे साम्राज्य नष्ट होते आहे.''

शिवरायांनी नील प्रभू यांच्या हस्ते फारशीत धाडलेले हे निषेधपत्र म्हणजे शत्रूलाही धार्मिक धोरण कसे असावे, याची जाणीव करून देण्याचा एक प्रामाणिक प्रयत्न होता.

हिंदूंच्या भावना दुखावल्यामुळे दिल्लीच्या शहेनशहांना अकबरापासून उत्तरेतील राजपूत वीरांचा जो पाठिंबा मिळत आला तो औरंगजेबाला मिळेनासा झाला. दक्षिणेतील मराठेशाही तसेच गोवळकोंडा आणि विजापूरच्या शियापंथीय राजवटींचा बंदोबस्त करण्याकरिता म्हणून औरंगजेब जेव्हा सर्वशक्तीनिशी दक्षिणेत उतरला तेव्हाही त्याला राजपुतांची भीती वाटत होतीच. त्यांची सक्रीय मदत तर दूरच राहिली, पण त्यांच्या भीतीच्या छायेतच शहेनशहा औरंगजेब दक्षिणेत उतरला आणि अखेर त्याच्या धर्मवेड्या राजकारणाबरोबर त्याचाही शेवट अत्यंत असहाय्य मनाने पराभूत अशा अवस्थेत दक्षिणेतच मराठेशाहीच्या सीमेवर झाला. संपूर्ण भारतावर आपले राज्य लादण्याची स्वप्ने पाहणाऱ्या शहेनशहा औरंगजेबाच्या अस्ताबरोबरच केवळ धर्मवेडाच्या आवरणाखाली फोफावलेल्या त्याच्या तकलादू साम्राज्याचा डोलारा, द्रष्ट्य शिवछत्रपतींनी केलेल्या भाकिताप्रमाणे डळमळू लागला, कोसळू लागला.

या पार्श्वभूमीवर, शिवछत्रपतींचे व्यक्तिमत्त्व अलौकिक अशा तेजाने तळपणारे असे खुलून दिसते. ॲने केरे, ओवेन, ग्रँट डफ, फॅन्सीस मार्टीन, जोनाथन स्कॉट, कॉस्मे द गार्डा, बर्नीयर आदी अनेक पाश्चिमात्य इतिहासकारांनी शिवछत्रपतींबद्दल गौरवोद्गार काढले असून, त्यांच्या लोकप्रियतेचे, त्यांच्या युद्धकौशल्याचे कौतुक केलेले आहे.

''स्वराज्य निर्मितीसाठी आणि त्यानंतर मिळालेले स्वातंत्र्य टिकविण्यासाठी देशाभिमानावर आधारित राष्ट्रीय एकत्मतेची असलेली नितांत आवश्यकता या बाबतीत शिवरायांनी जे धडे घालून दिले त्यामधून देशाच्या सर्व भागातील स्वातंत्र्य-सैनिकांना सतत मार्गदर्शन व स्फूर्ती मिळत राहिली. म्हणूनच शिवाजी हे केवळ हिंदूंचे अथवा महाराष्ट्राचे नेते होते असे म्हणणे, म्हणजे शिवछत्रपतींचे अवमूल्यन करण्यासारखे आहे,'' असे माजी दिवंगत पंतप्रधान इंदिरा गांधी म्हणाल्या होत्या. हे सत्य देशभरातील राजकारण्यांनी लक्षात ठेवणे आवश्यक

आहे.

इतिहासाचे धडे गिरवून नवा इतिहास निर्माण करणाऱ्या शिवरायांनी जगासमोर एका ''जनकल्याणराजा'' चे आदर्श निर्माण करून दाखवून दिले की मिळालेले स्वराज्य, मिळालेले स्वांतत्र्य राखण्यासाठी आणि त्याच्या प्रगतीसाठी जर कोणती बाब अत्यंत आवश्यक असेल तर ती म्हणजे देशाभिमानावर आधारित अशी राष्ट्रीय एकात्मतेच्या भावनेची. रणराजाच्या त्या आदर्श विचारांचा अभ्यास करून त्याचे अनुकरण करणे आज किती आवश्यक आहे हे नव्याने सांगावयाची गरज नाही. या बाबतीत स्वतंत्र भारताच्या घटनेचे शिल्पकार डॉ. बाबासाहेब आंबेडकर यांचे एक वाक्य फारच महत्त्वाचे आहे, ते म्हणतात,

''ज्यांना इतिहासाचे विस्मरण होते, ते कधीच इतिहास घडवू शकत नाहीत.''

या सर्व चर्चेतून एक गोष्ट स्पष्ट होते की, त्या रणराजाचे अष्टपैलू युद्धतंत्र त्यांची अप्रतिम राजनीती आणि त्याने प्रत्यक्षात यशस्वी करून दाखविलेली देशाभिमानावर आधारित राष्ट्रीय एकात्मतेची तत्त्वे, यांच्या सखोल अभ्यासाची आणि ती भारतीय जनतेसमोर स्पष्टपणे मांडण्याची अत्यंत आवश्यकता आहे,

त्या महामानवाचे आदर्श नजरेसमोर ठेऊन त्याप्रमाणे वागण्याचा निर्णय आज आम्ही घेऊ शकलो तर तो त्या महान् राणराजाला या देशाने केलेला मानाचा मुजरा ठरेल.

◆◆◆

www.ingramcontent.com/pod-product-compliance
Lightning Source LLC
Chambersburg PA
CBHW030338030726
47499CB00003B/825
9788172943929